ஜிம் பவல், கலிஃபோர்னியாவின் சாண்டா பார்பராவில் வசிக்கிறார். அலை விளையாட்டு, எழுதுவது, பியானோ இசைப்பது, ஓவியம் ஆகியவற்றில் மகிழ்ச்சியுடன் ஈடுபடுகிறார். அவர் எழுதிய நூல்களில் *தெரிதா: தொடக்கநிலையினருக்கு, பின்நவீனத்துவம்: தொடக்கநிலையினருக்கு* ஆகியவை அடங்கும். சமயக் கல்வியில் முதுகலைப் (சமஸ்கிருதத்திலும் இந்தியவியலிலும் சிறப்பு) பட்டம் பெற்றவர். இவருடைய ஆய்வு வேதகாலத் தொன்மவியல் பற்றியதாக அமைந்தது. ஆங்கில இலக்கியத்திலும் அவர் முதுகலைப் பட்டம் பெற்றவர். மார்க் ட்வெய்னுக்கும் மிசிசிபி ஆற்றுக்குமான தொடர்பு பற்றியும் ஆய்வுக் கட்டுரை எழுதியுள்ளார்.

ஜோ லீ, ஒரு விளக்கப்பட ஓவியர், கார்ட்டூனிஸ்ட், எழுத்தாளர். இவர் சர்க்கஸ் கோமாளியும்கூட. ரிங் லிங் பிரதர்ஸ், பார்னம் அண்ட் பெய்லிஸ் க்ளவுன் கல்லூரியின் பட்டதாரி. பல ஆண்டுகள் சர்க்கஸ் கோமாளியாகப் பணியாற்றியவர். டாடா மற்றும் சர்ரியலிசம், பின்நவீனத்துவம், கட்டவிழ்ப்பு, ஒலிம்பிக்ஸ் உள்ளிட்ட தொடக்கநிலையினருக்கான நூல்களுக்குப் படங்கள் வரைந்துள்ளார். ஜோ மனைவி மேரி பெஸ், மூன்று பூனைகள், இரண்டு நாய்கள் (டோபி, ஜேக்) ஆகியோருடன் வாழ்கிறார்.

க. பூரணச்சந்திரன், திருச்சி பிஷப் ஹீபர் கல்லூரியில் தமிழ்ப் பேராசிரியராகப் பணியாற்றியவர். திறனாய்வுத் துறை, குறியியல், சூழலியல், இதழியல், மொழிபெயர்ப்பு எனப் பல துறைகளில் ஆர்வமிக்கவர். பல ஆய்வுக் கட்டுரைகளையும் நூல்களையும் எழுதியுள்ளார். பல துறைகளையும் சார்ந்த இருபதுக்கும் மேற்பட்ட நூல்களை மொழிபெயர்த்துள்ளார். அவற்றுள்: *உலகமயமாக்கல், புவி வெப்பமயமாதல், பின்நவீனத்துவம், இசை: மிகச் சுருக்கமான அறிமுகம்* போன்றவை குறிப்பிடத்தக்கன.

கீழைத் தத்துவம்

தொடக்கநிலையினருக்கு

ஜிம் பவல்

விளக்கப்படங்கள்
ஜோ லீ

தமிழில்
க. பூரணச்சந்திரன்

மீள்பார்வை
அழகரசன்

அடையாளம்

முதல் பதிப்பு: 2014

© ஆசிரியர்: ஜிம் பவல்

© தமிழ் மொழிபெயர்ப்பு: அடையாளம்

வெளியீடு: அடையாளம், 1205/1 கருப்பூர் சாலை, புத்தாநத்தம் 621 310, திருச்சி மாவட்டம், தமிழ்நாடு, இந்தியா, தொலைபேசி: (+91) 04332 273444

நூல் வடிவம்: த பாபிரஸ், அச்சாக்கம்: அடையாளம் பிரஸ், இந்தியா

ISBN 978 81 7720 183 3

விலை: ₹ 160

Keezhaith thathuvam: thodakkanilaiyinarukku is the Tamil translation of *Eastern Philosophy: For Beginners* in English by Jim Powell, Illustrated by Joe Lee, Translated by G. Pooranachandran, Published by Adaiyaalam, 1205/1 Karupur Road, Puthanatham 621310, Thiruchirappalli District, Tamilnadu, India, email: info@adaiyaalam.net

---

இந்நூல் தமிழ்நாடு அரசு, தமிழ் வளர்ச்சித் துறையின் நிதியுதவியுடன் வெளியிடப் பெறுகிறது.

மீள்பார்வையாளரின் குறிப்புகள்

இன்றைய வாசிப்பு காட்சி ஊடகங்களால் வெகுவாகப் பாதிக்கப்பட்டுள்ளது. இந்நிலைமையை எதிர்கொள்ளப் புதிய யுக்திகளையும் எழுத்து முறைகளையும் நாம் கையாள வேண்டியுள்ளது. இதற்குப் படைப்பிலக்கியம் மட்டுமல்லாது, பிற அறிவுத் துறைகளின் சொல்லாடல்களையும் எளிமையாகச் சொல்லும் முயற்சிகள் உலக மொழிகள் பலவற்றிலும் நடந்துவருகின்றன.

தத்துவம், கோட்பாடு, சிந்தனா முறைகள் குறித்த எளிய அறிமுக நூல்கள் பரவலாக வெளிவந்துள்ளன. இன்றைய வாசகர்களிடம் தத்துவம் மீதான ஆர்வத்தைத் தூண்டும் விதமாகக் கார்ட்டூன் வடிவத்திலும் அறிமுக நூல்கள் வெளிவரத் தொடங்கியுள்ளன. இத்தகைய முயற்சிகளைத் தமிழ்மொழியில் எவரும் முன்னெடுக்காத நிலையில், ஆக்ஸ்ஃபோர்டு யுனிவர்சிடி பிரஸ்ஸின் மிகச் சுருக்கமான அறிமுக நூல் வரிசையை அடையாளம் பதிப்புக் குழு தமிழில் வெளியிடுவது முக்கியத்துவம் பெறுகிறது. தற்போது உலகப் புகழ்பெற்ற தொடக்கநிலையினருக்கான நூல் வரிசையைத் தமிழில் கொண்டுவரும் முயற்சியில் அது ஈடுபட்டிருக்கிறது. கார்ட்டூன் வடிவத்தில் வெளிவரும் இந்நூல்கள் புதிய துறைகளை எளிய முறையில் அறிமுகப்படுத்துபவை. கீழைத் தத்துவம் பற்றிய இந்த நூலும் அம்முயற்சியின் விளைவே.

கீழைத் தத்துவம்: தொடக்கநிலையினருக்கு என்னும் இந்நூலை ஜிம் பவல் புதிய பாணியில் எழுதியிருக்கிறார். எளிமையான வாக்கிய அமைப்புடன் கூடிய பவலின் மொழிநடை இன்றைய வாசகர்களைத் தத்துவ உலகுக்குள் சிரமமின்றி அழைத்துச் செல்கிறது. கடந்த முப்பது ஆண்டுகளாகக் கோட்பாடுகள், சிந்தனா முறைகள் தொடர்பாகத் தமிழில் எழுதிவந்துள்ள பூரணசந்திரன் மிகச் சரளமான நடையில் இந்நூலை மொழிபெயர்த்துள்ளார்.

இந்த நூலை ஜிம் பவல் வடிவமைத்துள்ள விதம், கீழைத் தத்துவத்தை அவர் அணுகும் முறை பற்றிய பின்வரும் சில குறிப்புகள் தமிழ் வாசகர்களுக்கு மிகவும் பயனுள்ளதாக இருக்கும். இவை வாசகர்களின் புரிதலை ஆழமாக்கவும் கீழைத்தத்துவம் குறித்த தேடலைத் தூண்டும் விதமாகவும் இருக்குமென நம்புகிறோம்.

உலக இலக்கியங்களில் பிரபலமான *ஆலிஸின் அற்புத உலகம்* என்னும் குழந்தை இலக்கியத்தைச் சட்டகமாகக் கொண்டு ஜிம் பவல் இந்த நூலை உருவாக்கியுள்ளார். அந்தச் சட்டகத்தின் வழி தமது சமகால வாசகர்களுக்கு விளங்குமாறு கீழைத் தத்துவத்தைக் கதைபோலச் சொல்லியிருக்கிறார். பெரும்பாலான தமிழ் வாசகர்களுக்கு *ஆலிஸின் அற்புத உலகம்* அறிமுகமாகி இருக்கலாம். ஏனென்றால் 1957இல் வெளிவந்த கா. அப்பாதுரையாரின் முதல் மொழியாக்கத்தைத் தொடர்ந்து, *ஆலிஸின் அற்புத உலகத்துக்கு* 2014 வரை பதின்மூன்று மொழியாக்கங்கள் தமிழில் வெளிவந்துள்ளன. அவற்றில் சில பதிப்புகள் பல கண்டிருக்கின்றன.

சிறுமி ஆலிஸ், தோட்டத்தில் தன் சகோதரியின் மடியில் படுத்திருக்கும்போது அங்கு ஓடியாடும் முயல்களைப் பார்த்தவாறு அயர்ந்து உறங்கிவிடுகிறாள். அப்போது அவள் காணும் விசித்திரக் கனவாகக் கதை அமைந்துள்ளது. தனது கனவில் அந்த முயல் ஓடி ஒளியும் பொந்துக்குள் விழுந்து, ஆலிஸ் வேறொரு விசித்திர உலகுக்குள் நுழைகிறாள். அதன் நியதிகள் இவ்வுலகின் நியதிகளிலிருந்து முற்றிலும் மாறுபட்டனவாக உள்ளன. அங்கே மேசைமீது ஒரு பாட்டிலில் உள்ள திரவத்தைப் பருகி, மிகப் பெரியவளாகிவிடுகிறாள். பின்னர் வேறொன்றில் உள்ள திரவத்தைப் பருகி இயல்பான உருவை அடைகிறாள். மிரட்சியில் தான் சொட்டும் கண்ணீர் வெள்ளமாகப் பெருக்கெடுக்க, ஆலிஸ் அதில் மூழ்கிவிடுகிறாள். அங்கே கம்பளிப்புழு, முயல், பூனை எனப் பேசும் திறன் படைத்த பிராணிகளோடு உலாவுகிறாள். நனவுலகின் தாக்கம் கனவுலகில் நடப்பவை குறித்த கேள்விகளை அவளுக்குள் எழுப்புகிறது. அவற்றுக்கு அவளுடன் உலாவும் கம்பளிப்புழுவும் அவள் சந்திக்கும் பிற பிராணிகளும் பதிலளிக்கின்றன. இந்த உரையாடல்கள் நனவுலகில் வாழும் நவீன வாசகர்களுக்குக் கனவுலகின் – மொழி, பண்பாட்டு – நியதிகளை விளக்குவனவாக அமைந்துள்ளன.

இந்த உரையாடல்களைத்தான் ஜிம் பவல் கீழைத் தத்துவம் குறித்த தமது நூலுக்குச் சட்டகமாகத் தேர்ந்துள்ளார். விசித்திர உலகமாக விளங்கும் கீழை உலகு குறித்த மேற்கத்திய நனவுலக வாசகர்களின் கேள்விகள் சிறுமி ஆலிஸின் கேள்விகளாகத் தொடுக்கப்பட்டு, அவளுடன் சஞ்சரிக்கும் கம்பளிப் புழுவால் பதிலளிக்கப்படுவதாக ஜிம் பவல் நூலை வடிவமைத்திருக்கிறார். மேற்கத்திய கல்வி முறையாலும் பகுத்தறிவின் தாக்கத்தாலும் உந்தப்பட்டு நாமும் இதே கேள்விகளைக் கேட்பதுண்டு. அதனால் ஜிம் பவலின் பாணி தமிழ் வாசகர்களுக்கும் புதிய வெளிச்சத்தை தருவதாகவே அமையும்.

ஜிம் பவலின் இந்தக் கீழைத் தத்துவ வரலாற்று விவரிப்பில் இந்து, புத்த மதங்கள் பெருமளவு இடம்பிடித்துள்ளன. பிற மதங்கள் சுருக்கப்பட்டுள்ளன. குறிப்பாக, இஸ்லாமியத் தத்துவம் பற்றி அவரால் இதில் பேச இயலவில்லை. அதற்குக் காரணம் அவருக்கிருந்த இரு வேறு அழுத்தங்கள். ஒன்று, மேற்கொண்டு இந்த எளிய அறிமுக நூலை நீட்டிப்பதில் உள்ள தயக்கம். இரண்டாவது, இஸ்லாமியத் தத்துவம் குறித்து இதே வரிசையில் தனியொரு நூலாகவும் வெளிவந்துள்ளதே!

தமிழில் தத்துவம் குறித்த நூல், வாசகர்களுக்கு ஏற்கனவே அறிமுகமான இலக்கியப் பனுவலின் (பிரதியின்) சட்டகத்தில், முதன்முதலாக கார்ட்டூன் வடிவில் வெளிவருவது மிகுந்த பலனை அளிக்கும். அதிக அக்கறை, உழைப்பு ஆகியவற்றைக் கொண்டு அந்த முயற்சியை முன்னெடுத்துள்ள அடையாளம் பதிப்புக் குழு பாராட்டுக்குரியது.

அழகரசன்

பொருளடக்கம்

அறிமுகம்	1
இந்தியாவின் தத்துவங்களும் மதங்களும்	5
சிந்துவெளி விழுது	8
சிந்துவெளிக் கூட்டாண்மை	8
ஹரப்பாவின் மாபெரும் அங்காடிகள்	8
இந்திய-பிராமண விழுது	11
ஆரியர்கள்	11
இந்திய ஸ்ரமண (வைதிக எதிர்ப்பு) விழுது	25
உபநிடதங்கள்	25
பதஞ்சலியின் அஷ்டாங்க யோகம்	29
ஜைனம்	32
அநேகாந்தவாதக் கொள்கை	39
இருக்கலாம் என்ற கொள்கை	39
நோக்குநிலைகளின் கொள்கை	40
பௌத்தம்	41
நடுப்பாதை	46
நான்கு பேருண்மைகள்	48
எட்டுவழிப் பாதை	49
பெரும்புணையும் சிறுபுணையும்	53
மத்யாத்மிக பௌத்தம்	55
யோகசார பௌத்தம்	63
இந்திய விழுது	66
பக்தி	66
வாழ்க்கையின் நான்கு உறுதிப் பொருள்கள்	74
வாழ்க்கையின் நான்கு நிலைகள்	75
நான்கு வருணங்கள்	76
இந்தியத் தத்துவத்தின் ஆறு ஒழுங்கமைவுகள்	78
நியாயம்	79
வைசேடிகம்	80
சாங்கியம்	80
யோகம்	81
மீமாம்சை	81
வேதாந்தம்	82
இந்திய-இஸ்லாமிய விழுது	85
கபீர்	86
சீக்கியம்	86
இந்திய-ஆங்கில விழுது	87
நவ-இந்து சீர்திருத்த இயக்கங்கள்	87
நவ-இந்து சர்வதேச இயக்கங்கள்	88
சீனாவின் தத்துவங்களும் மதங்களும்	91
வசந்தகாலம்	94
கன்ஃபூசியஸ்	94

மென்சியஸ்	100
சுன் ட்ஸு	103
தாவோயியம்	105
சுவாங் ட்ஸு	108
இராணுவ உத்திகள்	109
படுக்கையறைக் கலைகள்: முகில்களும் மழையும்	110
நாமருபுக் குழு	115
மோ ட்ஸு	115
சட்ட அனுசரிப்புவாதிகள்	118
ஹான் ஃபெய் ட்ஸு	120
கோடை பூக்கும்காலம்	121
சீனாவில் பௌத்தம்	121
பூமாலைச் சிந்தனைப் புலம்	122
தூய இன்ப பௌத்தம்	129
சா'ன் பௌத்தம்	132
மூன்று நூல் சிந்தனைப் புலம்	134
பிரக்ஞை மட்டுமென்னும் சிந்தனைப் புலம்	135
தாமரை சிந்தனைப் புலம்	136
இலையுதிர்காலம்	139
நவ-கன்ஃபூசிய எழுச்சி	139
ஹான் யு	141
ஹௌ யுவான்	141
சாங் ட்ஸாய்	142
செங் சகோதரர்கள்	143
சு ட்ஸு (சட்டச் சிந்தனைப் புலம்)	144
லூ ஸியாங்-ஷான் (மனச் சிந்தனைப் புலம்)	147
குளிர்காலம்	150
சன் யாட்-சென்	150
மாவோ சே-துங்	151
பெய்ஜிங்கின் சகிக்கமுடியாத கனமற்ற தன்மை	154
ஜப்பானியத் தத்துவங்களும் மதங்களும்	158
ஷிண்டோ (கடவுளரின் வழி)	159
ஷியுங்கோன் பௌத்தம்	162
ஜென் பௌத்தம்	163
மோடூரி நோரிநாகா	165
தூய இன்ப பௌத்தம்	169
நிகிரேன் பௌத்தம்	170
திபெத்தியத் தத்துவங்களும் மதங்களும்	171
திபெத்திய பௌத்தம்	171
பான்	175
உசாத்துணை	176
சுட்டி	178

அறிமுகம்

நூறாண்டுகளுக்கு முன்பு கிப்லிங் எழுதினார்: 'கிழக்கு கிழக்குதான், மேற்கு மேற்குதான், ஒருபோதும் இரண்டும் சந்திக்க இயலாது.' ஆனால் மேற்கு கிழக்கை நேராகச் சந்திக்க முற்பட்டது. தடைகள் இருக்கத்தான் செய்தன. எடுத்துக்காட்டாக, ஐரோப்பாவிலிருந்து ஆசியா வுக்கு – குறிப்பாக பெரிய மலைத்தொடர்கள், அடர்ந்த காடுகள், பாலைவன வெற்றுப்பரப்புகள், விவர வரை படங்கள் அற்ற பெருங்கடற்பகுதிகள் இவையெல்லா வற்றையும் தாண்டி நடப்பதோ, குதிரைமீதேறி வருவதோ, கடல்வழி வருவதோ கடினமாகத்தான் இருந்தது. ஆனால் இந்தத் தடைகள் மெகஸ்தனீஸ், மார்க்கோபோலோ போன்ற தொடக்ககால கண்டறிவாளர்களை அதைரியப் படுத்தி விடவில்லை.

அந்த ஆண்கள் அற்புதமான பல கதைகளைக் கொண்டுவந்து குவித்தார்கள்: நீரில் நிர்வாணமாக நின்று வந்தனம் செய்யும் ஞானிகள், உணவு கொள்ளாமல் இனிய நறுமணங்களினால் உயிர் வாழும் யோகிகள், பசுவை வணங்குபவர்கள்; ஓர் இரவுக்கு ஒருத்தி என ஆயிரம் இரவுகளுக்கு ஆயிரம் மனைவியரைக் கொண்ட அரசர்கள்; மூன்று நான்கு மனிதர்கள் ஓய்வெடுக்கக்கூடிய ஓடுகளை உடைய பெரிய நத்தைகள் (ஆமைகள்); அகன்ற காதுகள், பற்கள், தரைவரை நீண்ட மூக்கை உடைய பிராணிகள் (யானைகள்); தங்கள் வீட்டுச் சுவர்களைப் பசுஞ்சாணத்தால் மட்டுமே மெழுகிய மக்கள், எந்தப் பிராணியையும் கொல்லாமல் மாமிசம் உண்ணாமல் கிழங்குகள், அரிசி, பால் மட்டுமே உட்கொண்டவர்கள்; பசுவைப் போன்ற, குரங்குகளைப் போன்ற, எருமைகளைப் போன்ற, மயில்களைப் போன்ற பல்வேறு தோற்றமுடைய விக்கிரகங்களை வணங்கிய மனிதர்கள்; தங்கள் இடையில் கட்டிய சிறு துணியன்றி வேறொரு உடையும் அணியாமல் பெருமளவு நிர்வாணமாகவே வாழ்ந்த ஆண், பெண்களைக் கொண்ட பகுதிகள்; ஐந்து ஆறு வயதிலேயே பெண்கள் திருமணம் செய்துகொண்ட இடங்கள்; மிளகு, பட்டு, சந்தனம், சர்க்கரை ஆகியவற்றில் பெரு வணிகர் வணிகம் செய்த இடங்கள்; பழம், நீர், எண்ணெய், சர்க்கரை, வினிகர், கயிறுகள், கறி, தையல்கள், கப்பல்களுக்கான பாய்மரங்கள், உட்காருவதற்கும் படுப்பதற்குமான பாய்கள், வீடுகட்டும் மரம், விளக்குவதற்கான மாறு, கப்பலைக் கட்டுவதற்கான மரம் ஆகியவற்றை அளிக்கின்ற ஒரு மரம் (தென்னை) வளரும் இடங்கள்.

இவையெல்லாம் இந்தியாவைப் பற்றி அவர்கள் எழுதியவை. சீனா, ஜப்பானைப் பற்றியும் இவர்களின் கட்டுக் கதைகள் இதே அளவு நம்பத் தகாதவையாகவே இருந்தன.

அதிசய உலகில் ஆலிஸ் சந்தித்த ஹுக்கா பிடிக்கும் கம்பளிப்புழுவைப் போல, கிழக்கை ஓர் அயற் பண்புள்ள 'மற்றதாக'வே நீண்டகாலமாக மேற்குலகு நினைத்து வந்தது. ஆனால் இந்த 'மற்றது' இருண்ட, பெண்மை கொண்ட, மர்மமான, பணிவுள்ள ஒன்றாக இருந்தது – மருளும் மான் போன்ற, தாமரைமுகை போன்ற கரிய கண்களும், கவர்ச்சி மிக்க கருத்த முலைக்கண் விளங்கும் மார்புகளும், எளிதாய் இயலும் கருநிறக் கைகால்கள் கொண்ட உடலும், அமுதம் போன்ற இதழ்களும், வழவழப்பான தொடைகளும், சுழித்த கொப்பூழும், அலையெனப் புரளும் கூந்தலும், சுவர்க்கத்தின் பூமணம் போன்ற மூச்சும், நிலவு இளகிவரும் பேச்சும், மாங்கனி போன்ற வாயும் கொண்டவையாக இருந்தன, கீழைநாட்டு 'மற்றது'.

இந்தப் படிமம், கீழை நாடுகளைப் பற்றிய துல்லியமற்ற ஒரு படத்தை உருவாக்கியது. லெபனானின் தேவதாரு மரங்களிலிருந்து ஜப்பானின் ஜென் கோயில்கள் வரை முழு நிலவியலையும் பண்பாட்டையும் ஒருங்கே அடக்கிவிட முயன்ற தவறான பிரதிபலிப்பு இது. மிகப் பெரிய, அறியவியலாத மர்மத்தை – கனவு போன்ற பெண் தன்மையையும் பணிவையும் கொண்டதென அறிந்துகொண்டதாகவும், அறிய இயலுவதாகவும் காட்ட முனைந்த பிம்பம் இது. இப்படிப்பட்ட பிம்பங்களை உருவாக்கி, ஒரு பெண்தன்மையுள்ள, காதல்மிக்க, செயலூக்கமற்ற, தன்னுணர்வுமிக்க, உள்முக நோக்குள்ள, பலவீனமான ஒரு கிழக்கைக் கனவுகண்டு வந்தது மேற்குலகு. ஒரு கரிய, காதல் முயல் போன்ற – தனக்கெனப் பேச இயலாத – தனக்காகப் பேச மேற்கின் குரலை வேண்டிநின்ற கிழக்கு.

ஆனால் கிழக்கிற்கு மேற்கு அளித்த குரல்தான் எப்படிப்பட்டது!

எடுத்துக்காட்டாக, தெய்விக இன்பியலில், முஹம்மத் நபியைப் பற்றி இத்தாலிய கவிஞர் தாந்தே எழுதியபோது, அவர் நரகத்தின் மிகக் கீழான பகுதியில் இருப்பதாக எழுதினார்.

அங்கே, அவருடைய உடல் மேலிருந்து கீழ்நோக்கி, பாதியாகப் பிளக்கப்பட்ட நிலையில் என்றென்றும் இருக்க தண்டிக்கப்பட்டவராக முஹம்மத் வாழ்கிறாராம்!

ஆலிஸ்: அவர் செய்த பாவம் என்ன?

கம்பளிப்புழு: போலி தீர்க்கதரிசியாக இருந்ததாம்.

ஆனால், மேற்குலகினர் கிழக்கின் மதிப்பை ஒருபுறம் குறைத்து நோக்கினர் என்றால், மறுபுறம், மிகையாகவும் மதிப்பிட்டனர். கிழக்கத்திய நாகரிகங்களின் செவ்விய பொற்காலங்களில் – அவர்களின் பெரும்புனித நூல்கள், கலைப் படைப்புகள், தத்துவங்கள், மதங்கள் போன்றவற்றில் ஆர்வம் காட்டினர். கிழக்கில் வாழ்ந்த தங்கள் சமகாலத்தியவர்களைப் பற்றி அவர்களின் நம்பிக்கைகள், ஆசைகள், துன்பங்கள், தனித்தன்மை பற்றியெல்லாம் அவர்கள் அப்படி ஆர்வம் காட்டவில்லை.

இன்றும் அதேநிலைதான். மேற்கிலுள்ள கீழையறிஞர்கள், கிழக்கின் மாபெரும் தத்துவங்களைப் பற்றிப் படித்துவருகிறார்கள். கிழக்கு நாடுகளில் வசிப்பவர்களை விட, மேற்கின் கீழையியல் அறிஞர்கள் அவற்றின் வளமான வரலாற்றை மிக நன்றாக அறிந்திருக்கிறார்கள்.

கிழக்கை நிரந்தரமானது, மாறாதது, கவர்ச்சியானது, பாலியல் ரீதியாகத் திருப்திப்படுத்த முடியாதது, மர்மமானது, செயலூக்கமற்றது, தன்னுணர்வு நோக்கிலானது, உள்முகமானது, ஆன்மிகமானது, பலவீனமானது, மிகப்பழமை யானது, ஊமையானது, மௌனமானது என மேற்கின் கீழையறிஞன் நினைக்கிறான். மாறாக, மேற்கினை, துணிவு மிக்கது, ஆண்மைகொண்டது, அதிகாரமிக்கது, பொருள் நோக்கிலானது, புறநோக்குடையது, பகுத்தாய்வுத்தன்மை கொண்டது, புறவயமானது என நினைக்கிறான்.

ஆலிஸ்: இவையெல்லாம் தேய்ந்த கூற்றுகளாக, ஒரேமாதிரியாய் அமைந்த பிம்பங்களாக இல்லையா?

ஆமாம், ஆனால் பெரும்பாலான அறிஞர்கள் 1980கள் வரை தாம் கிழக்கைப் பற்றி ஒரேமாதிரியான கனவுக் கற்பனைகளை உருவாக்கிவருகிறோம் என்பதை அறியவேயில்லை. எட்வர்டு சயீத், தமது 'ஓரியண்டலிசம்' (கீழையியம்) என்னும் நூலில் கிழக்கைப் பற்றி மேற்கு உருவாக்கியிருக்கின்ற சோதிக்கப்படாத மனப்பான்மைகள் பலவற்றைச் சுட்டிக் காட்டினார். கிழக்கில் மேற்கத்தியக் காலனியாதிக்கத்தை உருவாக்க இந்தக் கற்பனைகளும் நம்பிக்கைகளும் எப்படி அடித்தளமாக அமைந்தன என்பதையும் அவர் காட்டினார். பல தலைமுறைகளாக 'கீழை மனம்' என்றும் 'இந்திய மனம்' என்றும் 'இந்து மனம்' என்றும் மேற்கத்திய அறிஞர்கள் பொதுமைப்படுத்தி வந்தார்கள்.

அண்மைக் காலத்தில்தான் கிழக்கு எழுதத் தொடங்கியிருக்கிறது. கிழக்கைப் பற்றிய மேற்கின் தவறான புனைவுகளுக்கு எதிராக வரைந்தும் வடித்தும் எதிர்வினை ஆற்றத் தொடங்கியிருக்கிறது. இனிமேலும் 'ஊமையான' கிழக்கிற்கெனப் பேச மேற்கத்திய அறிஞர் தேவையில்லை.

இந்தியாவின் தத்துவங்களும் மதங்களும்

இந்தியா என்ற சொல்லே, நிலவின் வட்டத்தைத் தாண்டி உயர்வதுபோல் தோன்றும் பனியடர்ந்த இமயமலையின் சிகரங்களையும், மனம் மயக்கும் முகடுகளிலிருந்து சில்லென்ற நீர் வீழும் ஆறுகளையும், குகையில் வாழும் இளங்கரடிகளின் உறுமல் களோடு ஒன்றுபடும் ஆழமான இடிக்குரல் அருவிகளையும், மூங்கில்களினூடே இசைத்துச் செல்லும் தென்றலையும், தித்திக்கும் மாமலர்களில் மது உறிஞ்சி மயங்கி ஊதும் வண்டினங்களின் இமிழோசையையும் குகைகளில் மந்திரம் சொல்லும் யோகிகளின் முழக்கத்தையும் மனத்திரையில் கொண்டுவருகிறது.

எல்லா மலைகளுக்கும் அளவுகோலெனத் திகழும் இமயமலை போல, குகை களில் வாழும் யோகிகளின் தியானம் அமைகிறது. அது உணர்த்துகின்ற இந்திய ஆன்மிகம்தான் இந்தியக் கலாச்சாரத்தின் உச்சத்தை உணர்த்துவதாக உள்ளது. ஆனாலும் இம்மாதிரியான படிமங்களில் ஒரு பிரச்சினை இருக்கிறது. கால வெள்ளத்தில் செந்தாமரைகளின் மீது அமர்ந்திருக்கின்ற – மூன்று தலைகளையும், 5000 கைகளையும் கொண்ட – கடவுளர்களின் நாடாக, ஆணிப் படுக்கை மீது படுத்துறங்கும் நிர்வாணச் சாமியார்களின் நாடாக, படமெடுத்தாடும் பாம்புகளைக் கட்டுப்படுத்த வல்ல பாம்பாட்டிகளின் நாடாக, நிலவொளியில் குளிக்கும் யானைகளின் நாடாக, இயல்பாக இயலாத காமக்களியாட்ட தோரணைகளில் மகளிருடன் பின்னிக்கொண்டிருக்கும் அரசர்கள் தங்கள் பெரிய கருத்த மீசைகளைத் தடவிக்கொண்டிருக்கும் நாடாக, மதிநுட்பமுள்ள சீமான்கள், வழிபாடியற்றுவோர், சாதுக்கள் ஆகியோர் இனிப்புகளை விழுங்கிக்கொண்டிருக்கும் நாடாக மேற்கத்திய நாட்டவர்கள் இந்தியாவைக் கணித்து வந்திருக்கிறார்கள்.

பிரச்சினை என்னவென்றால், இவை யாவும் இந்துப் படிமங்கள். இந்தியத் தத்துவத்திற்கான அறிமுகங்கள் இந்து மதத்தை மையமாகக் கொள்ள நேர்ந்தாலும், இந்தியா இந்துமதத்திற்கு மட்டும் உரியதல்ல. ஏறத்தாழ வெவ்வேறான 400க்கும் மேற்பட்ட மதக்குழுக்களைக் கொண்ட இந்தியாவில் 60 சதவீதம் மட்டுமே இந்துக்கள் இருக்கிறார்கள். இமயமலையின் உச்சிகளிலிருந்து பெருகி வரும் நீர் இந்துக்களின் தாகத்தை மட்டுமா தணிக்கிறது? யூதர்கள், பார்சிகள், ஜைனர்கள், சீக்கியர்கள், பௌத்தர்கள், கிறித்துவர்கள், முஸ்லிம்கள் உள்பட இன்னும் பலரின் தாகத்தையும்தான்.

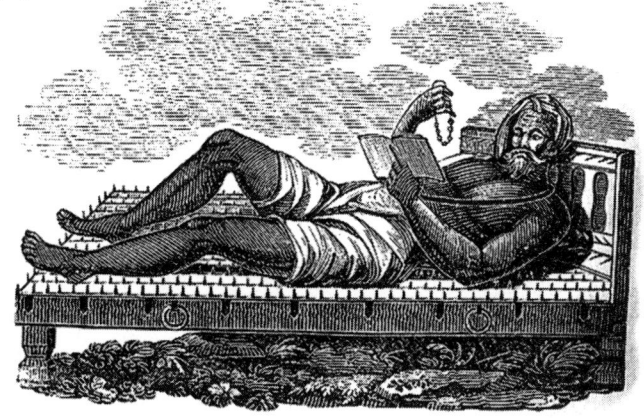

தங்கள் சொந்த மதங்களையும் தத்துவங்களையும் கொண்டாடுகின்ற, தங்கள் சொந்த மொழிகளைப் பேசுகின்ற பழங்குடியினர் அமெரிக்க ஐக்கிய நாடு, ஆஸ்திரேலியா, நியூசிலாந்து போன்றவற்றிலும் உள்ளனர். அதுபோலவே, இந்தியா விலும் தனித்தனி முறையில் வழிபடுகின்ற, தங்கள் தங்கள் மொழிகளில் பேசுகின்ற லட்சக்கணக்கான இனத்தவர் உள்ளனர். 12 மொழிக் குடும்பங்களைச் சேர்ந்த 325 மொழிகளை இந்தியர்கள் பேசுகிறார்கள். சுருங்கச் சொன்னால், இந்தியா ஒரு கந்தல் கோளமான, பல்வேறு வடிவங்கள் கொண்ட கலாச்சாரம். இதை ஒற்றை இந்துக் கலாச்சாரமாகச் சுருக்குபவர்கள் அப்பண்பாட்டுக்குப் பெருத்த வன்முறை இழைக்கிறார்கள்.

இந்திய மதத்தையும் தத்துவத்தையும் உருவாக்குவதில் நிலவியல் முக்கியக் கூறாக இருக்கிறது. ஆசியாவின் அடிவயிற்றில் தொங்கும் ராக்ஷச முக்கோணம் போலத் தோற்றமளிக்கிறது இந்தியா. இதன் வடக்கிலும் வடமேற்கிலும் உலகின் மிக உயரமான மலைகளாகிய இமயம், இந்துகுஷ், சுலைமான் மலைத் தொடர்கள் நிமிர்ந்து நிற்கின்றன. கிழக்கில் ஊடுருவமுடியாத காட்டுப்பகுதிகள் பெருந்தடைகளாக உள்ளன. மீதிப் பகுதியில் பரந்துபட்ட இந்தியக்கடலினால் ஊடறுக்கப்பட்ட கடற்கரை எல்லையாக உள்ளது. இந்த நிலவியல் தடைகள் ஆயிரக்கணக்கான ஆண்டுகளாக மேற்கு திசையைத் தவிரப் பிற வழிகளில் அந்நியர் வருவதை இயலாமல் செய்துள்ளன. மிகப் பெரியதொரு மேற்கத்திய வல்லரசு – பிரிட்டிஷ் ஏகாதிபத்தியம் – இந்தியாவை ஆக்கிரமித்த காரணத்தினால்தான் ‘கிழக்கு கிழக்குதான், மேற்கு மேற்குதான், ஒருபோதும் இரண்டும் சந்திக்க இயலாது’ என்று கிப்லிங் தமது புகழ்பெற்ற வரியில் கூறமுடிந்தது. ஆயிரக்கணக்கான ஆண்டுகளாக இம்மாதிரிச் சந்திப்புகள் நிகழ்ந்துதான் வருகின்றன. மேற்கத்தியப் படையெடுப்பாளர்களின் ஒவ்வொரு அலையும் இந்தியாவுக்குள் நுழைந்தபோது இந்திய மதமும் தத்துவமும் மாற்றத்திற்கு உள்ளாகியிருக்கின்றன.

இந்தியத் தத்துவம் ஓர் ஆலமரம் போன்றது. ஆயிரக்கணக்கான ஆண்டுகளாக, விழுதுகள் பலவுடைய ஆலமரங்கள், குளிர்ந்த நிழல் தந்து பலரும் சந்திக்கும் இயற்கை அரங்குகளாகப் பயன்பட்டுள்ளன. பள்ளிகள், கோயில்கள், சந்தைகள் என யாவும் ஆலமரத்தடி நிழலில்தான்.

மிகச்சிறிய விதையிலிருந்து ஒற்றைத் தூணாக உயர்கிறது ஆலமரம். பின்னர் அதன் பரந்து விரியும் கிளைகள், ஏக்கர் கணக்கான நிலப்பரப்பிற்குப் பரந்த விதானமாக அமைகின்றன. இக்கிளைகள் மேலும் மேலும் விரியும்போது அவற்றிலிருந்து உருவாகும் விழுதுகள், சிலசமயத்தில் அதன் அடிமரத்தைவிட அளவில் பெரிதாகவும் வேறுபாடு காண இயலாததாகவும் நிலத்தில் சென்று ஊன்றுகின்றன.

காலப்போக்கில் இந்திய சமய, தத்துவ ஆலமரத்தின் ஆறு விழுதுகளாக உருவானவை வரலாற்று முறைப்படி, பின்வருமாறு:

சிந்துவெளி விழுது (ஏறத்தாழ கி.மு.3000-1500)
இந்திய-பிராமண விழுது (ஏறத்தாழ கி.மு.1500-600)
இந்திய-ஸ்ரமண (வைதிக எதிர்ப்பு) விழுது (ஏறத்தாழ கி.மு.600-கி.பி.300)
இந்திய (இந்து, பௌத்த, ஜைன) விழுது (ஏறத்தாழ கி.பி.300-1200)
இந்திய-இஸ்லாமிய விழுது (ஏறத்தாழ கி.பி.1200-1757)
இந்திய-ஆங்கில விழுது (ஏறத்தாழ கி.பி.1757-இன்றுவரை)

ஆண்-பெண் கடவுளர்கள், படிமங்கள், குறியீடுகள் பலவற்றைக் கொண்ட இந்திய மதங்கள்-தத்துவங்களின் வளமான, ஒன்றோடொன்று பின்னிப்பிணைந்த விதானம் முழுவதும் இந்த முக்கியமான அடிமரங்கள் மீதுதான் அமைந்துள்ளது. இன்னும் சொல்லவேண்டுமானால், இப்படிப்பட்ட சமய, தத்துவங்கள் அடங்கிய இந்த **ஆலமரம் பேசக்கூடியது**. தனக்குத்தானே அது உரையாடுகிறது, ஆயிரக் கணக்கான ஆண்டுகளாக உரையாடிவருகிறது. இந்தியா என்றைக்கும் ஒற்றைப் பாங்கான பனைமரமாக இருந்ததில்லை. மேன்மேற் செல்லும் உரையாடல்கள், அரட்டைத் துணுக்குகள், அறிவுச் சொல்லாடல்கள், வாதங்கள், விமரிசனங்கள், களவாடிய கருத்துகள் போன்றவற்றை எதிரொலிக்கும் இந்த மரத்தின் தூண்கள் பலவும் தங்களுக்குள் இவற்றை ஆண்டாண்டு காலமாகப் பரிமாறிக் கொள்கின்றன.

சிந்துவெளி விழுது
(ஏறத்தாழ கி.மு. 3000-1500)

சிந்துவெளிக் கூட்டாண்மை

பாரசீகமொழி சிந்துநதிப் பிரதேசத்திற்கு இட்ட பெயர் 'இந்து'. பிறகு அலெக்சாந்தர் சிந்து நதியின் கரையில் வாழும் மக்களையும் இந்து என்ற பெயரால் குறிப்பிட்டார்.

ஆனால் மகா அலெக்சாந்தர் இந்தியாவிற்கு வருவதற்கு நீண்ட காலம் முன்பே – இந்துமதம் தோன்றுவதற்குப் பலகாலம் முன்பே – சிந்து நதியின் கரைகளில் ஒரு பழங்கால நாகரிகம் நிலவியது. இந்தப் பழங்காலச் சிந்துவெளி நாகரிகத்தைப் பற்றி அறிஞர்களுக்கு மிகக் குறைவாகவே தெரியும். எகிப்திய, மெசபடோமிய நாகரிகங்கள் போல இதுவும் ஆற்றங்கரையில் அமைந்திருந்ததால் வளர்ச்சியடைந்தது என்பது அவர்களுக்குத் தெரியும்தான். கி.மு.3000 முதல் கி.மு.1500 வரை, 7,50,000 சதுரமைல் பரப்பில் இது அமைந்திருந்தது. பிறகு திடீரென்று அது மறைந்துவிட்டது.

அதன் இரு முக்கிய நகரங்களில், மொகஞ்சதாரோ, ஹரப்பா ஆகியவற்றில் ஏறத்தாழ 80,000 மக்கள் சரியாகத் தென்வடக்காகவும், கிழக்குமேற்காகவும் அமைந்த வீதிகளில் வாழ்ந்துவந்தார்கள். அந்தக் குடிமக்களுக்கு, பொதுக் கழிவுநீர்க் கால்வாய் வசதி, நகர்மன்றம் அமைத்த கிணறுகள், பொதுக்குப்பை சேகரிப்பு வசதிகள் யாவும் இருந்தன. எல்லாமே சமச்சீரானவை. வீடுகள் கட்டப் பயன்பட்ட செங்கற்கள்கூட ஒரே அளவு கொண்டவைதான்.

ஹரப்பாவின் மாபெரும் அங்காடிகள்

மொகஞ்ச-தாரோவுக்கும் ஹரப்பாவுக்கும் தனிச் சிறப்பளித்தவை, உயர்ந்த மேட்டுப்பகுதிகள் மீது அமைக்கப்பட்ட, நன்கு பாதுகாக்கப்பட்ட அரண்கள். இவற்றைச் சுற்றி அரசாங்கக் கூடங்களும் கோயில்களும் இருந்தன. இந்த அரண்கள் மீதிருந்து பார்த்தால் கடைகள் நிரம்பிய வீதிகள் தென்படும். இன்று உள்ள வணிகக் கூடங்கள் செய்யும் பணியைத்தான் அன்று ஹரப்பாவிலும் மொகஞ்சதாரோவிலும் இருந்த பேரங்காடிகள் புரிந்துவந்தன என்று தோன்றுகிறது. அவர்களுடைய கலைகள், பொருளாதார ஆற்றல் ஆகியவற்றால் அவர்களுடைய செல்வாக்கு பரவியது – படை பலத்தால் அல்ல. அங்கு தொல்பொருள் ஆய்வாளர்களுக்குக் கிடைத்த படைக் கலங்கள் மிகக்குறைவே. ஆனால் ஓமன் வளைகுடாவின் சங்குகளாலும், ஆஃப்கானிஸ்தானின் தங்கத்தாலும், தெற்கின் உள்நாட்டுத் தாமிரத்தினாலும் செய்யப்பட்ட மிக நுட்பமான ஆபரணங்கள் ஏராளமானவை கண்டுபிடிக்கப் பட்டுள்ளன. இந்த அங்காடிகள் பழங்காலப் பரந்துபட்ட வணிகவழிகளின் வலைப்பின்னல் மையத்தில் அமைந்திருந்தன என்பதை இக்கைவினைப்

ஆனால் எனக்கு முன்னாடி எதுவும் வரவில்லை. இல்ல வந்தாங்களா?

பொருட்கள் காட்டுகின்றன. இந்நகரங்களின் கைவினைஞர்கள் மிகவும் திறமைசாலிகளாக விளங்கியிருக்க வேண்டும் என்பது உண்மை.

சிந்துவெளியின் சமயம், தத்துவம் பற்றி நாம் அறிய வருகின்ற மிகக் குறைந்த செய்திகளும் அவற்றில் இருந்த கோயில்கள், பொருள்கள் ஆகியவற்றினால் ஊகிக்கப்படுவதுதான். இந்தக் கோயில்களின் மையத்தில் பரந்த அரங்குகள் அமைந்திருந்தன. அவற்றில் பரந்த குளியலிடங்கள் இருந்தன. இவை சடங்கு சார்ந்த நீராட்டத்திற்குப் பயன்பட்டன. இந்தக் குளியலிடங்களைச் சுற்றிச் செங்கற்களாலான மேடைகள் இருந்தன. இவை சடங்குகளுக்கான பலிபீடங்களாகப் பயன்பட்டிருக்கலாம். தொல்லியலாளர்களால் எண்ணற்ற பல சுடுமண் உருவங்கள் அகழ்ந்தெடுக்கப்பட்டுள்ளன. இவை அக்காலப் பெண் கடவுளர்களாக இருக்கலாம். எண்ணற்ற சவர்க்காரக்கல் முத்திரைகளையும் கண்டுபிடித்திருக்கிறார்கள். அவற்றில் பொறிக்கப்பட்டுள்ள எழுத்துகளை இதுவரை ஒப்புக்கொள்ளக் கூடிய முறையில் எவரும் வாசிப்புச் செய்யவில்லை.

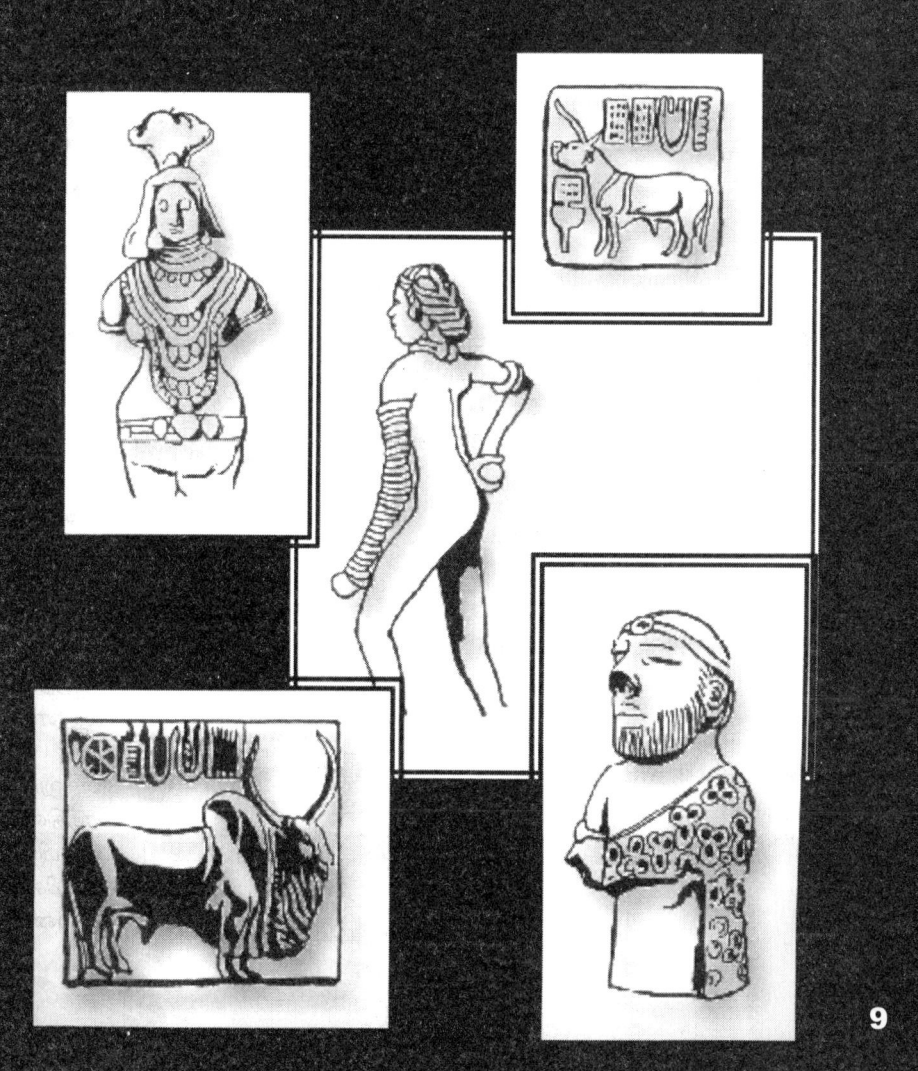

9

இந்த முத்திரைகளில் ஒன்றின் மீது கொம்புள்ள அமர்ந்த உருவம் – ஒரு யோகியைப் போல இருக்கிறது. அதற்கு மூன்று முகங்கள் இருக்கின்றன. அந்த உருவத்தைச் சூழ்ந்துள்ள பல விலங்குகளை நோக்குவதுபோல அது காணப்படுகின்றது. சில அறிஞர்கள் வாதிப்பது போல, இந்துமதக் கடவுளும் மாபெரும் யோகியும் உயிரினங்களின் கடவுளுமான சிவபெருமானின் பழங்கால வடிவங்களில் ஒன்றா இது? எவருக்கும் பிடிபடவில்லை.

தொல்லியலாளர்கள் எண்ணற்ற பல லிங்க உருவங்களையும் தோண்டி எடுத் திருக்கிறார்கள். பிற்கால இந்துமதம் சார்ந்தவை என்று குறிப்பிடுவதற்கு ஆதாரமான பல கூறுகள் இங்குள்ளன:

- *சடங்கு நீராடல்*
- **பலிபீடங்கள்**
- **பெண் தெய்வ வழிபாடு**
- **யோகியான ஒரு இறைவனை விலங்குகள் சூழ்ந்திருத்தல்**
- **லிங்க வழிபாடு**
- *சமூக முறைமைக்கான அக்கறை*
- *கிழக்கு மேற்காக அமைந்துள்ள கட்டடக் கலை*

ஆலிஸ்: இடையில் என்ன நிகழ்ந்தது?

கம்பளிப்புழு: அது நம்மை அடுத்த கட்டத்திற்கு – இந்திய பிராமண விழுதிற்குக் கொண்டு செல்கிறது.

இந்திய-பிராமண விழுது
(ஏறத்தாழ கி.மு.1500-600)

ஆலிஸ்: இந்திய-பிராமண விழுதா?

கம்பளிப்புழு: ஆரிய இனக் குழுக்களின் பூசாரிகள்தாம் **பிராமணர்கள்.**

ஆலிஸ்: ஆரிய இனக்குழுக்களா?

ஆரியர்கள்

ஆரியன் என்றால் 'உயர்ந்தவன்'. ஓர் இனக்குழு மக்கள் தங்களை இவ்வாறு கருதிக்கொண்டால், 'உயர்ந்தவர்கள் அல்லாதவர்களாகக் கருதப்படுகின்ற' பிற இனக் குழுவினருக்கு அது உவப்பாக இருக்காது.

ஆரியர்கள் என்பவர்கள் வெள்ளைத் தோல்படைத்த காக்கேசிய இனத்தவர். எங்கிருந்து இந்த நாடோடிகள் – ஆடுமாடு மேய்ப்பவர்கள் வந்தார்கள் என்று பல பத்தாண்டுகளாக அறிஞர்கள் ஆராய்ந்தார்கள். ஆனால் இதற்கு வரலாற்றுப்பூர்வமான பதிவு எதுவுமில்லை. ஒருவேளை இவர்கள் ரஷ்ய நாட்டு ஸ்டெப்பி புல்வெளிகளைச் சேர்ந்தவர்களாக இருக்கலாம். இவர்களில் சிலர் வடக்கிலும் மேற்கிலும் சென்றார்கள். கிரேக்க நாட்டில் ஏதென்ஸை நிறுவி இருக்கலாம். சிலர் ஸ்பெயின் வரை முன்னேறினார்கள். இன்னொரு குழுவினர் இப்போது பிரிட்டன், அயர்லாந்து எனப்படும் இடங்களுக்குச் சென்றிருக்கலாம்.

இன்னும் சிலர் பாரசீகத்திற்குள் புகுந்து அங்கே ஒரு பேரரசை உருவாக்கினார்கள் எனலாம்.

இந்தியாவில் ஆரியர்கள் எப்படி நுழைந்தார்கள் என்பது பற்றி ஒருவருக்கும் தெரியாது. ஏறத்தாழ கி.மு.1500 அளவில், ஆஃப்கானிஸ்தானத்தின் இந்துகுஷ் மலைத்தொடர், சிந்துநதிவெளி வழியாக, வெறுப்பை உமிழும் இந்த நாடோடிகள், வட மேற்கிலிருந்து இந்தியத் துணைக்கண்டத்திற்குள் அலையலையாகப் புகுந்திருக்கலாம் என்பது சிறப்பான யூகம். சிந்துவெளி நாகரித்தை அழித்தவர்கள் ஆரியர்கள்தாம் என்று அறிஞர்கள் முன்பு கருதினார்கள். ஆனால் இப்போது தானாகவே அழிந்து விட்டது என்கிறார்கள்.

இந்த நாடோடிகள் **இந்தோ-ஐரோப்பியக்** கிளைமொழி ஒன்றைப் பேசினார்கள். அது பின்னால், இந்தியாவின் பழைய மொழியாகிய **சமஸ்கிருதமாக** மாறியது.

ஆலிஸ்: இந்தோ-ஐரோப்பியமா? சமஸ்கிருதமா?

கம்பளிப்புழு: இந்தோ-ஐரோப்பிய மொழிக்குழு, அதற்கும் முந்திய **மூல-இந்தோ-ஐரோப்பியக்** குழுவிலிருந்து வந்தது. ஓக் மரங்கள் நிறைந்த ரஷ்ய ஸ்டெப்பி புல்வெளியிலிருந்த ஆரிய மூதாதையர்கள் பேசியது அந்த மொழியைத்தான். ஏறத்தாழ கி.மு.2500 அளவில் அவர்கள் பல திசைகளில் பிரிந்தார்கள். அவர்களில் ஒரு கிளையினர் ஐரோப்பாவிற்குள் சென்றார்கள். இன்னொரு கிளையினர் தெற்கில் ஈரான் ஆஃப்கானிஸ்தான் வழியாக இந்தியாவிற்குள் வந்தார்கள்.

ஆலிஸ்: அப்படியானால், மூல-இந்தோ-ஐரோப்பியத் தாய்மொழியின் பிள்ளைகள்தான் கிரேக்கம், இலத்தீன், பழங்கால உயர்ஜெர்மன், சமஸ்கிருதம் யாவும் என்று அர்த்தமா?

கம்பளிப்புழு: அப்படித்தான் மொழியியலாளர்கள் நிரூபித்திருக்கிறார்கள். சான்றாக, சமஸ்கிருதத்திற்கும் லிதுவேனியன், இலத்தீன், ஐரிஷ், பாரசீகம், ஆங்கிலம் போன்றவற்றிற்கும் தூரத்துச் சொந்த ஒப்புமைகள் இருக்கின்றன என்று கண்டறிந்திருக்கிறார்கள்.

ஆலிஸ்: மெய்யாகவா?

கம்பளிப்புழு: ஆமாம். 'பல்லைக் கொடுத்தவர் ஆண்டவர் என்றால் ரொட்டியையும் அவரே தருவார்' என்ற லிதுவேனியப் பழமொழி லிதுவேனிய, சமஸ்கிருத, இலத்தீன் மொழிகளில் ஒரேமாதிரி காணப்படுகிறது.

லத்தீன்: Deus dedit dentis; Deus dabit panem

லிதுவேனியன் : Dievas dave dantis; Dievas duos duonos

சமஸ்கிருதம்: Devas adadat datas; Devas dat dhanas

ஆலிஸ்: குறிப்பிடத் தக்க விஷயமாயிற்றே!

கம்பளிப்புழு: இன்னொரு எடுத்துக் காட்டு: **ஆரியன்** என்ற சமஸ்கிருதச் சொல், ஐரிஷ் வார்த்தையான **எரின் (அயர்லாந்தின் பழங்காலப் பெயர்)**, பாரசீக வார்த்தையான **ஈரான்**, இவை யாவுமே மூல-இந்தோ-ஐரோப்பிய மொழியிலிருந்து வந்தவை தான். சமஸ்கிருதத்தில் கப்பலுக்கு **நௌஸ்** (naus) என்று பெயர். ஆங்கிலச் சொற்களான **நாடிகல்** (**nau**tical), **நேவிகேஷன்** (**nav**igation) போன்ற வற்றிற்கும் இதற்கும் தொடர்பு உண்டு.

சமஸ்கிருதத்தில் கடவுளின் பெயர் **தேவன்** (deva). **டிவைனிடி** (**div**inity) என்ற ஆங்கிலச் சொல்லுடன் தொடர்பு உள்ளது இது. சமஸ்கிருதத்தில் உள்ள **ஞானம்** (jnana) என்ற சொல்லும், ஆங்கிலத்தில் **க்னாசிஸ்** (**gno**sis), **க்னாஸ்டிக்** (**gno**stic), **க்னாலெட்ஜ்** (**kno**wledge) போன்ற சொற் களும் தொடர்புடையவை. ஆங்கிலத்தில் மூன்று என்பதை **த்ரீ** (three) சமஸ்கிருதத்தில் **ட்ரை** (tri). ஆங்கிலச் சொல் **ஃபாதர்** (father), இலத்தீனிலும் கிரேக்கத்திலும் **பேட்டர்** (pater), சமஸ்கிருதத்தில் **பிதர்**(பித்ரு) ஆகிறது. ஆங்கிலத்தில் **ஸ்வெட்** (sweat), சமஸ்கிருதத்தில் **ஸ்வெத** என்று உள்ளது.

இந்தோ-ஐரோப்பிய மொழிகளுக்கிடையில் மொழியியல்சார் ஒப்புமை இருப்பது போல, அவற்றின் தொன்மங்களிலும் ஒப்புமைகள் உள்ளன.

உதாரணமாக: கிரேக்கக் கடவுளான **சியுஸ்** (zeus) தேவன் தசை வலுமிக்க உடலும் இடி ஆயுதமும் கொண்டவன். இலத்தீனில் **ஜூபிடர்** (jupiter) எனப்படுகிறான். சமஸ்கிருதத்தில் **த்யூஸ் பித்ரு** எனப்படுகிறான். இவர்கள் அனைவருமே வானிலிருந்து தொங்கு கிறார்கள், உருவத்தில் ராம்போ போல இருக் கிறார்கள். இடியைத் தரித்திருக்கிறார்கள்.

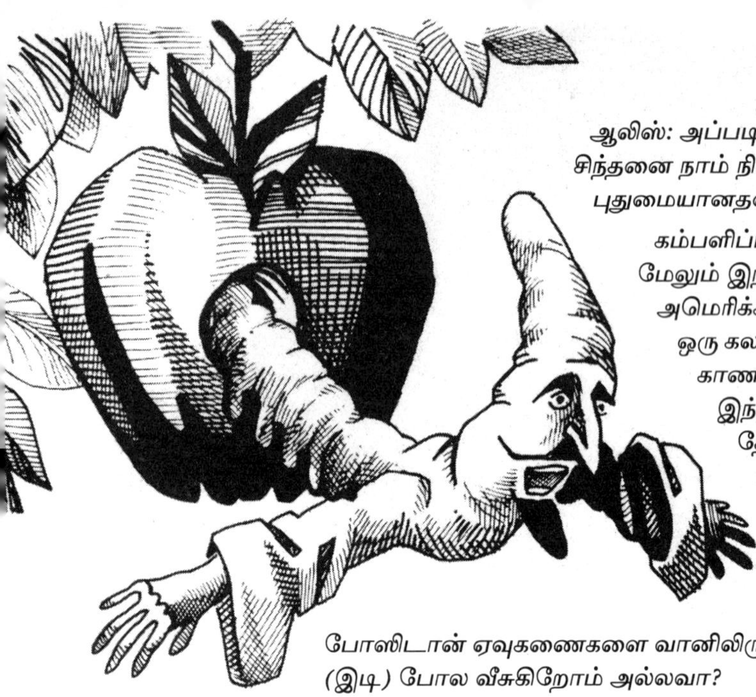

ஆலிஸ்: அப்படியானால், இந்தியச் சிந்தனை நாம் நினைப்பதுபோல் புதுமையானதல்ல, அப்படித்தானே?

கம்பளிப்புழு: மெய்தான். மேலும் இந்திய-ஐரோப்பிய-அமெரிக்க மனங்களுக்குள் ஒரு கலாச்சார ஒற்றுமை காணப்படுகிறது. இந்தோ-ஐரோப்பிய தேசங்கள் போரில் ஈடுபட்டால், உடனே நாம் **இந்திரனாகவோ,** தோர் ஆகவோ மாறி, ஜூபிடர், சீயுஸ், போஸிடான் ஏவுகணைகளை வானிலிருந்து வஜ்ராயுதம் (இடி) போல வீசுகிறோம் அல்லவா?

இருந்தாலும், இந்தோ-ஆரியர்களின் மொழியான சமஸ்கிருதம், ஆங்கிலத்திலிருந்து வேறுபட்டும் இருக்கிறது. வாழ்க்கை **சாராம்சங்களால்** ஆனது என்னும் ஒரு காட்சியை அது சித்திரிக்கிறது. எடுத்துக்காட்டாக, ஆங்கிலத்தில் நாம் சொல்வோம்:

ஆப்பிள் பழுக்கிறது

ஆங்கிலேயர்க்கு ஆப்பிள்தான் முக்கியம், அது பழுப்பதான செயல், அதற்கு இரண்டாந் தரமான ஒரு குணாம்சம்தான்.

ஆனால் சமஸ்கிருதத்தில் சொல்வார்கள்:

ஆப்பிள் பழுத்தலுக்கு முனைகிறது

சமஸ்கிருதத்தில் பழுத்தல் என்பது ஒரு உலகளாவிய சாராம்சம். ஆப்பிள், பேரிக்காய், மாங்காய் எதுவாயினும் அதைநோக்கிச் செல்ல வேண்டும்.

பழுத்தல் என்ற உலகளாவிய தன்மைக்கு ஒவ்வொரு பழமும் முதிர்ந்து செல்வது போலவே, இந்துவான ஒவ்வொருவரும் ஒரு பிரபஞ்ச முழுமையை நோக்கி முதிர்ந்து செல்லவேண்டும். ஆனால் இந்த முதிர்ச்சி, ஓர் அருவமான **ஆன்மிக,** அருவப்பண்பு.

ஆனால், உலகளாவிய இந்த அருவ சாராம்சத்தைப் பிரதிபலித்தால் மட்டுமே தனித்த பொருள்களுக்கு முக்கியத்துவம் ஏற்படும். எனவே, தனிமனிதர்களின் வாழ்க்கையானாலும், ஒரு கோயில் அல்லது ஒரு நகரக் கட்டடக்கலையின் நுட்பமான வடிவமைப்பானாலும், ஒரு சங்கீத வடிவத்தின் ஸ்வரங்களானாலும், ஒரு சிற்பத்தின் உணர்வெழுப்பும் வடிவுகளானாலும், ஒரு கவிதையின் 'தனிச்சுவை'யானாலும் – எல்லாவற்றிற்கும் ஒரு சாராம்சம் இருக்கிறது.

ஆலிஸ்: அப்படியானால், ஓர் இந்துக் கோயிலின் சாராம்சம் என்ன?

கம்பளிப்புழு: இந்துக் கோயில்கள், வீடுகள், நகரங்கள் யாவுமே **வாஸ்துபுருஷ மண்டலம்** என்ற வடிவியல் பாணி *(ஜியோமெட்ரிக் பேட்டர்ன்)* அடிப்படையில் அமைந்துள்ளன.

அதன் **உள்சதுரம்**, சாராம்சம் பிரபஞ்சத்தைப் **படைத்த பிரம்மாவைக்** குறிக்கிறது. கோயிலின் ஆன்மிக **மையத்தில்** அது அமைந்திருக்கிறது. அதேபோல, நகரத்தின் **மையத்தில்** கோயில் அமைந்திருக்கிறது. நகரம், நாட்டின் **மையத்தில்** அமைந்திருக்கிறது. எனவே கோயிலின் ஆன்மிக சாராம்சம் என்பது நகரம், முழுநாடு இவற்றின் சாராம்சம்தான்!

இந்தியக் கவிதைக்கும் **சாராம்சம்-ரஸம்-உண்டு.**

ஆம்பல் போன்ற கருங்கண்களோடு
தாமரைத் தண்டும் இடைபுகா வண்ணம்
கருத்த முலைக்காம்புகளோடு, முழுமைப் பெற்று
நெருங்கிப் பருத்த பொன்னிற
முலைகள் கொண்டவள், அவள்.

ஈசானன்					சூரியன்					அக்னி
	25	26	27	28	29	30	31	32	1	
	24				ப்ருத்விதாரன்				2	
	23								3	
	22								4	
குபேரன்	21	மித்திரன்			பிரம்மா			சாவித்ரி	5	யமன்
	20								6	
	19								7	
	18				விவஸ்வன்				8	
	17	16	15	14	13	12	11	10	9	
வாயு					வருணன்					ந்ருதி

இந்திய மூலிகை மருத்துவர் ஒருவர் சந்தனம், கஸ்தூரி ஆகியவற்றின் சாராம்சமான எண்ணெய்களைக் கலப்பதுபோல இந்தியக் கவிஞரும் கவிதைச் சாராம்சங்களை அவ்வப்போது கலப்பதுண்டு. இந்தக் கவிதையின் சாராம்சம் (சாறு, மணம், ரஸம்) **பக்தி** மற்றும் **காமம்** ஆகியவற்றின் சாராம்சங் களைக் கலப்பதாகும். மேற்கண்டது, **பொன்னிறமான உமையாள்** என்னும் கடவுளைப் பற்றிய கவிதையாயினும் இதற்குள், கரிய தாமரைத் தண்டு போலக் காமச்சாறும் ஓடுகிறது.

ஆலிஸ்: இதுவே கவிதைபோல் இருக்கிறது!

கம்பளிப்புழு: வேதகால மக்கள் கவியுணர்வு நிரம்பியவர்கள். இந்துமதம் பெரும்பாலும் கவித்தன்மையோடிருப் பதற்குக் காரணம் பெரும்பான்மை அளவு இந்துமதம் **வேதங்களிலிருந்து** வருகிறது என்பதுதான்.

ஆலிஸ்: வேதங்களா?

கம்பளிப்புழு: பெரும்பாலான மரபு சார்ந்த இந்துக்களைப் பொறுத்தவரை, வேதங்கள் காலத்தால் அழியாதவை, கடவுளால் படைக்கப்பட்டவை, எல்லா அறிவையும் தமக்குள் கொண்டவை. அவற்றைக் கேட்கும்போது மந்திரங்களை ஒலிப்பதுபோல் இருக்கும். **ரிஷிகள்** அல்லது **ஞானிகள்** வேதங்களைத் தங்கள் ஞானக்கண்களில் கண்டார்களாம்.

இந்துக்கள் இவற்றைக் காலங்கடந்த வெளிப்பாடுகள் என்று நம்பினாலும், மேற்கத்திய அறிஞர்கள் இவை பல நூற்றாண்டுகளாக இயற்றப்பட்டவை என்று கண்டறிந்திருக்கிறார்கள். இவை இயற்றப்பட்ட காலத்தினூடாக, சமூகம், மதம், ஏன் – சமஸ்கிருத மொழிகூட (ஆங்கில ராப்-பைவிட ஷேக்ஸ்பியர் புரியாதவாறு இன்று இருப்பதுபோல) மாறியிருக்கின்றன.

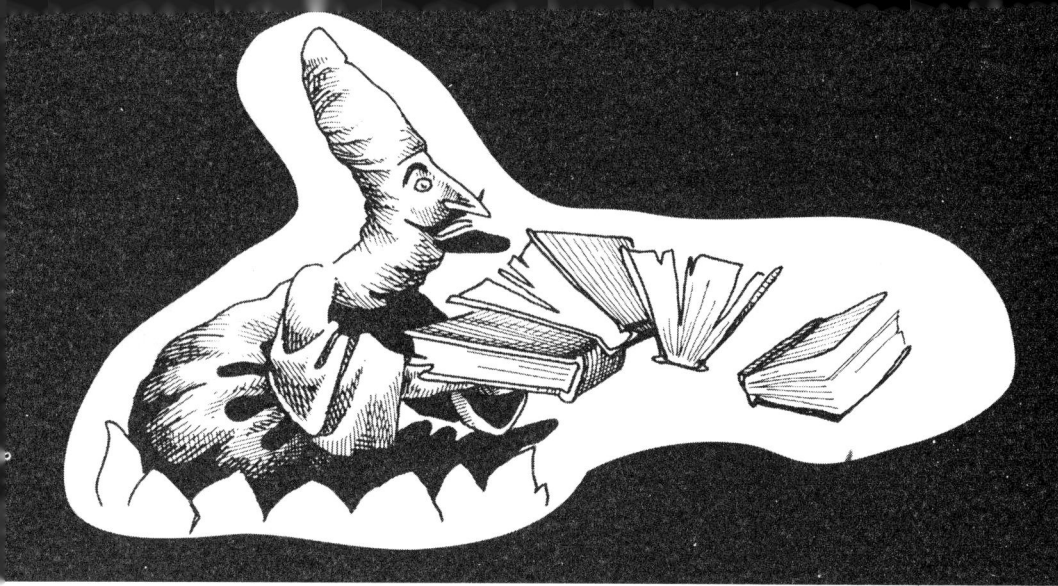

ஆலிஸ்: சரி, வேதங்கள் எப்படிக் காலத்தால் அழியாதவையாக இருக்க இயலும்?

கம்பளிப்புழு: மேற்கண்ட இரு கருத்துகளும் ஒத்துப்போகக்கூடியவைதான். வேதங்கள் காலத்தால் அழியாதவை மிகஅபூர்வ சாத்தியம் ஆகலாம். ஆனால் வெவ்வேறு காலங்களில் அவை ரிஷிகளுக்கு வெளிப்படுத்தப்பட்டிருக்கலாம்.

ஆலிஸ்: வேதங்கள் எத்தனை?

நான்கு வேதங்கள் உள்ளன: ரிக் வேதம், சாம வேதம், யஜுர் வேதம், அதர்வ வேதம். ரிக் வேதம் (கடவுட் பாடல்கள்) பத்து நூல்களுடைய (மண்டலங்களின்) தொகுப்பு. பல்வேறு தேவர்களை அழைக்கப் பயன்படும் மந்திரப்பாக்களைக் கொண்டவை. ரிக் வேதத்தின் அடிப்படையில் இசைப் பாடல்களைத் தொகுத்தது சாமவேதம். யஜுர் வேதம் வேதச் சடங்குகளை நடத்தவேண்டிய நெறிமுறைகளைக் கொண்டது. அதர்வ வேதம் மந்திர உச்சாடனங்கள், வசியங்கள், பாட்டுகள் ஆகியவற்றைக் கொண்டது. நோய்களைக் குணப்படுத்துவதற்கு, மணமகளைத் தேடுவதற்கு, பகைவனைக் கொல்லுவதற்கு என்று பலவித மந்திரங்கள் இதில் உள்ளன.

ஆலிஸ்: வேதங்கள் என்றால் என்ன?

கம்பளிப்புழு: வேதம் என்றால் அறிவு.

ஆலிஸ்: எதைப்பற்றிய அறிவு?

கம்பளிப்புழு: வேதக் கடவுளர்களை எப்படிக் கூப்பிடுவது என்பது பற்றிய அறிவு. வேதச் சடங்குகளின் நோக்கம் தேவர்களுக்கு ஆதரவு தருவது, உயிரூட்டுவது, உணவளிப்பது ஆகும். இதற்குப் பதிலாக தேவர்கள் (கால்நடைகளின் வடிவில்) செல்வத்தையும் மகிழ்ச்சியையும் யாகம் செய்பவர்களுக்கு நீண்ட ஆயுளையும் அளிப்பார்கள். மேலும் வேதகால நோக்கின்படி, கடவுளர்களும் மனிதர்களும்

இவ்வாறாக ஒருவரையொருவர் ஆதரிப்பதுதான் ரிது எனப்படும் உலக ஒழுங்கை நிலைநிறுத்துவது ஆகும்.

வேதகால யாகங்கள் ஒரு சமூகச் செயல்பாடாகவும் விளங்கின. குதிரைகள், பசுக்கள், ஆடுகள் போன்ற உயிர்களையும், நெய், பால், தானியங்கள் ஆகியவற்றையும் நெருப்பில் இட வேண்டியிருந்ததால் அவற்றிற்குச் செலவு மிகுதியாகும். யாகம் செய்ய ஒருவர் முற்பட்டால் அவர் செல்வமிகுந்தவராகத் தான் இருக்க வேண்டும். எனவே வேதகாலச் சமூகத்தில் யாகம் செய்வது ஒருவருடைய அந்தஸ்தைக் குறிப்பதாக இருந்தது. உயர் வகுப்பினர் மட்டுமே இந்தச் சடங்குகளை நிகழ்த்தமுடியும்.

ஆலிஸ்: வேதகாலக் கடவுளர்கள் யார்?

முக்கியமாகக் குறிப்பிட வேண்டியவன் அக்னி. நேராகச் சொன்னால் தீ. யாகங்களின் போது நெய், பிராணிகள், தானியங்கள் இவை தீயில் இடப்படும். தீதான் இந்தப் பொருள்களை (அவியுணவு) தேவலோகத்திற்கு எடுத்துச் செல்லவேண்டும். முக்கியமான இன்னொரு கடவுள் இந்திரன். வேதகால மக்களுக்குப் போரில் உதவிய மேலுலக தெய்வம், வளத்தைத் தரக்கூடிய கடவுள்கள் பலரும் இருந்தனர்.

யாகம் பற்றிப் போதும். நான் ஏற்கனவே புனிதமாகி விடவில்லையா?

என்னவென்று சொல்ல?

ஆலிஸ்: சரிதான், இப்போது நம்மிடம் பூசாரிக் கடவுள் (அக்னி), போர்க் கடவுள் (இந்திரன்), வளமளிக்கும் கடவுள்கள் பலர் இருக்கிறார்கள். வேதகாலச் சமூகத்தின் அமைப்பைப் பற்றி இது ஏதும் தெரிவிக்கிறதா?

கம்பளிப்புழு: ஆம், ஏனென்றால் மதம், தத்துவம், தொன்மம் போன்றவை எப்போதும் ஒரு சமூகத்தின் பிரதிபலிப்பாக இருக்கிறது. வேதகாலச் சமூகத்தில் மூன்று முக்கிய வகுப்பினர்கள் இருந்தார்கள்: பூசாரிகள் (பிராமணர்கள்), போர் வீரர்கள் (க்ஷத்திரியர்கள்), விவசாயமும் மேய்த்தல் தொழிலும் செய்தவர்கள்.

ஆலிஸ்: வேதகாலச் சடங்குகள் எவ்வாறு இருந்தன?

கம்பளிப்புழு: அஸ்வமேதம் என்பது மிக முக்கியமான ஒரு யாகம். குதிரையைப் பலியிடுவது. இதைச் செய்வதற்கு ஓர் அரசன்தான் ஆணையிட முடியும். பிராமணர்கள் வலுவான ஆண்மைமிக்க குதிரை ஒன்றைத் தேர்ந்தெடுப்பார்கள். ஓராண்டு முழுவதும் அதை அப்படியே சுற்றித்திரிய விடுவார்கள். ஒரேயொரு நிபந்தனைதான் உண்டு: அக்குதிரை பிரம்மச்சரியம் காக்க வேண்டும். அந்த ஆண்டு முழுவதும் அது விந்தை வெளிவிடக்கூடாது. தான் பார்க்கும் எந்தப் பெண் குதிரையிடமும் புத்தியைச் செலுத்தக்கூடாது. அது போகும் இடம் முழுவதும் அந்த அரசனின் சொத்தாக ஆகிவிடும். அது வேறொரு அரசனின் இடத்திற்குள் புகுந்து விட்டால், அவன் போரிட வேண்டும். ஓராண்டுக்குப் பிறகு அந்தக் குதிரையை அதைச் செலுத்திய பிராமணர்களிடமே கொண்டு வருவார்கள். அவர்கள் யாகத்துக்கான பலிபீடத்தை அமைப்பார்கள். பிறகு அக்குதிரையைக் கயிற்றால் இறுக்கிக் கொலைசெய்வார்கள். பிறகு அந்த இறந்த குதிரையுடன் அரசனின் மனைவி உடலுறவு கொள்ளும் குறியீட்டுச் சடங்கு நடக்கும்.

ஆலிஸ்: அட கடவுளே!

கம்பளிப்புழு: அந்தக் குதிரையின் தெய்விக சக்தி (அதில் சேமிக்கப்பட்ட விந்தின் வடிவத்தில்) அரசிக்குள் புகும் என்பது ஒரு குறியீடு. அதனால் அரசனும் அவனுடைய இராச்சியத்தின் மக்களும் வலிமையடைவார்கள்.

ஆலிஸ்: இந்துமதம் சாராம்சம் சார்ந்தது என்பதில் இதற்கு என்ன பங்கு?

கம்பளிப்புழு: ஒரு ஆண்குதிரையின் விந்து அதன் சாராம்சம்.

ஆலிஸ்: அப்படியானால், அந்தச் சடங்கின் சாராம்சம், குதிரையின் விந்துவா?

கம்பளிப்புழு: அந்தச் சடங்கின் சாராம்சம் மட்டுமல்ல, எல்லா வேதங்களின் சாராம்சமும் **மந்திர உச்சாடனம், பேச்சு, மந்திரம், வார்த்தை** என்பதுதான். வேதகாலப் பிரபஞ்சத்தில், பேச்சு என்பது ஒரு பெண் தெய்வம் – வாக் **(வாக்கு)**. இந்தத் பெண் தெய்வத்தின் உயிருள்ள உடல்தான் புனித மந்திரம். அவளைச் சரிவர நடத்தினால், அவள் சடங்கு சரிவரப் பயன் தருமாறு செய்வாள். **வாக் (வார்த்தை)** சரிவர உச்சரிக்கப்பட்டால், இந்தப் பெண் தெய்வதம் வேதக் கடவுளர்கள் உன் ஆசைகள் அத்தனையையும் நிறைவேற்றுவதற்குப் பரிந்துரைப்பாள்: எடுத்துக்காட்டாக, ஒருவர் உன்னை நேசிக்குமாறு செய்வார்கள், காய்ச்சலைப் போக்குவார்கள், அல்லது உன் பகைவனைக் கொல்லுவார்கள்.

ஆலிஸ்: சரி, வேதத்தின் சாராம்சம் வார்த்தையானால், வார்த்தையின் சாராம்சம் எது?

கம்பளிப்புழு: தங்கள் மந்திரங்களும் உச்சாடனங்களும் **அதீதமானதோர் உயர்ந்த, எங்கும் நிரம்பிய பொருளின் (ஈதர்)** வெளிப்பாடுகள் என்று வேதங்கள் சொல்கின்றன.

ஆலிஸ்: எங்கும் நிரம்பிய பொருளா?

ஆம். ஓர் ஆன்மிக சாராம்சத்திலிருந்து – மிக உயர்ந்த – எங்கும் நிரம்பிய பொருளிலிருந்து தோன்றியவைதாம் வேதங்களும், எல்லா ஆண்-பெண் தெய்வங்களும். அந்த சாராம்சத்தை நீ அறிந்து விட்டால், வேதகாலப் பிரபஞ்சம் முழுவதும் உன் கட்டுப்பாட்டில். தாங்கள் ஓர் 'உயர்ந்த, அதீதமான' சாராம்சத்திலிருந்து தோன்றியவை என்று வேதங்கள் கூறினாலும், இந்தச் சிந்தனை வேதங்களில் நன்கு வளர்க்கப்படவில்லை. கண்டிப்பாக, காலப்போக்கில் வேதச் சடங்குகள் மேலும் மேலும் விரிவுபெற்று, சிக்கலாகி, மிகுந்த செலவு பிடிப்பவையாகவும் ஆயின. இந்தச் சமயத்தில் வேதமக்கள் வட இந்தியா முழுவதையும் ஆக்கிரமித்துவிட்டார்கள். எனினும் – பாவம், அவர்கள் வேதங்களின் அர்த்தங்களையும் மறந்துவிட்டார்கள்!

ஆகவே, இந்திய-பிராமணக் கால இறுதியில், புரோகிதர்கள் (குருமார்கள், பூசாரிகள்) ஒவ்வொரு வேதத்தையும் விளக்கியும் பகுத்தாய்ந்தும் பெரியபெரிய உரைகளை உரைநடையில் எழுதலானார்கள். இவைதான் பிராமணங்கள். பிராமணங்கள் வேதச் சடங்குகளைப் பற்றி மட்டுமன்றி, அவற்றின் **அர்த்தம், நோக்கம்** இவை பற்றிய முற்காலத்திய யூகங்களையும் கொண்டிருந்தன. இந்தத் தத்துவப்போக்கு வேகம்பெற்று **ஆரண்யகங்கள் (வன போதனைகள்), உபநிடதங்கள்** ஆகியவற்றை உருவாக்குவதில் கொண்டுசென்றது.

ஆலிஸ்: ஆக, வேதகாலச் சடங்குகளின் பாத்திரத்தைப் பிராமணங்கள், ஆரண்யகங்கள், உபநிடதங்கள் ஆகியவை தத்துவப்படுத்தத் தொடங்கினவா?

கம்பளிப்புழு: ஆமாம். இந்துமதம் சாராம்சங்களைப் பற்றிய சிந்தனையை அடிப்படையாகக் கொண்டது என்பதை மனத்தில் வைத்துக்கொள். வேதங்கள், அவற்றின் சடங்குகள் ஆகியவற்றின் சாராம்சம் புனித உச்சாடனம், வார்த்தை அல்லது மந்திரம்: புனித உச்சாடனத்திற்கு அல்லது வழிபாட்டிற்கு, சமஸ்கிருதத்தில் இன்னொரு பெயர் பிரம்மம். இதற்கு மிகவும் நெருங்கிய இன்னொரு வார்த்தை பிராமண் (பிராமணன்). இதற்கு புரோகிதர்கள் (குருமார்கள்) வகுப்பில் ஒருவன் என்று பொருள்.

ஆலிஸ்: ஆக, பிரம்மம் என்றால் வழிபாடு, பிராமண் என்றால் வழிபடுவோன், இல்லையா?

கம்பளிப்புழு: ஆம். பிராமணங்கள், ஆரண்யகங்கள், உபநிடதங்கள் அனைத்தும் பிரம்மம், பிராமணன் ஆகியவற்றின் சாராம்சம் பற்றி கருத்துக்கூறத் தொடங்கின.

பிரம்மம்-வழிபாடு, புறவுலகிற்கு, வேதச் சடங்குகளுக்கு உரியது. புறச் சடங்குகள் **அக்னி** அல்லது **தீ** இன்றிச் சாத்தியமில்லை. ஆனால் தீ வளரக் காற்று அல்லது வளி தேவை. ஆனால் காற்று என்பது சூரியன், நிலவு இவற்றையும் வேதப் பிரபஞ்சம் முழுவதையும் சார்ந்திருக்கிறது. அப்படியானால், பிரபஞ்சத்தின் சாராம்சம் என்ன?

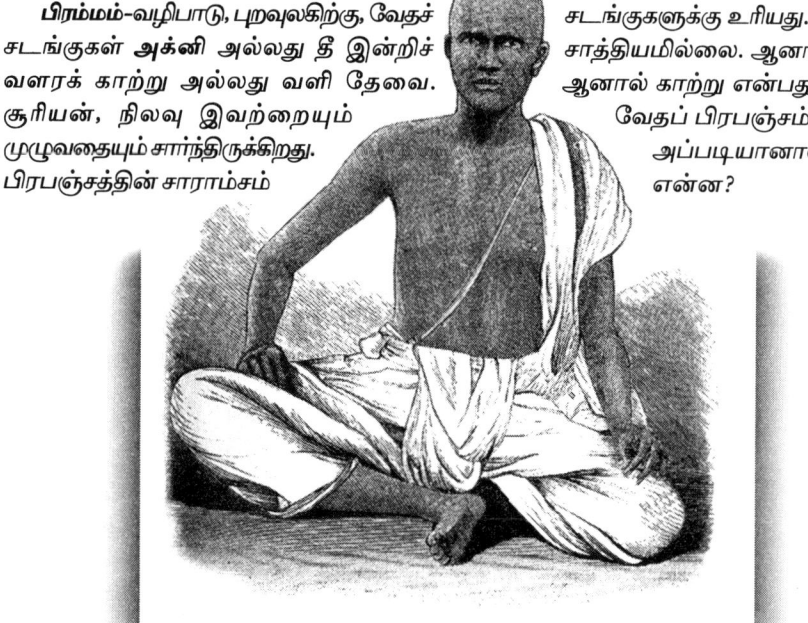

21

பிரபஞ்சத்தின் ஆன்மாவான பிரம்மம், வேதப் பிரபஞ்சத்தின் சாராம்சம். வழிபாட்டின் சாராம்சமும் இதுதான்.

ஆலிஸ்: அப்படியானால், பிராமணன் பற்றி என்ன? இது அவனை எங்கே நிறுத்துகிறது?

கம்பளிப்புழு: அவனைப் பற்றியும் அவர்கள் யூகங்கள் செய்யத் தொடங்கினார்கள்.

சடங்கின் தீயோடு பிரம்மம் சேர்ந்திருப்பது போலவே, பிராமணனுக்கு ஓர் ஆன்மிகத் தீ உள் எரிந்துகொண்டிருக்க வேண்டும். இந்தத் தீக்குத்தான் தவம் என்று பெயர். ஆழ்ந்த தியானம் தூண்டிவிடும் புனித கதகதப்பு இது. வேதச் சடங்கின் புறத் தீ, காற்றைச் சார்ந்திருப்பதைப் போல, யோகியின் ஆன்மிகத் தீயும் அவன் மூச்சின் ஆற்றலைச் சார்ந்தது. தியானம் செய்பவனின் மூச்சினுள் இருக்கும் ஆற்றல் 'பிராணன்' எனப்படும். பலிபீடத்தின் புறத்தீ, சூரியனின் ஒரு பொறியாக இருப்பது போல, பிராமணனின் உள்உலகம் அறிவு என்னும் சூரியனால் ஒளி பெறுகிறது. புறப் பிரபஞ்சத்திற்கும், பிராமணனுக்கும் சாராம்சமாக பிரம்மம் இருப்பதுபோல, பிராமணனின் ஆளுமைக்கும் ஓர் சாராம்சம் உண்டு. அதற்கு ஆத்மன் (ஆன்மா) அல்லது உயிர் என்று பெயர்.

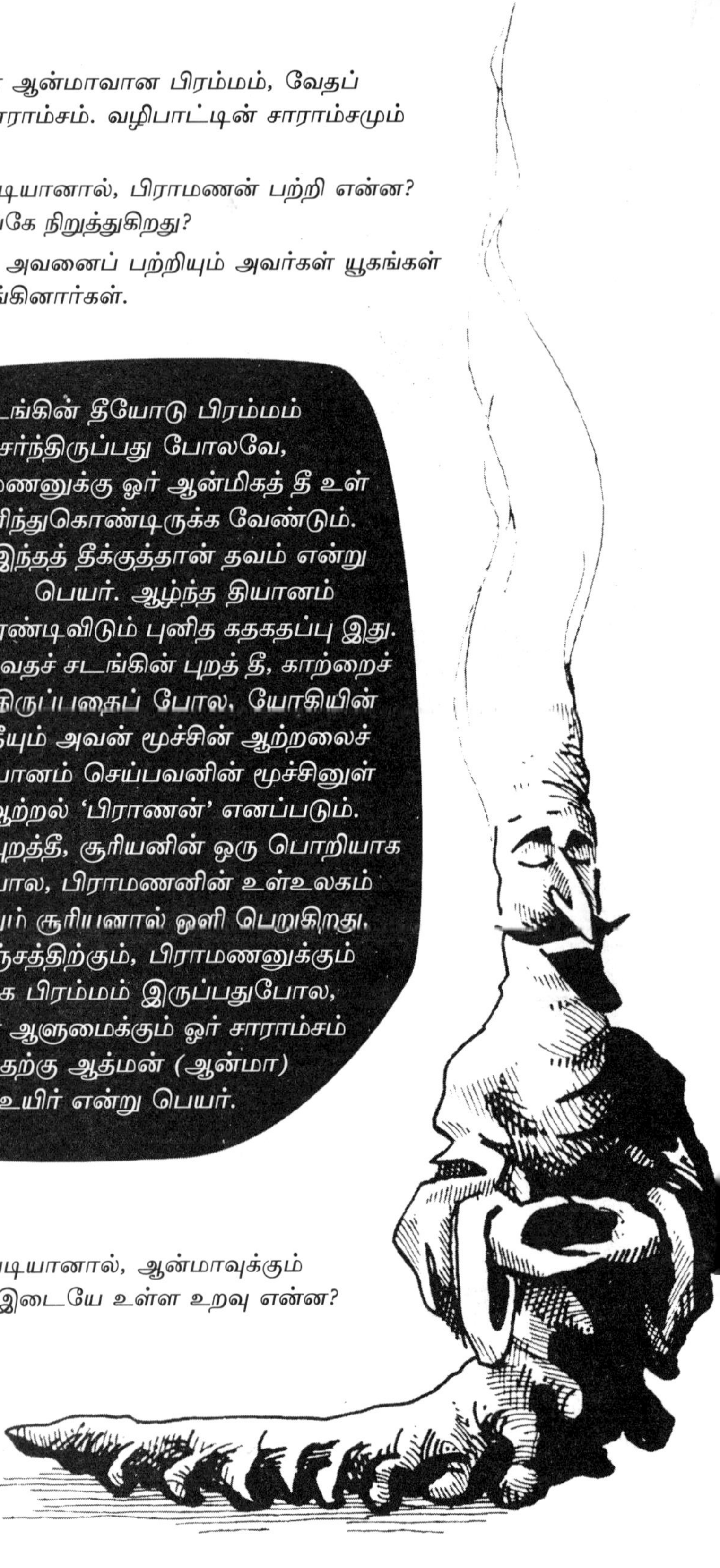

ஆலிஸ்: அப்படியானால், ஆன்மாவுக்கும் பிரம்மத்திற்கும் இடையே உள்ள உறவு என்ன?

கம்பளிப்புழு: ஆன்மாதான் பிரம்மம். வழிபாட்டின் புறவுலக சாராம்சமும் (பிரம்மம்) வழிபடுவோனின் அகவுலக சாராம்சமும் (பிராமண்) ஒரே **ஆன்மிக சாராம்சம்தான்!**

உபநிடதங்களை இயற்றிய யோகியரான ஞானிகள் சொல்கிறார்கள்:

> *அஹம் பிரம்மாஸ்மி!*
> *நானே பிரம்மம்!*
> *முழுப் பிரபஞ்சத்தின்*
> *சாராம்சமும் நானே!*

இந்து மரபின் மையக் கேள்விக்கு இது விடையாக அமைகிறது.

ஆலிஸ்: வழிபடுவோனின் அல்லது ஒவ்வொரு தனிமனிதனின் சாராம்சமும் முழுப் பிரபஞ்சத்தினுடையது என்றால், அவனுக்கு இந்த பிராமண குருமார்களும் அவர்களுடைய சடங்குகளும் ஏன் தேவை?

கம்பளிப்புழு: சிறப்பான கேள்வி இது. மெய்யாலுமே பிராமணர் அல்லாதோர் பலர் கேட்கத் தொடங்கிய கேள்வியும் இதுதான். இந்த உணர்வுதான் இந்திய சமய-தத்துவ வரலாற்றின் அடுத்த பகுதியாகிய **இந்திய-ஸ்ரமணக்** காலப் பகுதிக்குக் கொண்டு செல்கிறது.

ஆலிஸ்: அப்படியானால், சடங்குகள் செய்வதை நிறுத்திவிட்டார்களா?

கம்பளிப்புழு: இல்லை. ஆனால் நாம் பார்க்கப்போவது போல, வேதச் சடங்குகள் தங்கள் முக்கியத்துவத்தை இழந்தன. ஆனால் இன்றுவரை அவை தொடரவே செய்கின்றன. சான்றாக, ஹைடிரஜன் குண்டு பரவுவதைத் தடுக்க 1957இல் இந்திய பிராமணர் குழு ஒன்று மிகப்பெரிய யாகம் ஒன்று செய்தது. பிறகு, 1970இல், இந்தியப் பிரதமர் இந்திரா காந்தியை எதிர்த்த அன்றைய அரசியல்வாதிகள், அவர் இறப்பதற்கென யாகம் வளர்க்க ஒரு புரோகிதரை ஏற்பாடு செய்தனர்.

ஆலிஸ்: அவரைக் கொல்லுவதா? சரி, என்ன நடந்தது?

கம்பளிப்புழு: இந்திரா காந்தியைக் கொல்ல ஏற்பாடு செய்யப்பட்ட புரோகிதரே யாகம் செய்துகொண்டிருக்கும்போது மின்சாரம் தாக்கி இறந்து போனார்.

ஆலிஸ்: அவனது **கர்மவினை**, அப்படித்தானே?

கம்பளிப்புழு: நவீன இந்துமத நோக்கிலிருந்து பார்த்தால், ஒருவேளை, ஆமாம். ஆனால் **இந்திய-பிராமணக் காலப்பகுதியில்** இந்தியர்கள் கர்மம் (கர்மவினை) என்ற கருத்தைக் கண்டுபிடித்திருக்கவில்லை. உண்மையில் அவர்கள் அப்போது இந்துக்களாகவே இல்லை. ஏதோ தங்களுக்கென சில புனித நூல்கள், வேதங்கள், பிறகு வேதக் கடவுளர்களை அழைக்க மிக விரிவான சடங்குகள் கொண்ட அமைப்பு ஆகியவற்றை தமக்கு தாமே வழங்கிக்கொள்ள முயன்றார்கள்.

இந்தோ-ஆரியர்கள் ஒரு படிநிலைச் சமூகமுறையை உருவாக்கியிருந்தார்கள். அதில் பிராமணர்கள் அல்லது புரோகிதர்கள் மிக உயரத்தில் இருந்தனர். பிறகு க்ஷத்திரியர்களும், விவசாயிகளும். ஆனால் இக்காலப் பகுதியின் இறுதியில், நாம் முன்பே கூறியது போல, இவற்றில் அவநம்பிக்கை கொண்ட தத்துவப் போக்குகள் மேலெழத் தொடங்கின.

எனினும் அந்த முந்தையக் காலப் பகுதியில், இந்தியாவில் எந்தக் கோயிலும் கட்டப்பட வில்லை. வேதகால புரோகிதர்கள் வெட்ட வெளியிலேயே தங்கள் சடங்குகளை நிகழ்த்தினர். எவரும் தங்களுக்கே உரிய தனிப்பட்ட ஒரு கடவுளை மனத்தில் நினைத்து வழிபட வில்லை. அக்காலத்தில் புனித யாத்திரைகளும் இல்லை, **கர்மவினை**, அல்லது மறுபிறப்பு என்பதில் ஒருவருக்கும் நம்பிக்கை இல்லை. இவற்றிற்கு வர, இந்திய சரித்திரத்தில் இன்னும் ஒரு காலப்பகுதியை நாம் தாண்ட வேண்டும்.

இந்திய ஸ்ரமண (வைதிக எதிர்ப்பு) விழுது
(ஏறத்தாழ கி.மு.600-கி.பி.300)

கம்பளிப்புழு: இந்திய-பிராமணக் காலத்தின் பிற்பகுதியில் இந்தியாவின் சமய-தத்துவ வாழ்க்கையில் ஓர் ஆழமான நெருக்கடிநிலை பிளவை ஏற்படுத்தத் தொடங்கி விட்டது என்பதைக் கண்டோம். பழைய காலப் பகுதியின் சாம்பலிலிருந்து – வேதகாலப் புரோகிதர்களின் சடங்குகள் மீது வெளிப்படையான சந்தேகம், இன்னும் சொன்னால் எதிர்ப்புக் கொண்ட – ஒரு புதிய காலம் முளைத்தது. இந்த ஐயுறவுவாதத்திலிருந்துதான் பௌத்தம், ஜைனம் ஆகிய மதங்கள் வளர்ந்தன.

பிராமணியத்திற்குள்ளாகவே இந்த எதிர்ப்பு தோன்றிவிட்டது. **உபநிடதங்களில்** அது காணப்படுகிறது.

இதெல்லாம்
எனது
கோயில்தான்.

உபநிடதங்கள்

ஆலிஸ்: உபநிடதங்களா?

கம்பளிப்புழு: உபநிடதம் என்னும் உப-நிஷத என்ற சொல்லுக்கு அருகில் அமர்தல் என்று பொருள். ஆன்மிக ஒளி பெற்ற ஓர் ஆசிரியரின் அருகில் அமர்ந்து ஆன்மிக அறிவை வேண்டிநிற்கும் மாணவனின் படிமத்தை இது உருவாக்கு கிறது. உபநிடதங்கள் கற்பிக்கும் பலவற்றில் ஒன்று, வேத யாகச் சடங்குகள்மீது எதிர்ப்பு. சான்றாக, முண்டக உபநிடதம் சொல்கிறது: 'மிக உயர்ந்த ஆன்மிக நன்மை எனக் கருதி யாகச் சடங்குகளைச் செய்வதில் மகிழ்ச்சி யடையும் முட்டாள்கள் மீண்டும் மீண்டும் பிறவி, மூப்பு, மரணம் என்னும் சுழலில் சிக்கிக்கொள்வர். ஆனால் காட்டில் சென்று தவம் புரிபவர்கள் மனச் சாந்தி பெற்றவர்கள், உண்மையறிந்தவர்கள் என்றும் அழியாத பரமாத்மனைச் சென்றடைவர். யாகச் சடங்குகளால் அடையும் உலகங்களை ஆராயும் பிராமணனுக்குக் குமட்டல்தான் வரும்.'

உபநிடத ஆசிரியர்கள் பிராமணர் அல்லது புரோகித வகுப்பின் ஆதிக்கத்தை எதிர்த்தனர். உபநிடதங்களின் முக்கியப்பொருள்: இப்பிரபஞ்சத்தின் சாராம்சம் என்ன என்பதுதான். நாம் ஏற்கனவே பார்த்தபடி, உபநிடதங்கள் ஒரு விடையைத் தருகின்றன: பிரபஞ்சத்தின் சாராம்சம் பிரம்மம்தான். ஆனால் வேத யாகச் சடங்குகளின் வாயிலாக பிரம்மத்தை அடைய இயலாது. மாறாக, இந்த முழுப் பிரபஞ்சத்தின் சாரமாக இருக்கும் பிரம்மம்தான் உனது **ஆத்மாவாகவும்**, **சுயமாகவும்**, எல்லாப் பொருள்களின் சாராம்சமாகவும் உள்ளது.

ஆலிஸ்: **ஆத்மா** என்றால் என்ன? நமது **சுயத்தை – ஆத்மாவை** நாம் அறிவது எப்படி?

கம்பளிப்புழு: உபநிடதங்களின்படி, நாம் தொட்டு, கேட்டு, பார்த்து, ருசித்து, முகர்ந்து உணரக்கூடியதல்ல பரமாத்மா. மனத்தினால்கூட அதை உணரமுடியாது. ஆழ்ந்த தியானத்தினால் – தவத்தினால்தான் அதைக் கண்டறிய முடியும். ஆழ்ந்த தியானத்தின் போது தியானிப்பவர் ஆத்மாவுக்கு மூன்று குணங்கள் இருப்பதைக் கண்டறிகிறார்:

– **சத்**: எல்லையற்று இருத்தல்

– **சித்**: எல்லையற்ற ஞானம்

– **ஆனந்தம்**: எல்லையற்ற மகிழ்ச்சி

உபநிடதக் காலத்திலேயே **யாகச் சடங்குகளை நிகழ்த்துவதன்** மூலமாக அன்றி, **தியானத்தின் வாயிலாக ஆத்மனைத்** தேடும் பணியில் **ஸ்ரமணர்கள்** என்ற ஞானிகள் ஈடுபட்டனர். உண்மையில் ஸ்ரமணர்களையும் பிராமணர்களையும் பூனையும் எலியும் போலவும், கீரியும் பாம்பும் போலவும் மரபுரீதியாகவே, இந்தியர்கள் கருதிவந்துள்ளனர். எழுதப்பட்ட வரலாற்றின்படி வேத யாகங்களிலிருந்து உபநிடதங்களுக்கு ஏற்பட்ட தத்துவப் பாய்ச்சல் மிகவும் குறிப்பிடத்தக்க ஒன்று என்று பல அறிஞர்கள் கருதுகின்றார்கள்.

ஸ்ரமண என்றால் முயற்சி செய்பவன், முயலுபவன் என்று பொருள்.

ஆலிஸ்: எதை அடையும் முயற்சி?

கம்பளிப்புழு: ஏறத்தாழ கி.மு. ஆறாம் நூற்றாண்டின் அளவில் 'மறுபிறப்பு', 'கர்மம்' என்ற கருத்துக்கனவுகளில் இந்தியர்கள் மூழ்கியிருந்தார்கள். கர்மம் என்றால் செயல் (வினை) என்றுதான் அர்த்தம். தீயசெயல்களைப் புரிந்தால், அதாவது நீ தீவினையில் ஈடுபட்டால், நீமீண்டும் மீண்டும் இறந்து பிறந்துகொண்டே இருக்க நேரிடும். நல்வினை மட்டுமே எஞ்சும்வரை இந்தப் பிறப்பு இறப்பு தொடரும். நல்வினையினால் நீ ஆழ்ந்த தியானம் புரிந்து உன் ஆத்மாவைக் கண்டறிகிறாய். பிறகு பிரம்மத்தோடு இணைகிறாய். மீண்டும் மீண்டும் பிறந்து இறத்தல் என்னும் சுழலிலிருந்து விடுபடுகிறாய்.

ஆலிஸ்: ஏன் பிறவிச் சுழலிலிருந்து விடுபட நினைக்கவேண்டும்?

கம்பளிப்புழு: பரமாத்மா-பிரம்மம் என்பது ஆனந்தம் என்று கூறியது நினைவில்லையா? எந்த ஓர் உலக இன்பத்தையும்விட அது கோடிக்கணக்கான மடங்கு இன்பமானது மட்டுமல்ல, அதனுடன் ஒப்பிடும்போது உலக இன்பம் எதுவுமே துன்பம்தான். ஆன்மாவை அறியக் **கர்மவினையைவிட ஞானமே** முக்கியமானது என்று ஸ்ரமணர்கள் கருதினார்கள். துறவுபூணுவதன் வாயிலாக உலக பந்தங்களிலிருந்து அவர்கள் விடுபட்டார்கள். துறவுபூணுவதில் பிரம்மச்சரியம், ஏழ்மை, பஞ்சபூதங்களும் உடலைத் தாக்குமாறு விடுதல், இன்னபிற கஷ்டங்கள் ஆகிய அனைத்தும் அடங்கும். பலவிதமான **யோகப் பயிற்சிகளையும்** அவர்கள் மேற்கொண்டார்கள்.

ஆலிஸ்: தலைகீழாக நிற்பதைச் சொல்கிறாயா?

கம்பளிப்புழு: சரி, யோகிகள் செய்யக்கூடிய வித்தைகளில் அதுவும் ஒன்றுதான். யோக நூல்களின் படி, யோகசித்தி அடைந்தவர்கள் அணுவைப்போல உடலைச் சுருக்கவும் முடியும், மலைபோலப் பெருக்கிக் கொள்ளவும் முடியும்.

ஆலிஸ்: அதில் என்ன மகிமை இருக்கிறது? நான்கூட அப்படிச் செய்யமுடியும், வேண்டுமானால்... பார்.

கம்பளிப்புழு: ஒருவர் தனது சொந்த எல்லையற்ற ஆத்மனை அறிவதுதான், யோகம் கற்பிக்கும் மிகப் பெரிய வித்தை.

ஆங்கிலச் சொல்லான 'யோக்' (நுகத்தடி) என்பதற்கும் யோகம் என்ற சொல்லுக்கும் வேர் ஒன்றுதான். சமஸ்கிருதத்தில் யோகம் என்றால் 'ஒன்றுதல்' என்று பொருள். யோகத்தின் இலட்சியம் ஆத்மாவுடன் ஒன்றுபடுதல். யோகம் என்பது அறிவுப் பயிற்சி அல்ல; காரணம், அறிவினால் ஆத்மாவின் ஆழங்களை அறிய முடியாது.

இந்தியாவில், 'யோகத்தை யோகத்தால் மட்டுமே அறியமுடியும்' என்று பழமொழி இருக்கிறது.

அய்யோ, இதற்குப் பதிலாக நான் தலைகீழாகக்கூட நின்று விடுவேனே!

இந்தியர்கள் பலவிதமான யோகப் பயிற்சிகளில் ஈடுபடுகிறார்கள்.

மந்திரயோகத்தில், தியானிப்பவர், மனத்திற்குள் ஒரு மந்திரத்தை அல்லது ஓர் ஒலியைப் பலமுறை ஒலித்துக்கொண்டே இருக்கிறார். அவ்வொலி மேலும் மேலும் செப்பமடைகிறது. வானத்தில் பலூன் தூரத்தில் சென்று மறைவதுபோல, அது ஆத்மாவுக்குள் சென்று மறைந்துவிடுகிறது.

ஹடயோகத்தில், பயிற்சிசெய்பவர், உடலைப் பலவிதமான முடிச்சுபோன்ற நிலைகளில் இருத்தி, அதனால் ஆன்மிகப் பயிற்சிகளுக்கு அதைத் தயார் செய்கிறார்.

பதஞ்சலியின் அஷ்டாங்க யோகம்

கம்பளிப்புழு: யோக மார்க்கத்தின் செம்மையான வடிவம், **பதஞ்சலியின் ராஜயோகம்.** இதற்கு **அஷ்டாங்க யோகம்** அல்லது **எட்டுறுப்பு யோகம்** என்றும் பெயர்.

யோக சூத்திரம் என்னும் அவருடைய படைப்பில் (கி.பி.3ஆம் நூற்றாண்டைச் சேர்ந்தது) **பதஞ்சலி**, யோகத்தை **சித்த-விருத்தி-நிரோதம்** என்று வரையறுக்கிறார். அதாவது **'மனம் அலைபாய்வதைத் தடுத்தல்'** என்று பொருள்.

வேறுவழியில் சொன்னால், எண்ணங்களைத் தடுத்தல். இந்த வழியிலுள்ள எட்டு உறுப்புகளை அவர் கூறுகிறார்:

யமம் (கட்டுப்பாடு): அஹிம்சை, உண்மையே பேசுதல், திருடாமை, பிரம்மச்சரியம், பேராசையின்மை போன்ற கட்டுப்பாடுகள் இதில் முக்கியம்.

நியமம் (ஒழுக்கம்): தூய்மை, சாந்தம், துறவு, தன்னைநோக்குதல், கடவுள் பக்தி ஆகியவை இதில் அடங்கும்.

ஆசனம் (இருப்புநிலை): தியானம் செய்பவரின் உடலிருப்புநிலை அசைவற்றும் வசதியாகவும் இருக்கவேண்டும் என்று மட்டுமே பதஞ்சலி சொல்கிறார். எனவே, ஹடயோக இருப்புநிலைகளைப் பற்றி பதஞ்சலி கூறவில்லை என்றே கருதவேண்டும்.

பிராணாயாமம் (மூச்சுக் கட்டுப்பாடு): மூச்சைக் கட்டுப்படுத்தினால் மனத்தைக் கட்டுப்படுத்த முடியும்.

பிரத்தியாஹாரம் (ஐம்புலன்களையும் அடக்குதல்): யோக மார்க்கத்தில் ஈடுபடும் யோகி தனக்குள் ஆழ்ந்து செல்லும்போது, தன்னைச் சுற்றிப் பார்த்தல், முகர்தல், கேட்டல், தொடுதல், சுவை போன்ற புலன்களின் நுகர்விற்கான பொருட்கள் இருப்பதை அவருடைய பிரக்ஞை அறிவதில்லை. தனது தலை, நான்கு கால்கள் ஆகிய ஐந்து உறுப்புகளையும் ஓட்டிற்குள் இழுத்துக் கொள்ளும் ஆமைபோல் அவர் ஆகிவிடுகிறார்.

29

தாரணை (ஒருமித்த கவனம்): யோகி தனக்குள் இன்னும் ஆழ்ந்து செல்லும்போது அவருடைய மனம் இன்னும் ஒருமுகப்பட்டுக் கவனம் கூடுகிறது.

தியானம் (ஆழ்ந்த சிந்தனை): இந்த நிலையில், யோகியின் மனம் தடைபடாத எல்லையற்ற பிரக்ஞையோட்டத்தில் மூழ்கிவிடுகிறது.

சமாதி (உள்ளீர்ப்பு/ஒன்றிணைதல்): சமாதியில் இரண்டு நிலைகள் உண்டு: ஒன்று சம்பிரக்ஞத சமாதி **(உணர்வுடன் கூடிய சமாதி).** இந்த நிலையில், அறிதலுக்கும் அறியப்படு பொருளுக்கும் எவ்வித வேற்றுமையும் இல்லை. சூரிய அஸ்தமனம், ஓர் ஓவியம், இசை அல்லது ஒரு தழுவுதல் எதிலேனும் நீ ஆழ்ந்திருப்பதாகக் கொள்வோம். பிற எதுவும் அப்போது புலப் படுவதில்லை. உன்னைச் சுற்றி யுள்ள சூழலை அறியும் பிரக்ஞை மறைந்துவிட்டது. உன் தன்முனைப்பு மறைந்துவிட்டது. நினைவு சிதறாமல், உன் கவனத்துக்குரிய பொருளில் மட்டுமே ஆழ்ந்திருக்கிறாய். இரவுநேர ஏரி வானத்தைப் பிரதிபலிப்பதுபோல ஒன்றிலேயே உன்மனம் லயித்திருக் கிறது. இரவு நேர ஏரியில், அதைச் சுற்றியுள்ள மரங்களோ, கரையில் உள்ள வீடுகளோ, கொம்புகளில் கட்டப்பட்டுள்ள படகுகளோ, நீரைக்குடிக்கும் மான்களோ கரடிகளோ பிரதிபலிப்பதில்லை, கருநிற வானம் மட்டுமே அதன் நீரில் பிரதிபலிக்கப்படுகிறது.

சமாதியின் இரண்டாவது நிலை. **அசம்ப்ரக்ஞத சமாதி** (உணர்வற்ற சமாதி).

ஆலிஸ்: எதையும் உணர முடியா நிலையா?

நான் சிக்கனமாகவும் இருக்கிறேன்!

கம்பளிப்புழு: இதற்கு அர்த்தம், அறிதலுக்கான பொருள் அறவே மறைந்துவிட்டது என்பதுதான். அதன் சுவடே இருப்பதில்லை. எந்தப் பொருளும் அற்ற, **தூய இருப்பு நிலை** – தூய பிரக்ஞை மட்டுமே இருக்கிறது. இதுதான் ஆத்மா. யோகி ஆத்மாவை – அதன் உண்மை இயல்பை அறிந்த பிறகு – அவருக்குப் பிறப்பு கிடையாது. அதாவது ஏரி இப்போது வானத்தைக் கூட அல்ல, தன்னை மட்டுமே பிரதிபலிக்கிறது.

ஆலிஸ்: அல்லது பிரம்மத்தை.

கம்பளிப்புழு: ஆம், உபநிடதங்களின்படி, ஆத்மா என்பது ஓர் ஏரியைப் போன்றதுதான். அது பிரம்மத்தைத் தவிர வேறெதையும் பிரதிபலிப்பதில்லை.

இங்கே இலட்சியம், அசையாத மனம் – சிந்தனைகள் நின்றுவிடுதல்தான். உடல், மூச்சு, மனம் இவை யாவும் நெருங்கிய தொடர்புள்ளவை ஆதலின், யோகி மூன்றிலும் கவனம் செலுத்தவேண்டும். உடல் அசையாத, வசதியான ஓர் இருப்பு நிலையில், **ஆசனத்தில்** நிற்கிறது. **பிராணாயாமத்தினால்** மூச்சு கட்டுப்படுகிறது. தியானத்தினால் மனம் வசப்படுகிறது.

யோகி **சமாதி**நிலையை அடையும்போது அல்லது **ஆத்மா தூயபிரக்ஞைநிலை**யை அடையும்போது, அவருக்குத் தனது உடல் பற்றியோ சூழல் பற்றியோ பிரக்ஞை இருப்பதில்லை. எவ்விதப் பேராசையுமற்று, தனது தூய **சுயத்தில்** அமிழ்ந்துவிடுகிறார்.

ஆலிஸ்: ஆனால் பேராசையிலிருந்து விடுபடுதல், பதஞ்சலி யோகசூத்திரத்தின் முதற்படி என்று சொன்னாயே?

கம்பளிப்புழு: ஆம், பதஞ்சலி யோகத்திற்கான எட்டுப் **படிகள்** என்று சொல்லவில்லை, எட்டு உறுப்புகள் என்றுதான் கூறினார். ஒரு குழந்தையின் **உறுப்புகள்** யாவுமே ஒரே சமயத்தில் வளர்கின்றன என்பதை நாம் அறிவோம். ஆகவே பிரம்மச்சரியம், சாந்தம், உண்மை, அஹிம்சை ஆகிய யாவுமே ஆத்மா முழுமை அடையும்போதுதான் தாங்களும் முழுமையடைகின்றன.

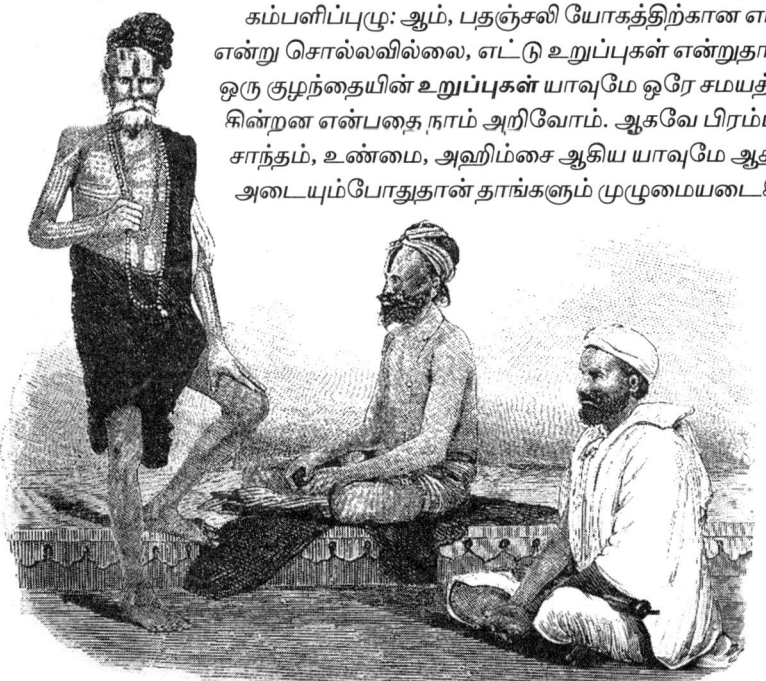

சமாதியில் ஒருவனுக்குச் சிறந்த நல்லொழுக்கம் தானே அமைகிறது. சமாதியில் மூச்சு முற்றிலுமாகக் கட்டுப்படுத்தப்படுகிறது. உண்மையில், அது நடைபெறுவதே இல்லை. சமாதியில், ஆசனம் வசதியாக இருக்கிறது – பிரக்ஞை எல்லையற்றதில் நிலைத்துவிடுகிறது. சமாதியில் கவனமும், தியானமும் முழுமைபெறுகின்றன. எனவே யோகத்தின் பிறவுறுப்புகள் யாவும் முழுமை பெறுவதே சமாதி.

ஆலிஸ்: யோகத்தைப் பயிற்சிசெய்வதற்கு ஓர் இந்துவாகத்தான் இருக்க வேண்டுமா? அதாவது, அது ஒய்எம்சிஏவிலும் (கிறித்துவ இளைஞர் கழகத்திலும்) கற்பிக்கப்படுகிறது, இல்லையா?

அது சரிதான். யோகா எங்கிருந்து வந்தது என்று எவருக்கும் தெரியாது. 'பயனற்று உள்முகமாகத் தொப்புளை நோக்குதல்' என்று பலகாலமாக மேற்கத்தியவர்கள் பலர் புறக்கணித்து வந்தார்கள். ஆனாலும் யோகப் பயிற்சி இந்து மதத்திற்கோ இந்தியாவிற்கோ மட்டும் உரியதன்று. ஆனால் அங்குதான் அது முதன் முதல் வளர்ச்சி பெற்றது, பௌத்தம், ஜைனம் என்னும் இரு பெரும் ஸ்ரமணத் தத்துவங்கள் மீதும் அதன் ஆழமான செல்வாக்கைச் செலுத்தியது.

ஜைனம்

ஆலிஸ்: ஜைனத்தைப் பற்றி நான் கேள்விப்பட்டதே இல்லையே!

கம்பளிப்புழு: அதில் வியப்பு என்ன? இந்துமதத்தையும் பௌத்தத்தையும் பின்பற்றுவோர் ஏராளமாக இருந்ததுபோல் ஜைனத்தைப் பின்பற்றுவோர் ஏராளமாக இருந்ததில்லை. ஆனாலும் உலகமுழுவதும் அது தனது ஆழ்ந்த செல்வாக்கைச் செலுத்தியிருக்கிறது. நீ பாரு; இந்திய-ஸ்ரமணக் (வைதிக எதிர்ப்பு) காலத்தின்போது, தத்துவ ரீதியான பார்வையிலிருந்து மக்கள் வெறுத்துப்போய் விட்டார்கள். இதற்குச் சமூக நிலைகள் ஓரளவு காரணம். வேதகால உலக நோக்கு என்பது பழங்குடியினப் பார்வையுடையது. ஆனால் இந்திய-ஸ்ரமணக் (வைதிக எதிர்ப்புக்) காலத்தில் வடஇந்தியா முழுவதும் மாநகரங்களும் நகரங்களும் பெருகின. நகரங்களின் அளவு பெரிதாக இருப்பதனால், தனி மனிதப் போக்கு வளர்கிறது என்பது எல்லாருக்குமே தெரிந்ததுதான்.

ஒரு பழங்குடிக்கு சிகரெட்டை உதட்டில் தொங்க விட்டுக் கொண்டு, ஒரு டிஸ்கோவில் திரிந்து கொண்டிருப்பது எளிதான விஷயமல்ல. ஆனால் அதே மனிதர் ஒரு நகரத்திற்குள் சென்றுவிட்டால், அவருடைய வாழ்க்கை முறை சீரழிந்து போவதைப் பற்றி ஒருவரும் கவலைப் படப் போவதில்லை. எனவே நகர வளர்ச்சிக் காலத்தில் வேதங்களையும், பிராமணப் புரோகிதர்களையும் புறக்கணித்துத் தன்னிச்சையாகச் சிந்திக்கும் தனிமனிதர் பலர் தோன்றியதில் வியப்பில்லை.

வேதங்களின் உயர்மொழியான சமஸ்கிருதத்தை மக்கள் புறக்கணிக்கத் தொடங்கினார்கள். மாறாக, பிராகிருதத்தை ஆதரிக்கத் தொடங்கினார்கள். இந்த ஸ்ரமணச் (வைதிக எதிர்ப்பு) சிந்தனையாளர்கள், தங்களுக்கெனத் தனித்தனிச் சமூகங்களை உருவாக்கினார்கள்.

புராண கஸ்ஸப என்ற ஸ்ரமண ஆசிரியர் ஒருவர், நன்னடத்தைக்கும் ஒருவருடைய விதிக்கும் தொடர்பே இல்லை என்றார். ஒரு கூர்மையான கத்தியைத் தரித்த பெண் ஒருத்தி, உலகிலுள்ள அனைவரையுமே கொன்றுவிட்டாலும் அவளைப் பாவம் தீண்டாது.

இன்னொரு தனித்த சிந்தனையாளர், **அஜித கேசகம்பள**, முழுமையான லோகாயதவாதி. மரணத்திற்குப் பிறகு வாழ்க்கை இருக்கிறது என்பதை அவர் நம்பவில்லை. மூன்றாமவர், ஓர் அணுவாதி. அணுக்கள் அழிவதில்லை. ஒருவன் இன்னொருவனின் தலையைக் கூர்மையான வாளால் வெட்டினாலும், அவன் கொலை செய்ததாகக் கூற முடியாது. ஏனென்றால் அந்த வாள் அழியாத அணுக்களின் ஊடாகவே செல்கிறது.

ஏய், நான் இன்னும் இறக்கவில்லை.

இந்த ஸ்ரமண (வைதிக எதிர்ப்பு) தத்துவவாதிகள் யாவரும் லோகாயதர்களாகவோ அணுவாதிகளாகவோ இருந்தாலும், அவர்கள் ஏதோ ஒருவித யோகப் பயிற்சி அல்லது தியானத்தில் ஈடுபட்டுக் கொண்டுதான் இருந்தார்கள்.

இப்படிப்பட்ட ஸ்ரமணத் தத்துவஞானிகளில் ஒருவர் **சிறந்த போதகர்** – ஜைனர்கள் அவரை **வர்த்தமான மகாவீரர்** என்று அழைக்கிறார்கள். அவரைப்பற்றி வழங்கிவரும் கதைப்படி, அவர் 30 வயதில் வீட்டைத் துறந்து முக்திபெற வேண்டிப் புறப்பட்டார். 42 வயது வரை, 12 ஆண்டுகள் கங்கைச் சமவெளியில் திரிந்தார். பிறகு அவருக்கு உள்ளொளி கிடைத்தது. இச்சமயத்தில் அவர் உடைகளையும் துறந்துவிட்டார்! அவருக்கு **ஜினர் (வெற்றிகொண்டவர்)** என்ற பெயர் கிடைத்தது. அதிலிருந்துதான் **ஜைனர்** என்ற சொல் வருகிறது. ஜைனர்கள் என்றால் புலன்களை வென்றவர்கள்.

மகாவீரரைத் தொடர்ந்து ஜைனம், நிர்வாணத் துறவிகளைக் கொண்ட ஒரு சமூகமாக வளர்ச்சியடைந்தது. இதற்குத் தலைவர் **பத்ரபாஹு.** அவர் பஞ்சம் ஏற்படப் போவதாகக் கனவுகண்டார். நிர்வாணத் துறவிகளைக் கொண்ட ஒரு பெரும் கூட்டத்தோடு அவர் வேறொரு இராச்சியத்திற்குச் சென்றார். பஞ்சத்திற்குப் பிறகு அவர் திரும்பினார். ஆனால் அவர் விட்டுச் சென்ற துறவிகள் பலர் எல்லாவகை களிலும் தவறான வழிகளில் ஈடுபட்டதை அவர் கண்டார் – சிலர் வெள்ளைநிற ஆடைகூட அணியத் தொடங்கினர்!

இந்த மாறாட்டக்காரர்களைக் கண்டு மிகவும் மனமுடைந்து சிலருடன் அவர் நேபாளத்திற்குச் சென்றார். அங்கே விரதமிருந்தே இறந்தார். எனினும் பத்ரபாஹு ஒருவருக்குத்தான் எழுதப்படாத ஜைனப் புனித நூல்கள் முழுவதும் மனப்பாடமாகத் தெரியும். எனவே இன்னொரு ஜைனத் தலைவர், **ஸ்தூலபத்ரர்** என்பவர் துறவிகள் பலரைக் கூட்டினார். அவர்கள் அனைவருமாகச் சேர்ந்து ஜைன நூல்களைத் தெரிந்தவரை கூற முற்பட்டனர். இவ்வாறு தொகுத்ததை அவர்கள் பதினொரு உறுப்புகள் (ஏகாதசாங்கம்) என்று அழைத்தனர்.

இந்த நிகழ்ச்சி ஜைன மதத்தை இரு பிளவுகளாக்கி விட்டது.

ஒருபுறம், **திகம்பரர்கள்** (திக்குகள் அல்லது வானத்தையே ஆடையாக அணிந்தவர்கள்), நிர்வாணமாக இருக்கவேண்டும் என வற்புறுத்தினர். அவர்கள் ஏகாதசாங்கத்தை அதிகாரபூர்வ நூல் என ஏற்கவில்லை. மறுபுறம், **ஸ்வேதாம்பரர்கள்** (வெண்ணிற ஆடை அணிபவர்கள்) வெள்ளை நிற ஆடை அணிந்தனர், பதினொரு உறுப்புகளை ஏற்றனர்.

> ஜீவ = ஆன்மா
> அ-ஜீவ = பொருள்
> ஜீவ/அ-ஜீவ...
> ஏதோ கேள்விப்பட்டது
> போல் இருக்கிறதே!

ஆலிஸ்: ஜைன தத்துவம் உண்மையிலே எதைப் போதிக்கிறது?

கம்பளிப்புழு: ஜைனம் பௌத்தத்தைவிடக் காலத்தால் முற்பட்டதாக இருக்கலாம். அத்துடன் இந்தியாவில் சைவ உணவுப் பழக்கத்தை அறிமுகப் படுத்தியதும் இந்தக் குழுவாகவே இருக்கலாம்.

ஆலிஸ்: ஏன்?

கம்பளிப்புழு: ஒவ்வொரு தனிமனித னுக்கும், பிரபஞ்சம் இரு கூறுகளாகக் காட்சியளிக்கிறது என்று நம்பினார்கள் அவர்கள்.

சுயம் (ஜீவன்) = ஆன்மா

சுயமற்றது (அ-ஜீவன், ஆன்மா அற்றது) = பொருள்

அ-ஜீவன், அதாவது பொருள், பொருளுக்குள் சுயத்தைச் சிறை வைத்திருக்கிறது.

ஆலிஸ்: எவ்வளவு துணிச்சல்! இருக்கட்டும், ஜீவனுக்கும் அ-ஜீவனுக்கும் இடையில் பிணைப்பை உருவாக்குவது எது?

கம்பளிப்புழு: அதுதான் கர்மம் (வினை). சுயத்தைச் சுயமற்றதில் சிறைப்படுத்து கின்ற உலக காரியங்கள்தான் அது. குறிப்பாக, **வன்செயல்கள்**, அதாவது கொலை போன்ற செயல்கள், சுயத்தைப் பொருளில் மேலும்மேலும் ஆழமாகப் பிணைக்கின்றன.

ஆலிஸ்: என்ன குறும்புத்தனம்! சரி, ஒரு பாவப்பட்ட சுயம் பொருளில் பிணைக்கப்பட்டிருக்கின்றது. அது எப்படித் தன்னை விடுவித்துக்கொள்ள முடியும்?

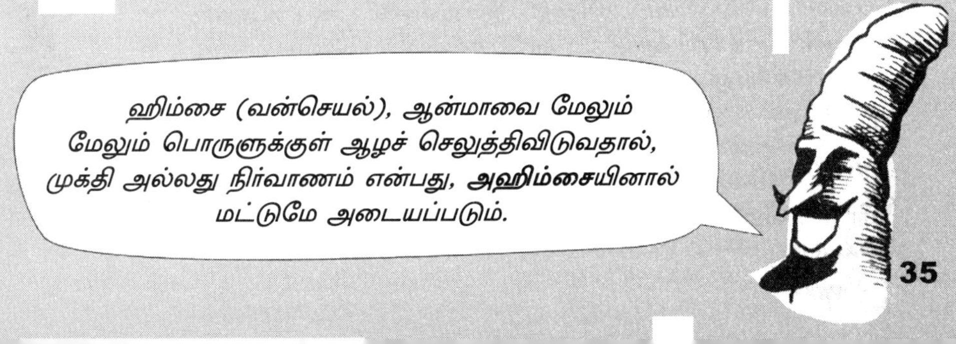

> ஹிம்சை (வன்செயல்), ஆன்மாவை மேலும் மேலும் பொருளுக்குள் ஆழச் செலுத்திவிடுவதால், முக்தி அல்லது நிர்வாணம் என்பது, **அஹிம்சையினால்** மட்டுமே அடையப்படும்.

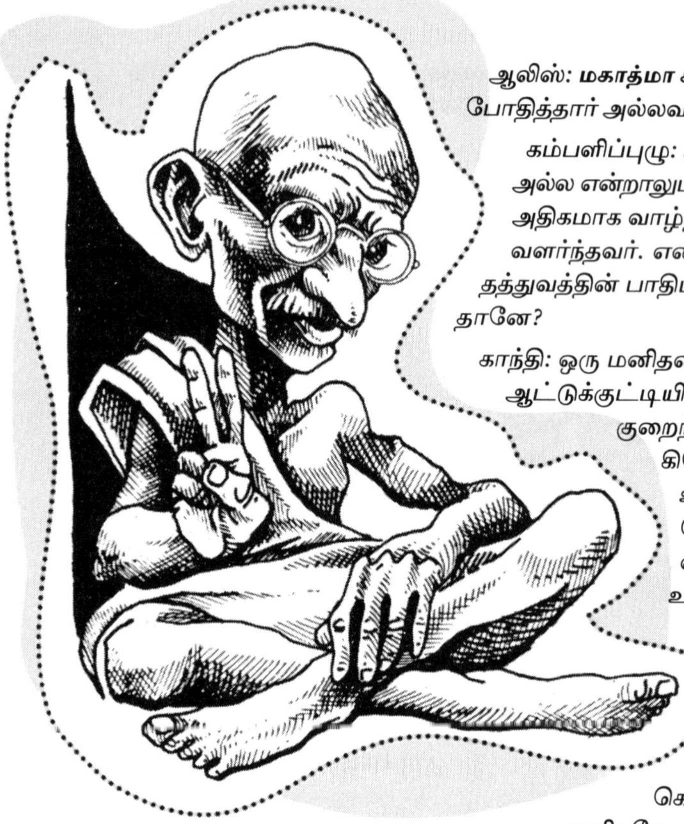

ஆலிஸ்: மகாத்மா காந்தி அஹிம்சையைப் போதித்தார் அல்லவா?

கம்பளிப்புழு: ஆம். காந்தி ஒரு ஜைனர் அல்ல என்றாலும், இந்தியாவில் ஜைனர்கள் அதிகமாக வாழ்ந்த ஒரு பகுதியில் வளர்ந்தவர். எனவே அவரிடம் ஜைன தத்துவத்தின் பாதிப்பு இருப்பது இயல்பு தானே?

காந்தி: ஒரு மனிதனின் உயிருக்கு ஓர் ஆட்டுக்குட்டியின் உயிர் எவ்விதத்திலும் குறைந்ததல்ல என்று நினைக்கிறேன். மனிதன் தன் உயிரைக் காப்பாற்றிக் கொள்ள ஆட்டின் உயிரை வதைப்பதற்கு நான் உடன்படமாட்டேன். ஓர் உயிர் தன்னைப் பாதுகாத்துக் கொள்ளத் திறனற்றதாக இருக்குமானால், மனிதனின் கொடுமையிலிருந்து அதை மனிதனே பாதுகாக்கவேண்டும் என்று நான் நினைக்கிறேன்.

ஆலிஸ்: மனிதர்களுக்கு மட்டும்தான் ஆன்மா உண்டு, அல்லவா?

ஜைனர்களுக்கு, பிரபஞ்சம் முழுவதுமே உயிருள்ளது. தாவரங்கள், பிராணிகள், காய்கனிகள், குரங்குகள், எறும்புகள், நெருப்புகள், ஆறுகள், காற்றுகள் – யாவற்றிற்கும் ஆன்மா உண்டு. ஒவ்வொரு மழைத்துளி, நடுங்கும் ஒவ்வொரு இலை, நீரில் விளையாடும் ஒவ்வொரு ஒளிக்கீற்று யாவற்றிற்கும் உயிர் உண்டு. சுயநலமிக்க, கொடும் செயல்கள் ஆன்மாவைப் பொருளில் அடைக்கின்றன. சுயநலமற்ற, கருணைச்செயல்கள் ஜீவனைப் பொருளிலிருந்து விடுவிக்கின்றன. எனவே, நீர், தீ, பூமி, காற்று ஆகிய பூதங்களைக் கூட ஜைனத் துறவிகள் துன்புறுத்தலாகாது என்கிறார்கள். ஒரு கிழங்கைக்கூடத் தான் கொல்லலாகாது என்பதால் ஜைனத் துறவிகள், தங்களுக்கு உணவு தயாரிப்பதில்லை. பிறர் உணவிட்டால் ஏற்பார்கள். தங்களுடைய குடிநீரை வடிகட்டி, அதில் எவ்வுயிரும் கொல்லலாகாது என்று நோக்கியே குடிப்பார்கள். தன்னுடைய மூச்சுக்காற்றும் காற்றைத் துன்புறுத்தலாகாது என்று மூக்கு, வாயின் மீது திரையணிவார்கள். பூமிமேல் துன்புறுத்தாவண்ணம் நளினமாகவே நடப்பார்கள். பூமியில் வாழும் ஆன்மாக்களைத் துன்புறுத்தாமல் இருப்பதற்காக ஒருபோதும் ஓடமாட்டார்கள்.

காலத்தின் பிரபஞ்சச் சுழற்சியில் நம்பிக்கை வைப்பவர்கள் ஜைனர்கள். சுழற்சியில் மேற்செல்லும்போது மக்கள் மேலும் மேலும் மகிழ்ச்சியடைகிறார்கள். சுழற்சியின் கீழ்ப் பகுதிக்கு வரும்போது மேலும் மேலும் துன்பம் அடைகிறார்கள்.

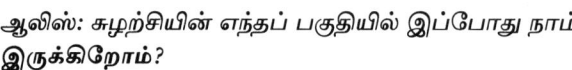

மிகுந்த மகிழ்ச்சி மகிழ்ச்சி
மகிழ்ச்சியும் துன்பமும்
துன்பமும் மகிழ்ச்சியும்
துன்பம் கடுந் துன்பம்

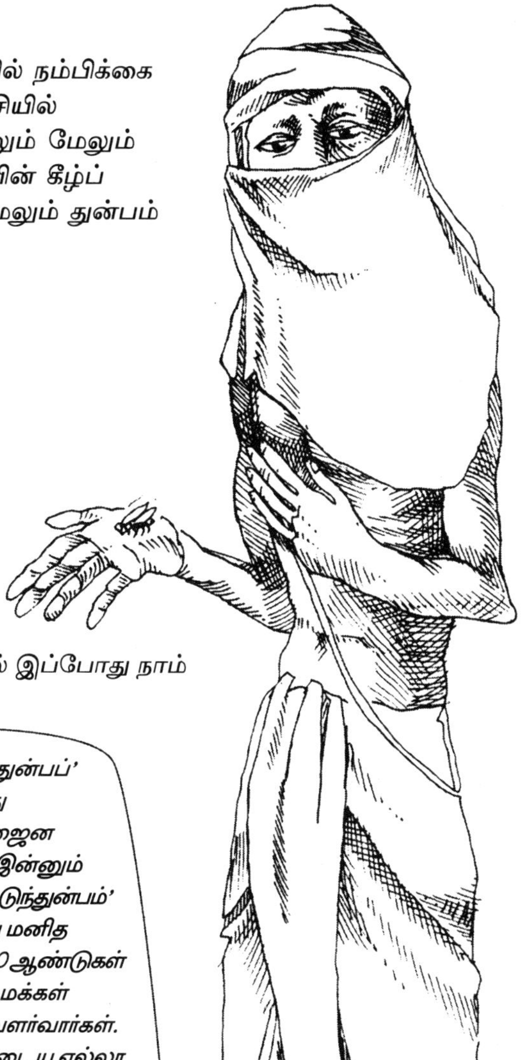

ஆலிஸ்: சுழற்சியின் எந்தப் பகுதியில் இப்போது நாம் இருக்கிறோம்?

இறங்கும் கட்டத்தின் 'துன்பப்' பகுதியில் நாம் இப்போது இருக்கிறோம். எனவே ஜைன நோக்கில், விஷயங்கள் இன்னும் மோசமாகவே போகும். 'கடுந்துன்பம்' என்ற கட்டத்தின்போது மனித வாழ்க்கையின் அளவு 20 ஆண்டுகள் மட்டுமே இருக்கும். மக்கள் மூன்றடி மட்டுமே வளர்வார்கள். மனிதர்கள் தங்களுடைய எல்லா நாகரிகங்களையும் இழந்து குகைகளில் வாழ்வார்கள். தீயைப் பயன்படுத்துவதைக் கூட மறந்து விடுவார்கள். இந்த வளர்ச்சி குன்றிய மனிதர்கள், திருட்டு, விபச்சாரம், கொலை, தகாப்புணர்ச்சி போன்றவற்றிலேயே ஈடுபடுவார்கள். ஆனால் இவற்றைப் பாவம் என்று ஒருவரும் கருதமாட்டார்கள். சுழற்சியின் இறுதியில், ஒரு பயங்கரப்புயல் இக்குறை மனிதர்களில் பெரும்பான்மையரைக் கொன்றுவிடும். சிலர் மட்டும் உயிர் பிழைப்பார்கள். பிறகு கொஞ்சம் கொஞ்சமாக விஷயங்கள் நலம்பெறத் தொடங்கும். மேலும் மேலும், மேலும் சிறப்பாக வாழ்க்கை மாறிக்கொண்டே வரும். 'மிகுந்த மகிழ்ச்சி' கட்டத்தின் உச்சியில் விஷயங்கள் மீண்டும் கீழ்நோக்கிச் செல்லத் தொடங்கும்.

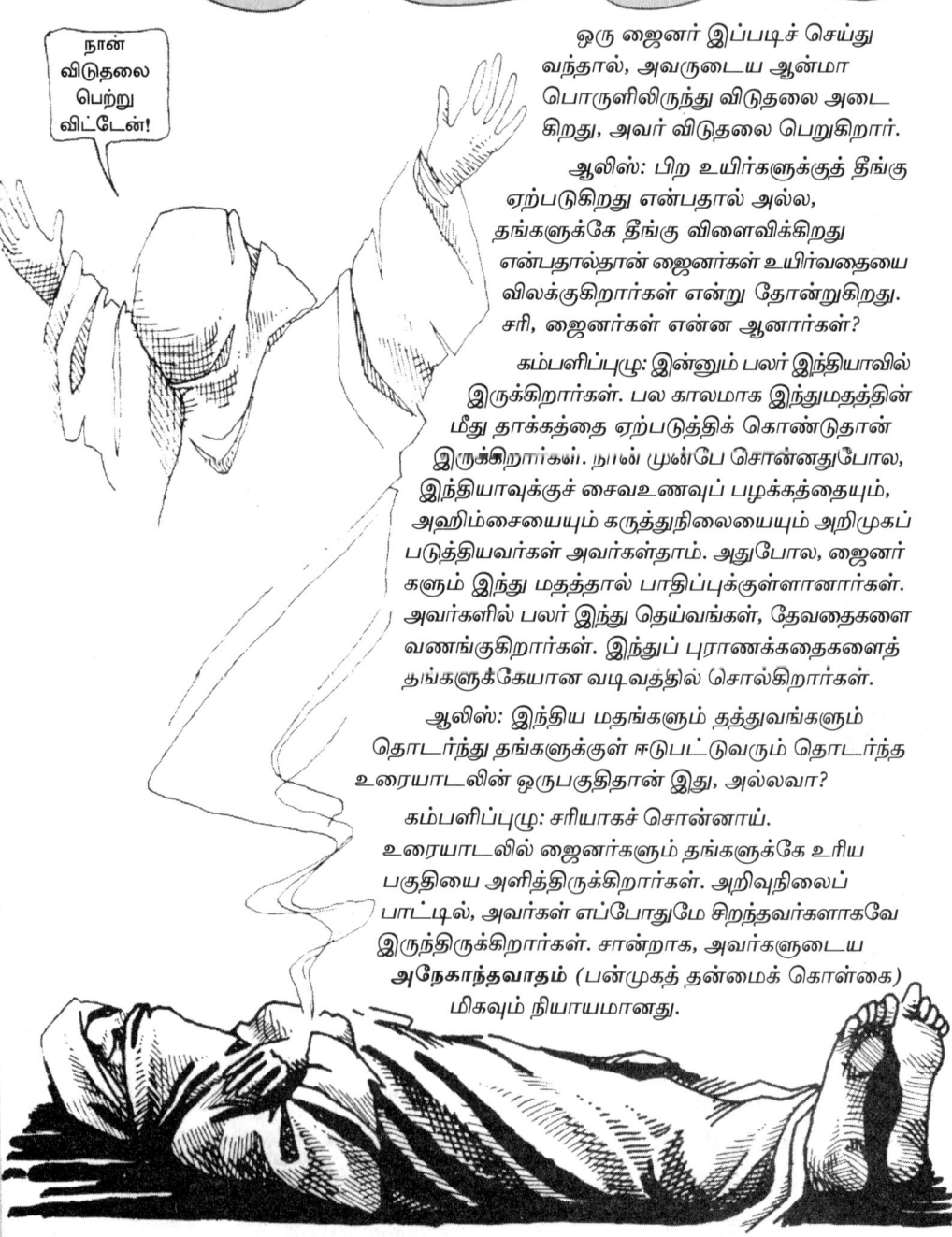

ஜைனர்கள், சிறப்பான நாள்களில் – குறிப்பாக அமாவாசை, பவுர்ணமி நாள்களில், உண்ணாநோன்பு இருக்கிறார்கள். ஆண்டுக்கு ஒருமுறை, ஜூலையில், அவர்கள் தங்கள் கடன்களை எல்லாம் தீர்த்துவிடுகிறார்கள். தங்களுடைய பாவங்களை ஒப்புக்கொள்கிறார்கள்; தங்களுடைய அண்டைவீட்டார்களிடம் தாங்கள் ஏதேனும் தவறுசெய்திருந்தால் அதற்கு மன்னிப்புக் கேட்கிறார்கள்.

நான் விடுதலை பெற்று விட்டேன்!

ஒரு ஜைனர் இப்படிச் செய்து வந்தால், அவருடைய ஆன்மா பொருளிலிருந்து விடுதலை அடைகிறது, அவர் விடுதலை பெறுகிறார்.

ஆலிஸ்: பிற உயிர்களுக்குத் தீங்கு ஏற்படுகிறது என்பதால் அல்ல, தங்களுக்கே தீங்கு விளைவிக்கிறது என்பதால்தான் ஜைனர்கள் உயிர்வதையை விலக்குகிறார்கள் என்று தோன்றுகிறது. சரி, ஜைனர்கள் என்ன ஆனார்கள்?

கம்பளிப்புழு: இன்னும் பலர் இந்தியாவில் இருக்கிறார்கள். பல காலமாக இந்துமதத்தின் மீது தாக்கத்தை ஏற்படுத்திக் கொண்டுதான் இருக்கிறார்கள். நான் முன்பே சொன்னதுபோல, இந்தியாவுக்குச் சைவஉணவுப் பழக்கத்தையும், அஹிம்சையையும் கருத்துநிலையையும் அறிமுகப் படுத்தியவர்கள் அவர்கள்தாம். அதுபோல, ஜைனர் களும் இந்து மதத்தால் பாதிப்புக்குள்ளானார்கள். அவர்களில் பலர் இந்து தெய்வங்கள், தேவதைகளை வணங்குகிறார்கள். இந்துப் புராணக்கதைகளைத் தங்களுக்கேயான வடிவத்தில் சொல்கிறார்கள்.

ஆலிஸ்: இந்திய மதங்களும் தத்துவங்களும் தொடர்ந்து தங்களுக்குள் ஈடுபட்டுவரும் தொடர்ந்த உரையாடலின் ஒருபகுதிதான் இது, அல்லவா?

கம்பளிப்புழு: சரியாகச் சொன்னாய். உரையாடலில் ஜைனர்களும் தங்களுக்கே உரிய பகுதியை அளித்திருக்கிறார்கள். அறிவுநிலைப் பாட்டில், அவர்கள் எப்போதுமே சிறந்தவர்களாகவே இருந்திருக்கிறார்கள். சான்றாக, அவர்களுடைய **அநேகாந்தவாதம்** (பன்முகத் தன்மைக் கொள்கை) மிகவும் நியாயமானது.

அநேகாந்தவாதக் கொள்கை

ஆலிஸ்: பன்முகத்தன்மைக் கொள்கையா?

குல்லாய்ப் பைத்தியம்: இரு இரு. இப்போது என் முறை. **அநேகாந்தவாதம்** அல்லது பன்முகத் தன்மைக் கொள்கை என்பது இரு உட்கொள்கைகளைக் கொண்டது:

– இருக்கலாம் என்ற கொள்கை

– நோக்குநிலைகளின் கொள்கை

ஆலிஸ்: எனக்குக் குழப்பமாக இருக்கிறதே!

குல்லாய்ப் பைத்தியம்: நான் இன்னும் ஆரம்பிக்கவே இல்லையே!

இருக்கலாம் என்ற கொள்கை

குல்லாய்ப் பைத்தியம்: கிரேக்கர்களில் தொடங்கி, மேற்கத்திய தர்க்கம் (அளவையியல்), **விலக்கப்பட்ட நடுநிலை** என்பதன் மீது அமைந்துள்ளது. **'அ'** என்பது உண்மையாக இருக்கலாம் அல்லது **'அ'** என்பது உண்மையில்லாமல் இருக்கலாம். இது ஒரு யானையாக **இருக்கிறது.** அல்லது இது ஒரு யானை **அல்ல**, அவ்வளவுதான்.

அதாவது, மேற்கத்திய தத்துவம், **இரண்டு** சாத்தியங்களை மட்டுமே அனுமதிக்கிறது. இதனால் **டை-லெம்மா (di-lemma, இருகூற்று நிலை)** ஏற்படுகிறது. **இருக்கலாம் என்ற** கொள்கை, ஏழு சாத்தியங்களை ஏற்கிறது. அதாவது **செப்டா-லெம்மா** (septa-lemma)

ஆலிஸ்: ஏழு சாத்தியங்களா?

குல்லாய்ப் பைத்தியம்: ஆம், ஏழுதான். இதோ அவை:

ஒன்று: இது யானையாக **இருக்கலாம்.**

இரண்டு: இது யானையாக **இல்லாமல் இருக்கலாம்.**

மூன்று: **இரண்டுமிருக்கலாம் –** இது யானையாகவும், **இல்லாமலும் இருக்கலாம்.**

நான்கு: இன்னதென்று **வார்த்தையில் கூற இயலாததாய்** இருக்கலாம்.

ஐந்து: யானையாக இருக்கலாம், ஆனால் **வார்த்தையில் கூற** இயலாதது.

ஆறு: யானையாக இல்லாமல் இருக்கலாம். ஆனால் **வார்த்தையில் கூற** இயலாதது.

ஏழு: யானையாகவும், **இல்லாமலும் இருக்கலாம்.** ஆனால் **வார்த்தையில் கூற இயலாதது.**

ஆலிஸ்: ஓ, அப்படியா? அதாவது ஒன்று இருக்கிறதா இல்லையா என்று முழுமையாக வரையறுத்துக்கூற இயலாது. ஏதோ ஒரு குறிப்பிட்ட நோக்குநிலையில் இருந்து தான் அது இருக்கிறதா இல்லையா என்று சொல்ல முடியும், ஆனால் நோக்கு நிலைகள் பலவாக இருக்கின்றன. ஒரே ஒரு கூற்றில் அடைத்துவிட முடியாது. சரி, **நோக்குநிலைகளின் கொள்கை** என்றால் என்ன?

நிஜமாக, நான் யார்?

நோக்குநிலைகளின் கொள்கை

கம்பளிப்புழு: அறியவேண்டிய பொருள் ஒன்றை நாம் அணுகுவதில் ஏழுவித நிலைப்பாடுகள் இருக்கின்றன என்று நோக்கு நிலைகளின் கொள்கை சொல்கிறது.

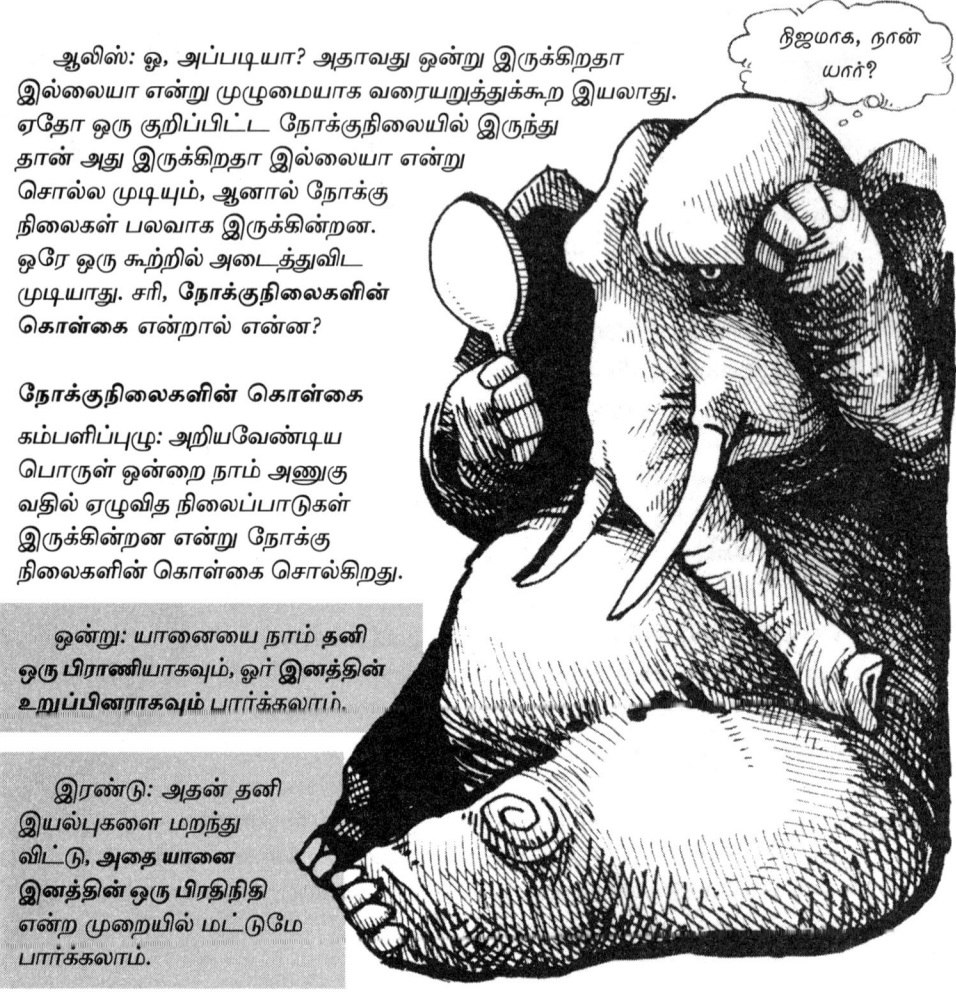

ஒன்று: யானையை நாம் **தனி ஒரு பிராணியாகவும், ஓர் இனத்தின் உறுப்பினராகவும்** பார்க்கலாம்.

இரண்டு: அதன் தனி இயல்புகளை மறந்து விட்டு, **அதை யானை இனத்தின் ஒரு பிரதிநிதி** என்ற முறையில் மட்டுமே பார்க்கலாம்.

மூன்று: நாம் யானையை வெறும் **தனிப்பட்ட யானையாக** நினைக்கலாம். அது தன் இனத்தின் ஓர் உறுப்பினர் என்பதை முற்றிலும் கண்டுகொள்ளாமல் அதன் **தனிப்பட்ட குணங்களை** மட்டுமே நோக்குவதன் மூலமாக.

நான்கு: குறித்த இடத்தை ஆக்கிரமித்துள்ள, **அந்தக் கணத்தில் மட்டுமே இருக்கும்** ஒரு பிராணியாக நோக்கலாம்.

ஐந்து: **பாலூட்டி** என்ற சொல்லை நாம் **சரிவரக் கையாள்வதற்காக, பாலூட்டி** என்ற சொல்லின் அர்த்தத்தில் யானையை யோசிக்கலாம்.

ஆறு: பாலூட்டி என்ற வார்த்தையின் **மரபான** அர்த்தத்தில் மட்டுமே – அதன் வேர்ச்சொல், வரலாறு என்பவற்றையெல்லாம் ஆராயாமல், பாலூட்டி என்பதன் எடுத்துக்காட்டாக யானையைப் பார்க்கலாம்.

ஏழு: **இறுதியாக, நாம் பாலூட்டி** என்ற சொல்லின் சொற்பிறப்பியல் நோக்கிலிருந்து யானையைப் பார்க்கலாம்.

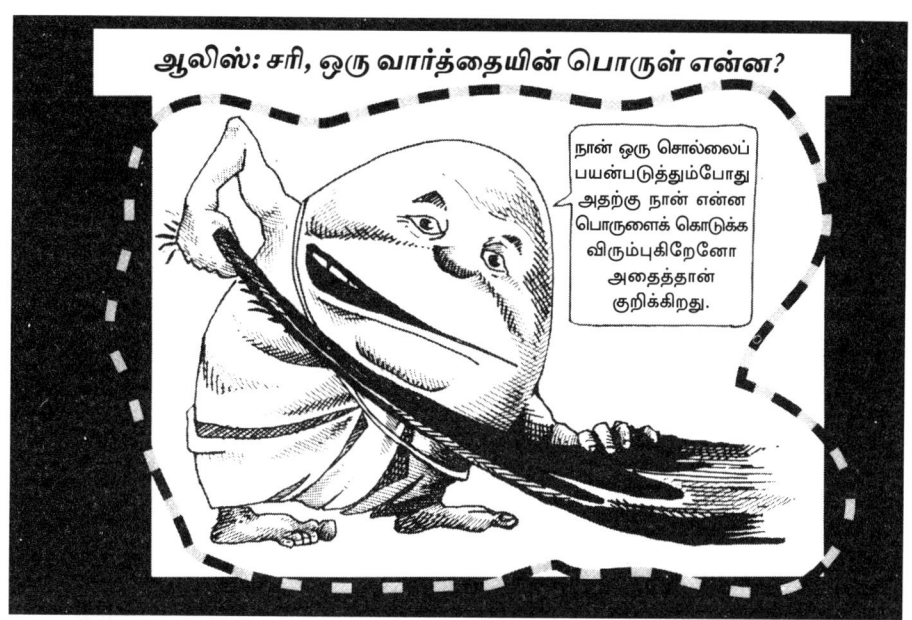

ஹம்டி டம்டி: கொஞ்சமும் கூடுதலோ குறைவோ இல்லாமல் இப்படித்தான் புரோகித பிராமண வகுப்பினரும் சொன்னார்கள். ஆகவே, நீ பாரு, பிராமணர்கள் வேதங்கள் ஆகியவற்றின் காலடியில் இருந்த புனித அதிகாரப் பாயை இழுத்து விட்டது ஜைனக் கொள்கையான அநேகாந்தவாதம்.

கம்பளிப்புழு: பிராமணர்களுடைய பிரச்சினைகளின் ஆரம்பம்தான் ஜைனர்கள். இதைவிடப் பெரிய தலைவலியை ஓர் இளவரசர் உருவாக்கிவிட்டார்.

ஆலிஸ்: ஓர் இளவரசரா?

பௌத்தம்

கொஞ்சம் முன்னாலேயே இந்த விஷயத்துக்கு வந்துவிட்டேன். சரி, இதற்கான காட்சியை உருவாக்கித் தருகிறேன்: இந்தியா எப்போதுமே எதிரெதிர் துருவங்களின் நாடு. பெரும் பஞ்சம்-பெரிய வெள்ளம், துறவு-மிகுகாமம். கோடையின் கொடும் வெப்பம் செடிகொடிகளை நலிவடையச் செய்கிறது, எரித்து விடுகிறது. வயல்கள், ஏரிகள், குளங்கள், சதுப்புநிலங்கள் உலர்ந்து போகின்றன. வெயிற் புழுதியில் நீர் எருமைகள் தங்கள் சிவந்த கண்களைச் சூழும் ஈக்கூட்டங்களை விரட்ட கொம்புகளை அசைத்துக் கொண்டே இருக்கின்றன.

ஜூன் மாதத்தில் இது மாறிவிடுகிறது. வெயிலில் உலர்ந்து தகித்துப் போயிருந்த நிலம், கிழக்குப் பருவக்காற்றின் இதமான குளிர்ந்த தடவலை உணரத் தொடங்குகிறது. அடிவானத்தில் குழம்பிய மேகத்திரள்கள் தோன்றுகின்றன. பிறகு இடிகொண்ட பெருமலைகளாக உருவெடுக் கின்றன. வானம் கருக்கிறது. பிறகு மிகப்பெரிய சக்தியோடு திறக்கிறது. வீழும் மழை அசைவதுபோலத் தோன்றவில்லை. பாறைபோலக் காட்சி தருகிறது.

இரவுகள் ஆழங்கொள்
கின்றன. நிலவையும் நட்சத்திரங்
களையும் கனத்த மேகங்கள் மூடு
கின்றன. கருத்த இருளில் அவ்வப்
போது மின்னல்கள் கிழிக்கும்போது
இன்னும் இருள் கனமாகிறது. மழை
வெள்ளக் காட்டினூடே ஐந்து அழகிய
இளம் பெண்கள் தங்கள் காதலனைக்
(அவர் ஓர் இளவரசர்) காண விரைகின்றனர்.
மழையில் நனைந்த அவர்களின் ஆடைகள் மார்போடு
ஒட்டிக்கொள்கின்றன. அவர்களை ஒருசேரத் தழுவுகிறார்
இளவரசர். மழைவிழும் தாள லய ஒலிக்கேற்பவும்,
அரசவையில் இசைக்கருவிகள் இசைக்கும் நூறு மாதர்களின்
இசையொலிக்கேற்பவும் அவர்களோடு காதல் புரிகிறார்.
ஆற்றின் கரைகளை மீறி வெள்ளம் பெருகுகிறது.
நேற்றுவரை புழுதியாக இருந்த ஆற்றில் தங்க நாணயங்கள்
போல் காட்சிதரும் மீன்களின் கூட்டங்கள் பாய்கின்றன.

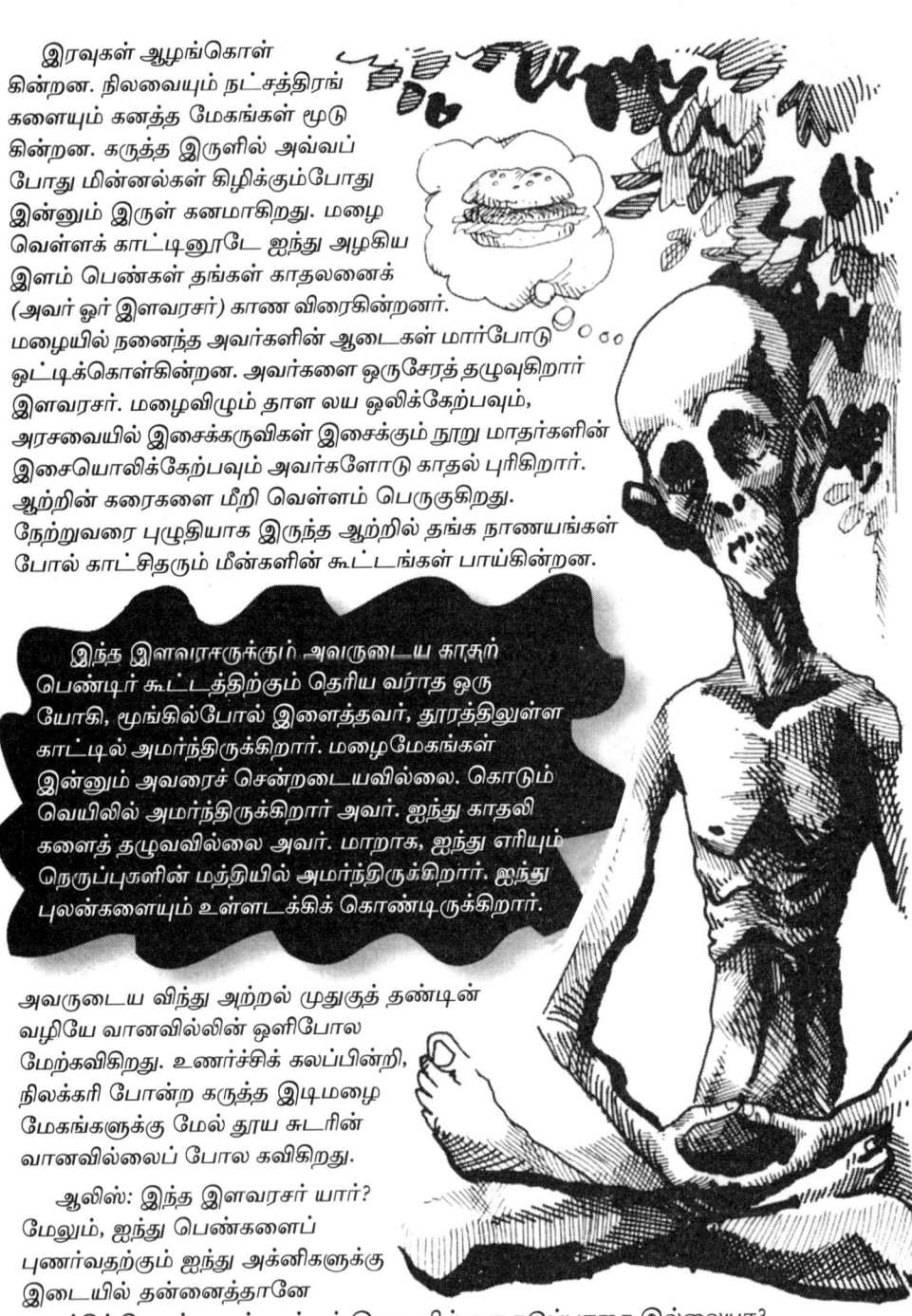

இந்த இளவரசருக்கும் அவருடைய காதற்
பெண்டிர் கூட்டத்திற்கும் தெரிய வராத ஒரு
யோகி, மூங்கில்போல் இளைத்தவர், தூரத்திலுள்ள
காட்டில் அமர்ந்திருக்கிறார். மழைமேகங்கள்
இன்னும் அவரைச் சென்றடையவில்லை. கொடும்
வெயிலில் அமர்ந்திருக்கிறார் அவர். ஐந்து காதலி
களைத் தழுவவில்லை அவர். மாறாக, ஐந்து எரியும்
நெருப்புகளின் மத்தியில் அமர்ந்திருக்கிறார். ஐந்து
புலன்களையும் உள்ளடக்கிக் கொண்டிருக்கிறார்.

அவருடைய விந்து அற்றல் முதுகுத் தண்டின்
வழியே வானவில்லின் ஒளிபோல
மேற்கவிகிறது. உணர்ச்சிக் கலப்பின்றி,
நிலக்கரி போன்ற கருத்த இடிமழை
மேகங்களுக்கு மேல் தூய சுடரின்
வானவில்லைப் போல கவிகிறது.

ஆலிஸ்: இந்த இளவரசர் யார்?
மேலும், ஐந்து பெண்களைப்
புணர்வதற்கும் ஐந்து அக்னிகளுக்கு
இடையில் தன்னைத்தானே
வருத்திக் கொண்டிருப்பதற்கும் இடையில் ஒரு நடுப்பாதை இல்லையா?

கம்பளிப்புழு: நல்லது. உண்மையில், ஐந்து பெண்களைக் காமத்தில் தழுவிக்
கொண்டிருக்கும் இளவரசர் எதிர்கால **புத்தர்தான்**. அவர் காட்டிய நடுப்பாதை,
இன்ப மயத்திற்கும் துறவுக்கும் இடையிலான ஒன்றுதான்.

இவ்வாறாக, பௌத்தம், ஒரு தனிமனிதருடன் தொடங்குகிறது. அவர் பெயர் சித்தார்த்த கௌதமர். கி.மு. 566இல் இமயமலையின் அடிவாரத்திலுள்ள ஒரு நாட்டில் – இப்போது அது நேபாளம் – அரசனின் மகனாகப் பிறந்தார். அவரைச் சுற்றித் தொன்மக் கதைகளின் கூட்டம் பல்கி வளர்ந்திருக்கிறது. அதன்படி, அவர் பிறந்தபோது, உலகத்தை தெய்விக ஒளி தழுவியது, குருடர்கள் பார்வை பெற்றனர், முடவர்கள் நடக்கலானார்கள். அக்குழந்தையைச் சூழ்ந்த ஞானிகள், ஒன்று, அவர் ஒரு சக்ரவர்த்தியாகி இந்தியா முழுவதையும் ஒரு குடையின்கீழ் ஆளுவார், அல்லது காட்டிற்குச் சென்று உள்ளொளியைத் தேடித் துறவியாகி, மெய்யான ஞானத்தை அடைந்து முழு உலகிற்கும் அதைப் பரப்புவார் என்று முன்னுரைத்தார்கள்.

அவர் ஞானவழியைத் தேடிக் காட்டுக்குச் சென்றுவிடலாகாது என்று பயந்த அவருடைய தந்தை அவருக்குச் சிறந்த உலகியல் கல்வியை அளித்தார், இலையுதிர்கால வெண் மேகங்களை ஒத்த மாளிகைகளை அவருக்கெனச் சமைத்தார், அழகு தெய்வத்தைவிட அழகு பூண்ட **யசோதரை** என்னும் பேரழகு மனைவியை அளித்தார், குளிர்ந்த மாலைகளில் அவருக்கு இசை வழங்கிட நூற்றுக்கணக்கான அழகிய இளம் பெண்களை நியமித்தார், 40,000 இளம் நடனப் பெண்களைத் தங்கள் கவர்ச்சியால் மயக்குமாறு அனுப்பினார்.

இவ்வாறு கௌதமரை உலகியல் இன்பங்களுக்குள் ஆழ்த்தித் துன்பமே கலவாமல் பாதுகாப்பதில் எவ்வித முயற்சியையும் கைவிடாது நடத்தினார் தந்தை. கௌதமர் அரண்மனையின் உள்ளறைகள் ஒன்றிலிருந்தும் வெளிவரமுடியாது அடைந்து கிடந்தார். அரண்மனையின் சுவர்களுக்கு அப்பால் ஏதேதோ ஆச்சரியங்கள் உள்ளதாக அவர் காதில் படபடத்தன. பறவைகளின் பாடல்கள் நிரம்பிய காடுகள், தலைகவிழும் தாமரைகள் நிரம்பிய நீர்நிலைகள். கூண்டில் அடைபட்ட யானையாக உணரலானார் இளவரசர்.

இதைக் கேட்டு, அவருடைய தந்தை ஒரு சுற்றுலாவுக்கு ஏற்பாடு செய்தார். இளம் கௌதமர் நகரத்தைச் சுற்றிப் பார்க்க செய்த ஏற்பாட்டின்படி, வழியில் முதியோர்கள், நோயாளிகள், பிணங்கள் தென்படலாகாது என அரசர் உறுதிப் படுத்திக்கொண்டார். இளவரசர் தேரின்மீது ஏறினார். முதலில் அவருக்கு நகரம், ஓர் இன்பம் நிறைந்த சொர்க்கமாகவே தென்பட்டது. எங்கு நோக்கினும் நல்வழியில் நடக்கின்ற, ஆரோக்கியமான குடிமக்கள். ஆனால், கடவுளர்கள் அவர் செல்லும் வழியில் மூன்று இன்னாக் காட்சிகளை உருவாக்கினர் என்று கதை செல்கிறது. பற்கள் இழந்த ஒரு முதியவன், உடலெங்கும் பிணிநிறைந்த ஒரு நோயாளி, நாறும் பிணம்.

இவற்றைக் கண்டு அதிர்ச்சியடைந்த கௌதமர், தமது தேரோட்டியை நோக்கி தாமும் இப்படிப்பட்ட துன்பங்களை அடையவேண்டியவனா என்று கேட்டார். அவர், ‘ஆம், நீங்களும்தான்’ என்றார்.

இளவரசர் கண்ட அடுத்த காட்சி, ஒரு துறவி கையில் ஓடேந்தித் திரிந்து கொண்டிருந்த காட்சி. அந்தத் துறவி வேறு யாருமல்ல – முன்பு ஐந்து நெருப்பு களுக்கு இடையே தம்மை வருத்திக்கொண்டிருந்தவர்தாம். அவர் முகத்தில் மகிழ்ச்சியும் சாந்தமும் தவழ்ந்தன.

இளவரசர் சிந்தனையில் மூழ்கினார். ஒரு நாவல் மரத்தடியில் அமர்ந்தார். முதுமை, பிணி, மரணம் பற்றிச் சிந்திக்கலானார். வீட்டைவிட்டு வெளியேற முடிவுசெய்தார். அவரைக் கவர்ந்திழுத்த வளமான மார்புகள், இனிமையான குழலிசைகள், சுவைமிகு உணவுகள் யாவும் அவரை இப்போது ஏளனம் செய்வதுபோல் தோன்றின. அவற்றின் மாறும் இயல்பைக் கண்டார். நள்ளிரவில் அரண்மனைக்குத் திரும்பிச்சென்று தமது நடன மாதர்களின் அறைக்குள் நுழைந்தார். ஓர் அழகிய நடன மாது, கைகால்கள் திசைக்கொருபுறமாகத் திரும்பி யிருக்க, உடைகள் அவிழ்ந்துகிடக்க, குறட்டைவிட்டு உறங்கிக்கொண்டிருந்தாள். இன்னொருத்தி, காலையில் அவர் கண்ட பிணத்தைப் போலவே, கண்ணின் வெள்ளை திறந்திருக்கக் கிடந்தாள். இன்னொருத்தி, தூக்கத்தில் கனவுகண்டு மருண்ட முகத்தினூடே , எச்சில் வழிந்து நாற்றமெடுக்கப் படுத்திருந்தாள். வெறுப்படைந்து, இளவரசர் அரண்மனையை விட்டு நீங்கினார்.

இந்தியாவின் வடபகுதியில் எண்ணற்ற சாதுக்கள், யோகிகள், துறவிகள் உலக வாழ்வின் பந்தத்திலிருந்து விடுதலைபெற முயன்று அலைந்துகொண்டிருப் பதை விரைவில் கண்டார். அப்போது ஸ்ரமணக் (வைதிக எதிர்ப்புக்) காலம் இல்லையா? பிராமணப் புரோகிதர்களின் அதிகாரத்தையும் அவர்களின் யாகங்களையும் மறுத்த ஜைனர்களும் யோகிகளும் எண்ணற்றோர். ஆனால் இவை யாவும் ஒரு சாதாரண மனிதனுக்கு எவ்வகையில் உதவும்? இந்தியாவும் மாறிக் கொண்டிருந்தது – நகர்மயமாக. பழங்கால இனக் குழு அமைப்புகள் சிதைந்து கொண்டிருந்தன. நகரச் சூழலில் மக்கள் தங்களைத் தனியர்களாக உணரத் தொடங்கியிருந்தனர். அது ஒரு பாதுகாப்பற்ற, ஆனால் கிளர்ச்சியூட்டுகின்ற புது உலகம்.

அலைந்து திரிந்த இரு பிராமணத் துறவிகளின் மாணவரானார் சித்தார்த்த கௌதமர். இந்துமதம் கூறும் மிக உயர்ந்த தியானமுறைகளைக் கற்றார். யாவற்றையும் கற்றறிந்தும் ஒருநாள் சிந்திக்கும்போது அவருடைய ஆசிரியர் களே மானிடத் துயரத்தின் விடிவுக்கு ஆன்மிக வழிகாணவில்லை என்று உணர்ந்தார். தம் சொந்த வழியில் நடந்தார்.

பிறகு, அலைந்துதிரியும் ஒரு ஸ்ரமணர்களின் (வைதிக எதிர்ப்புக்) குழுவில் சேர்ந்தார். ஆறாண்டுகள், ஒரு நாளுக்கு ஆறு மணி(தானியங்கள்) அரிசி மட்டுமே உண்டு கடுந்தவம் புரிந்தார். முகத்தில் நீலம்பாரிக்கும் அளவு கடினமான பிராணாயாமப் பயிற்சிகளை மேற்கொண்டார். உடல் சுருங்கி உடலே எலும்புக் கூடாயிற்று. உடலின்தோல் இறுகிச் செருப்புத்தோல் போலாயிற்று. அவர் மேலும் தவம் செய்யவே இயலாதவாறு உடல் பலவீனம் அடைந்துவிட்டது.

நடுப்பாதை

திடீரென சித்தாந்த கௌதமருக்கு ஞானம் பிறந்தது. உலக இன்பங்களுக்கு இடையில் திளைத்தவர் அவர். ஆனால் எதிர்முனைக்கு – கடுந்தவம் செய்யும் துறவுக்குச் சென்றுவிட்டார். இப்போது சிந்திக்கவும் இயலாதவாறு உடல் பலவீனமடைந்துவிட்டது. எனவே உலகியல் இன்பவழி, கடுந்துறவு ஆகிய எதிர்முனைகளுக்கு இடையில் ஒரு புதிய பாதை – நடு வழி அல்லது நடுப்பாதை – தேவையென உணர்ந்தார்.

புத்தர்: ‘ஓ துறவிகளே, நிர்வாணத்தை (முக்தியை)த் தேடி சமூகத்தைவிட்டு வெளியேறியவர் கடைப்பிடிக்கக்கூடாத இரு எதிர்முனைகள் உள்ளன. இந்த எதிர்முனைகள் யாவை? ஒருபுறம் ஆசையின் பரப்பு – ஆசைக்கேற்றபடி இன்பத்தைத் தேடல். இது ஒரு அற்பமான நாட்டம். அருவருப்பான, இழிந்த, கரடுமுரடான, ஆதாயமற்ற பாதை. மாறாக, தன்னையே ஒறுத்து அடக்கும் தவம் மற்றொன்று. இதுவும் கடுந்துன்பம், செப்பமற்றது, பயனற்றது. துறவிகள், இந்த துருவ எதிர்முனைகளைக் கடந்து அவற்றை விலக்குதல்தான் நடுப்பாதை. புத்தரின் முழுமையான ஞானவிழிப்பின் நோக்கம், கண்களையும் மனத்தையும் திறந்த, அமைதியை நோக்கிய, எங்கும் நிறைதலை நோக்கிய, முழுமையான பிரக்ஞையை நோக்கிய, **நிர்வாணத்தை** நோக்கிய பயணம்.’

கம்பளிப்புழு: பௌத்தக் கதைகளின்படி, அவர் இந்த ஞானத்தை அடைந்தவுடனே, இடையர் ஒருவரின் மகள் அவரை நெருங்கிக் கஞ்சி அளித்தாள். அதனை அவர் உண்டார். அவர் தமது தவத்தைக் கைவிட்டதாகக் கருதி, அவருடைய சக துறவிகள் அவரை விட்டுப் போயினர்.

புத்துயிர் பெற்ற கௌதமர் ஓர் **அரசமரத்தடியில்** அமர்ந்தார். அது போதிமரம் – **ஞானத்தின் மரம்** எனப்படலாயிற்று. ஆன்மிக ஒளி பெறும்வரை அங்கிருந்து நகர்வதில்லை என முடிவு செய்தார்.

குல்லாய்ப் பைத்தியம்: இச்சமயத்தில் **உலகையெலாம் மயக்குபவன் (இந்திரன்)**, கவர்ச்சிகரமான மங்கையர் வடிவெடுத்து அவர்முன் நடனமாடி அவருடைய தவத்தைக் கலைக்க முயற்சி செய்தான். அது இயலாமற்போனதால், பயங்கரமான புயல், பெருமழை, எரியும் மலைகள் யாவும் அவரை மோதின. ஆனால் இந்த விண் ஆயுதங்கள் யாவும் அவர் ஒளிவட்டத்திற்குள் மலர்மழை பொழிவது போலவே தோன்றின.

பிறகு தன் முழுபடை பலத்தையும் பிரயோகித்து அவருடன் மோதினான் அவன். ஆனால் கௌதமர் தம் ஒரு விரலால் பூமியைத் தொட்டவுடனே அது நடுங்கி எதிரியின் படைகளைக் குலைத்துவிட்டது.

மே மாதம் ஒரு முழுநிலவு நாளில் போதிமரம் செந்நிற இலைகளை உதிர்க்கலாயிற்று. நடுவானில் வெள்ளி தோன்றும் வரை கௌதமரின் தியானம் ஆழ்ந்து கொண்டே சென்றது. முழுமையான சாந்தம் அவரை அடைந்தது. அவர் **புத்தர் (ஞானம் பெற்றவர்)** ஆனார்!

பிரபஞ்சம் முழுவதும் மகிழ்ச்சியால் களித்து நடுங்கியது. காதல் கொண்டவை போல பூமியும் கிரகங்களும் நடுங்கின. பலகோடி விண்மீன் அகங்களின் நட்சத்திரங்களும் தென்றலில் ரோஜா இதழ்கள் அலைவது போல அலைந்தன. பிரபஞ்சமே விண்வெளியின் கருமை யினூடே மணமிக்க வெண்ணிற நட்சத்திர மாலைகளாகியது.

புத்தர் ஞானம் பெற்ற இடத்திலிருந்து எழலானார். ஆனால் பெருமகிழ்ச்சி யலைகள் வந்து அவரை முழுக்காட்டிய வண்ணமே சென்றன. அவற்றில் குளித்த அவரால் 49ஆம் நாள் வரை எழமுடியவில்லை. பின்னர் அவர் உலகெங்கும் நடுப்பாதையைப் போதிக்க முனைந்து புறப்படத் தயாரானார். ஆனால் மயக்குபவன் அவர்முன் மீண்டும் தோன்றினான்.

மயக்குபவன்: அந்தஸ்தையும் உலக இன்பத்தையும் நாடி அமிழ்ந்திருக்கும் ஒன்றும் புரியாத முட்டாள்களுக்கு உனது அனுபவத்தைப் போதிக்க ஏன் முனைகிறாய்? உனது உடலை விட்டு, உம்.... இன்னும் வசதியான ஒன்றிற்கு - நிர்வாணத்திற்கு ஏன் செல்லக் கூடாது?

புத்தர்: ம்ம்ம்... ஆசையாகத்தான் இருக்கிறது. ஆனால் புரிந்து கொள்ள முற்படுவோர் சிலர் இருப்பார்கள்.

ஆலிஸ்: ஞானம்பெற்றவரின் அனுபவம் வார்த்தைகளில் அடக்கமுடியாதது என்றால், எதைப் புரிந்துகொள்வது?

கம்பளிப்புழு: சாரநாத்தில் உள்ள மான்சோலையில் தாம் அளித்த முதல் பிரசங்கத்தில் அவர் தமது அடிப்படையான போதனையாகிய நடுவழி பற்றி விளக்கினார். அதில் **நான்கு பேருண்மைகளும், எட்டுவழிப் பாதையும்** அடங்கும்.

நான்கு பேருண்மைகளில் **முதல் பேருண்மை – வாழ்க்கை துக்கமயமானது.** வாழ்க்கை ஒரு ஏமாற்று. (**துக்கம்** என்ற சமஸ்கிருதச் சொல் துன்பம் என்று பொதுவாக மொழிபெயர்க்கப்படுகிறது).

ஆலிஸ்: உலகிலேயே பேரழகியை மணந்துகொண்டவர், 40,000 நடன மங்கையரை அந்தப்புரத்தில் கொண்ட ஒருவர், வாழ்க்கையே துக்கமயமானது என்று எவ்வாறு கூற முடியும்?

துக்கம் என்றால் 'துன்பம்' என்பது மிகச்சரியான அர்த்தமன்று. வாழ்க்கையில் பல இன்பங்கள் உண்டு என்பதை புத்தர் மறுக்கவில்லை. தங்கள் குழுப் பெண்களுடன் இன்பமாகக் கழிக்கும் ராக் இசை நட்சத்திரங்களும் கடைசியில் மனம் வெறுமையடைந்துதானே – சிலசமயங்களில் தற்கொலை செய்தும் கொள்கிறார்கள்? பிறப்பு வலிநிறைந்தது, முதுமை வலிநிறைந்தது, நோய் வலி நிறைந்தது, துன்பம், துயரம், கையறுநிலை யாவும் வலி நிறைந்தவை. விருப்பமானதை அடையமுடியாமை வலி தருவது. விரும்பாத ஒன்றுடன் வாழநேர்வது வலியளிப்பது. விரும்புவதை அடைவதுகூட – அது நிலையற்றது என்பதை அறியும்போது வலியளிப்பதாகவே இருக்கிறது.

இரண்டாவது பேருண்மை – துக்கத்திற்குக் காரணம் உண்டு. மாறுகின்ற, நிலையற்ற, பிடிபடாத பொருட்களிடம் நிலைத் தன்மையைத் தேடும் தாகம், திருப்தியைத் தேடும் ஆசைதான் இதற்குக் காரணம். உலகில் யாவும் மாறிக்கொண்டே இருக்கும்போது, நாம் அவற்றை நிரந்தரமாக ஆக்கி அவற்றுடன் ஒட்டிக்கொள்ள முனையும் போது துன்பம் அடைகிறோம்.

மூன்றாவது பேருண்மை – இந்தத் தாகத்தையும் ஆசையையும் வெளியேற்றுவதன் மூலமாக துக்கத்தை ஒழித்துவிடலாம். ஆசையை இவ்வாறாகத் தவிர்த்தல்தான் **நிர்வாணம்** அடைதல்.

நான்காவது பேருண்மை – துக்க ஒழிப்பையும் தாக தவிப்பையும் எவ்வாறு நாம் அடையலாம் என்பதைச் சொல்வது நான்காவது பேருண்மை. எட்டு வழிப் பாதையைக் கடைப்பிடிப்பதன் வாயிலாக எவரும் இதைச் செய்யலாம்.

ஆனால்...?

எட்டுவழிப்பாதை

ஆலிஸ்: ஒருநிமிடம் பொறு... இது பதஞ்சலியின் அஷ்டாங்க யோகம் போலவே இருக்கிறதே!

கம்பளிப்புழு: மிகவும் சரி. பதஞ்சலியின் அஷ்டாங்க யோகத்தைப் போல, இதுவும் எட்டு வழிப்பாதையும் ஒன்றின் மீது ஒன்று செல்லும் படிநிலைகள் அல்ல. ஆனால் உள்ளொளி பெறுதல் (ஞானமடைதல்) அல்லது நிர்வாண மடைதலின் எட்டுப் பகுதிகள்தான் அவை.

முழுமைபெற்ற நோக்குநிலை: வேறு வார்த்தைகளில் சொன்னால் மேற்கண்ட நான்கு பேருண்மைகளையும் புரிந்துகொள்ளுதல்.

முழுமைபெற்ற நோக்கம்: உலக பந்த விடுதலையை நோக்கி.

முழுமைபெற்ற பேச்சு: கெடுநோக்கு, அவதூறு, எதிர்மறைப் போக்கிலிருந்து விடுபட்ட பேச்சு.

முழுமைபெற்ற செயல்: நல்லுணர்ச்சிகள், நல்வினையை மட்டுமே உருவாக்கக்கூடிய செயல்கள்.

முழுமைபெற்ற பிழைப்பு: பிறருக்குத் தீங்கிழைக்கும் பணியைத் தவிர்த்தல்.

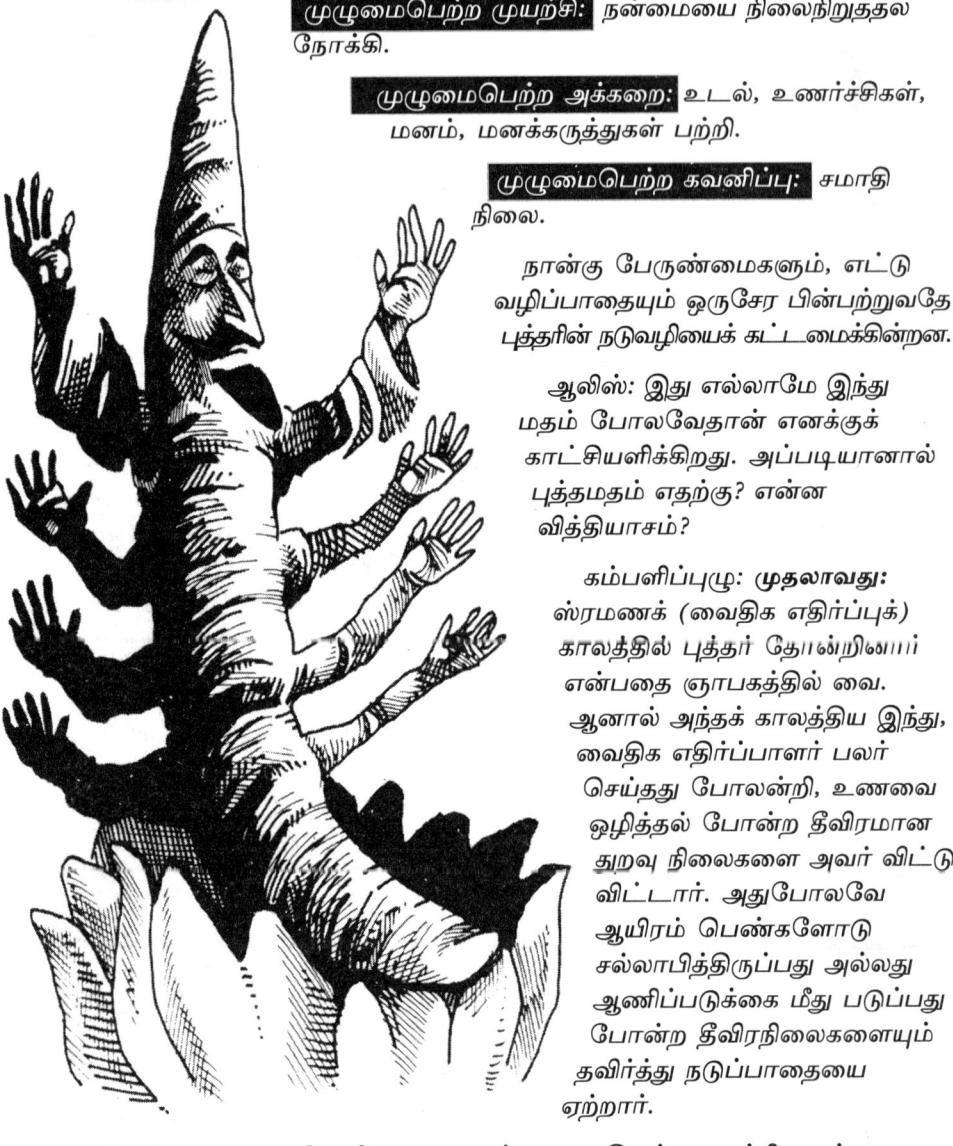

முழுமைபெற்ற முயற்சி: நன்மையை நிலைநிறுத்தல் நோக்கி.

முழுமைபெற்ற அக்கறை: உடல், உணர்ச்சிகள், மனம், மனக்கருத்துகள் பற்றி.

முழுமைபெற்ற கவனிப்பு: சமாதி நிலை.

நான்கு பேருண்மைகளும், எட்டு வழிப்பாதையும் ஒருசேர பின்பற்றுவதே புத்தரின் நடுவழியைக் கட்டமைக்கின்றன.

ஆலிஸ்: இது எல்லாமே இந்து மதம் போலவேதான் எனக்குக் காட்சியளிக்கிறது. அப்படியானால் புத்தமதம் எதற்கு? என்ன வித்தியாசம்?

கம்பளிப்புழு: **முதலாவது:** ஸ்ரமணக் (வைதிக எதிர்ப்புக்) காலத்தில் புத்தர் தோன்றினார் என்பதை ஞாபகத்தில் வை. ஆனால் அந்தக் காலத்திய இந்து, வைதிக எதிர்ப்பாளர் பலர் செய்தது போலன்றி, உணவை ஒழித்தல் போன்ற தீவிரமான துறவு நிலைகளை அவர் விட்டு விட்டார். அதுபோலவே ஆயிரம் பெண்களோடு சல்லாபித்திருப்பது அல்லது ஆணிப்படுக்கை மீது படுப்பது போன்ற தீவிரநிலைகளையும் தவிர்த்து நடுப்பாதையை ஏற்றார்.

இரண்டாவது: தனிமனித அனுபவம், உலக இயற்கை பற்றிய புத்தருடைய போதனைகள், இந்து, ஜைன நோக்குகளிலிருந்து முற்றிலும் மாறானவை. இந்துக்களும் ஜைனர்களும் **பொருட்கள்** மீது நம்பிக்கை கொண்டவர்கள். புத்தர் அவ்வாறன்று. இந்துக்களும் ஜைனர்களும் பிரபஞ்சத்தை இரு மீப்பொருள்களால் ஆனதாகக் கருதினார்கள். ஆன்மிக சுயம் **(ஆத்மா, ஜீவன், புருஷன்)**, சுயமற்ற இன்னொன்றுடன் அதன் உறவு **(மாயை, அ-ஜீவன், ப்ரக்ருதி).**

மறு முனையில் 'சுயமோ', 'உலகமோ', **ஜீவனோ, அ-ஜீவனோ இரண்டுமே** சாராம்சமுள்ள பொருள்கள் அல்ல என்று தத்துவப்படுத்தினார் புத்தர். அவை சாரமற்றவை, யதார்த்தமற்றவை, கனவு காணும் செயல்முறை போன்றவை. ஆத்மா, சுயம் என்பதெல்லாம் மொழியின் விளையாட்டுகள். சுயம், சுயமற்றது என்று பேசுவதற்கு மாறாக, பௌத்தர்கள் தங்களுடைய சொந்த கருத்தாக்கமான ஆன்மா அல்லது **சுயம் இல்லா நிலை – அனாத்மன்** என்பது பற்றிப் பேசுவர்.

மூன்றாவது: புத்தர் எந்த அதிகாரத்தை யும் ஏற்றுக்கொள்ளவில்லை. குறிப்பாக, புரோகித பிராமண வகுப்பினர் அல்லது வேதங்களின் அதிகாரத்தை ஏற்றுக் கொள்ளவில்லை. புத்தருக்கு வேதங்கள் படைப்பின் அடிப்படையாக உள்ள நிரந்தர பிரணவ வார்த்தைகள் அல்ல. வார்த்தைகள், அவை வேத மந்திரச் சொற்களானாலும், தன்னிச்சையானவைதான். மரபுசார்ந்த பொருள் கொண்டவைதான். வேத (வைதிக) ஆசிரியர்களின் செயல், குருடன் குருடனுக்கு வழிகாட்டுவது போன்றது என்றார் புத்தர். ஒவ்வொருவருக்கும் அதிகாரி தாங்கள் தான்; தாங்களே தங்கள் விடுதலைக்கு முயற்சி செய்ய வேண்டும் என்று கருதினார் அவர்.

நான்காவது: புத்தர் சம்பிரதாய மரபுகளைப் பின்பற்றவில்லை. எனவே பிராமணப் புரோகிதர்களின் உயர்குடி மொழியாகிய சமஸ்கிருதத்திற்குப் பதிலாக மக்கள் மொழியாகிய பிராகிருதத்தையே அவர் போதனைக்குப் பயன்படுத்தினார்.

ஐந்தாவது: புத்தரின் போதனை மத ரீதியானது என்பதைவிட உளவியல் ரீதியானது. வேத பிரபஞ்சத்தின் கடவுள்களை முத்தமிடுவதல்ல அதன் நோக்கம். மாறாக, ஆசையின் மனத்தடைச் சுவரை உடைத்து வெற்றிபெறுதல்தான். தெய்விக யதார்த்தத்தைவிட மனித யதார்த்தத் திலேயே பௌத்தம் அக்கறை காட்டுகிறது.

ஆறாவது: புத்தர் சரிநிகர்மைவாதி (சமதர்மவாதி/மனித சமூக சமத்துவ வாதி). பிராமணர்கள் மட்டுமே ஒளிபெற முடியும் என்று இந்துக்கள் போதித்தார்கள். மனிதகுலத்தில் எவருக்கும் ஞானம் பெற இயலும் என்பது புத்தர் கொள்கை. ஜாதி அமைப்பையும் புத்தர் புறக்கணித்தார்.

ஏழாவது: இந்துக்களின் சடங்குகள் நிறைந்த வாழ்க்கையைப் புத்தர் புறக்கணித்தார். குறிப்பாக வேதச் சடங்குகள் அல்லது **யக்ஞங்களை** ஏற்கவில்லை. அவை எந்தக் கடவுளரை நோக்கிச் செய்யப்பட்டனவோ அவை யாவும் கட்டுக்கதைகள். யக்ஞங்களில் நம்பிக்கை வைப்பது உண்மையான ஆன்மிகத்திற்கு எதிரானது என்பது புத்தர் கருத்து.

எட்டாவது: அபௌதிகமான (மீமெய்யியல்), உலகிற்கு அப்பாற்பட்ட பொருள்கள் பற்றிய விவாதங்களில் புத்தர் ஈடுபட மறுத்தார். உலகம் நிரந்தரமானதா அல்லவா, மறுபிறப்பு உண்டா இல்லையா போன்ற கேள்விகளுக்கு அவர் விடையளிக்க மறுத்துவிட்டார். மேலும் இம்மாதிரி வாதங்கள் காலவிரயம் என்று அவர் கருதினார்.

ஆலிஸ்: ஞானம் பெற்றபின் புத்தர் என்ன செய்தார்?

கம்பளிப்புழு: தமது துறவிகள் குழுவோடு போதித்துக்கொண்டே கிழக்கு கங்கைச் சமவெளி முழுவதும் அலைந்து திரிந்தார். அவரே ராஜ குடும்பத்தைச் சேர்ந்தவர், ஆகையால் அவரால் எளிதாக அரசர்களுடனும் செல்வச் சீமான்களுடனும் தொடர்பு கொண்டு போதிக்கவும் துறவிகளுக்கான அன்றாடத் தேவைகளைப் பூர்த்திசெய்யவும் முடிந்தது. 80 வயதில் அவர் மரணித்தார்.

அவருடனிருந்த துறவிகள்(பிக்குகள்) மேலும் எண்ணிக்கையில் பெருகினார்கள். அவருடைய போதனைகளையும் பரப்பினார்கள். **அசோகன்** (கி.மு.3ஆம் நூற்றாண்டு) என்னும் பேரரசனிடமிருந்து அவர்களுக்குப் பேருதவி கிடைத்தது. அவர் பௌத்தத்திற்கு மாறியதன்றி, இந்தியா முழுவதும் அதைப் பரப்பினார்.

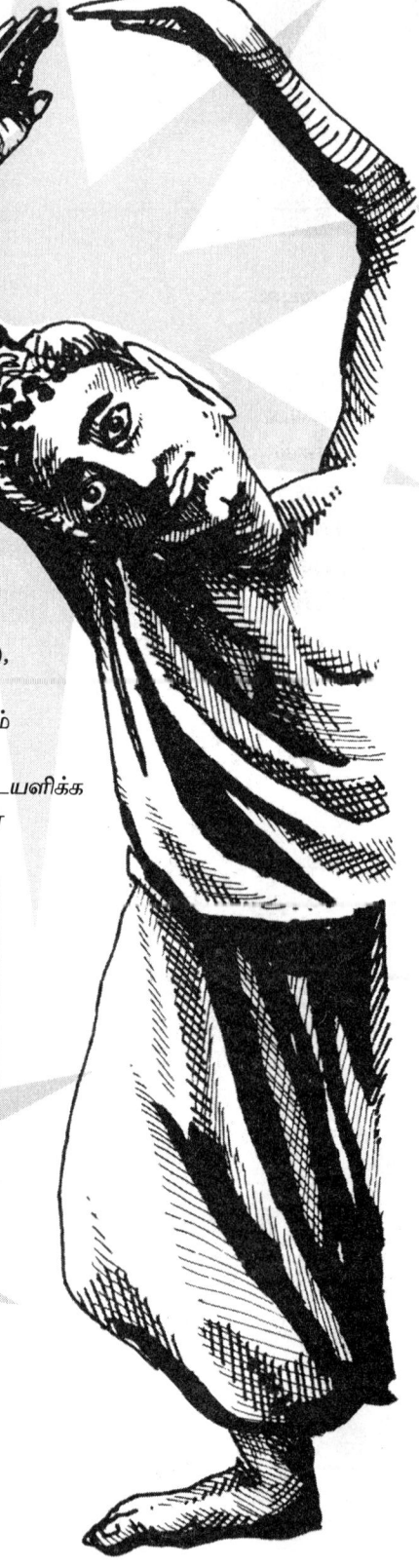

அசோகர் ஒரு பௌத்தராக இருந்தாலும், பாறைகள், தூண்கள், குகைச் சுவர்கள் மீதெல்லாம் பொறிக்கப்பட்ட அவருடைய கல்வெட்டு ஆணைகள் மதச் சகிப்புத்தன்மையைப் போதித்தன. ஆனால் தொடக்ககால பௌத்த பிக்குகளே புத்தரின் உண்மையான போதனைகள் என்ன என்பதில் கருத்து மாறுபடலானார்கள். இது ஒரு பிளவுக்கு அடிகோலியது.

பெரும்புணையும் சிறுபுணையும்

கம்பளிப்புழு: பிளவின் ஒருபுறத்தில் தேரவாத பௌத்தர்கள் இருந்தனர். தேரவாதம் என்றால், மூத்தோர்களின் வழி என்று பொருள். புத்தரின் உண்மையான போதனைகளுக்கு நெருங்கியவர்கள் தாங்களே என அவர்கள் நினைத்தனர். அவர்களுடைய எதிரிகள் தங்களை **மஹாயான பௌத்தர்கள்** அல்லது பெருவழியினர் (**பெரும்புணையாளர்கள்**) என்று கூறிக்கொண்டனர். தேரவாதிகளை ஏளனமாக **ஹீனயான** (**சிறு வழி, சிறுபுணையாளர்கள்**) பௌத்தர் என்று அழைத்தனர். நெடும்பலகை கொண்டு அலையூர்பவர்களுக்கும் (சர்ஃபிங் செய்வோர்) குறும்பலகை கொண்டு அலையூர்பவர்களுக்கும் இடையில் ஏற்படும் கடுமையான போட்டிபோல இவர்களுடைய போட்டி வரலாற்றில் இருந்தது எனலாம்.

தேரவாதம் (சிறுபுணையாளர்)

1. புத்தர் ஒரு முனிவர்
2. பேரறிவின் அடிப்படையிலான தனிப்பட்ட விடுதலைதான் நோக்கம்.
3. உண்மையான ஞானம் பெறுதல் கோழைகளுக்குரியது அல்ல. வாழ்நாள் முழுவதும் அதற்கு உழைக்கவேண்டும். பௌத்த **சங்கத்தில்**சேர்ந்து பிக்குவாக வேண்டும்
4. தனக்கென நிர்வாணத்தைத் தேடும் **அர்ஹதரே** முதன்மையானவர்.
5. அபௌதிகச் (மீமெய்யியல்) சிந்தனையில் ஈடுபடுவது நேரம்போக்குவதாகும்.
6. தியானம் ஒன்றுதான் வழி.
7. புத்தமதத்தை நிறுவிய புத்தர் ஒருவரே.
8. **பாலி** மொழியில் எழுதப்பட்ட **முக்கிய நூல் தொகுப்பை** ஏற்கவேண்டும். பிராகிருதத்தில் கற்பிக்கலாம்.
9. ஒவ்வொன்றும் சில மூலப்பொருள்களின் தொகுப்புதான் (அறங்கள்). அவை என்றும் மாறியபடி உள்ளன.
10. இலங்கை, தாய்லாந்து, பர்மா, கம்போடியா, லாவோஸ் ஆகிய இடங்களில் எங்களுடன் சேருங்கள்.

மஹாயானம் (பெரும்புணையாளர்)

1. புத்தர் ஒரு மீட்பர்
2. பிறர்மீது இரக்கம் முக்கியமானது. தனக்கு மட்டுமல்ல, பிறருக்கும் விடுதலை (ஞானமடைதல்) வேண்டும்.
3. பிக்குகளுக்கு மட்டும் ஞானம் உரியதல்ல, உழைக்கவேண்டும்.
4. இங்கு முதன்மையானவர் **போதிசத்துவர்.** நிர்வாணத்தை அடையும் எல்லையில் இருந்தாலும் அதைக் கைவிட்டுப் பிறரும் அதனை அடைய உழைப்பவர்.
5. **இதற்கு மறுதலைதான் உண்மை.** 37 நரகங்களும் 53 சுவர்க்கங்களும் பௌத்தமதத்தில் உள்ளன.
6. புத்தருக்குப் பிரார்த்தனை செய்வது பலனளிக்கும். நாங்கள் சடங்குகளிலும் ஈடுபடுவோம்.
7. ஒவ்வொருவருக்கும் புத்தரின் இயல்பு உள்ளது. எவரும் புத்தர் ஆகலாம்.
8. பலவேறு புனித நூல்களையும் ஏற்கலாம். அவற்றில் பல சமஸ்கிருதத்திலும் உள்ளன.
9. எல்லாமே சூன்யமானவை. **(சூன்யம்-ஒன்றுமில்லா நிலை).**
10. சீனா, கொரியா, திபெத், மங்கோலியா, நேபாளம், வியட்நாம் ஆகிய இடங்களில் எங்களுடன் சேருங்கள்.

தேரவாதிகள், உலகப் பொருள்கள் யாவும் மாறிக்கொண்டே இருக்கக்கூடிய மீச்சிறு பொருள்களால் (அணுக்களால்) ஆனவை என்று கருதினார்கள். ஆனால் மஹாயானத்தைச் சேர்ந்தவர்கள், எல்லாமே சூன்யம் என்றார்கள்.

ஆலிஸ்: சூன்யமா?

மத்யாத்மிக பௌத்தம்

கம்பளிப்புழு: சூன்யவாதத்தை நிறுவியவர் **நாகார்ஜுனர்**. அவருடைய பௌத்தக் கொள்கைக்கு **மத்யாத்மிக பௌத்தம்** என்று பெயர். **மத்யாத்மிக** என்றால் நடுப்பாதை என்றுதான் பொருள். அபௌதிகமான, உலகங்கடந்த முழுமையொன்றில் ஈடுபாடு கொண்ட இந்து, ஜைன தத்துவங்களை முற்றிலும் கைவிடுவது மத்யாத்மிகம்.

நாகார்ஜுனரின் காலத்தில் – கி.பி.முதல் இரு நூற்றாண்டுகளில் – பௌத்தத்தில் பல சிந்தனைப் புலங்கள் இருந்தன. தங்களுக்குள் மட்டுமன்றி அவர்கள் இந்து, ஜைன தத்துவவாதிகளுடனும் வாதத்தில் ஈடுபட்டார்கள்.

ஏதென்ஸில் பிளேட்டோ நிறுவிய அகாதெமிக்குப் பிறகு, உலகிலேயே இரண்டாவது பல்கலைக்கழகம் நாளந்தாதான். அதற்குச் சர்வதேசப் பெருமதிப்பு இருந்தது. வெகுதொலைவிலிருந்து அறிஞர்களை ஈர்த்தது. அறிவார்த்த வாதங்களின் களமாக விளங்கியது. சிலர் மென்மையான விஷயங்களைப் பருக்கச் செய்தார்கள். சிலர் பருத்த விஷயங்களை மெலியச் செய்தார்கள். வானத்தில் எறியப்பட்ட சிறு மாமிசத்தைக் கால்நகங்களால் கிழித்தெறியும் கழுகுகள் போலத் தங்கள் பிரதிவாதிகளின் கருதுகோள்கள், வாதங்கள், முடிவுகள் ஆகியவற்றை அறிவுக்கூர்மைகொண்ட வாதிகள் கிழித்தெறிந்தார்கள். இங்கு இந்துக்கள், ஜைனர்கள், பௌத்தர்கள், லோகாயதவாதிகள், சீனத் தாவோ மதத்தினர், பாரசீக, கிரேக்க தத்துவவாதிகள் தங்கள் தங்கள் நிலைப்பாடுகளை வலுவோடும் நுட்பத்தோடும் முன்வைத்தனர்.

இரண்டாவது புத்தர் எனச் சிலசமயங்களில் கருதப்படும் நாகார்ஜுனரின் சிந்தனை, மேற்கண்ட கொள்கைகளின் அபஸ்வரமான (இனிமையற்ற இரைச்சல்) போட்டிகளுக்கிடையில்தான் தோன்றியது. புத்தருக்குப் பிறகு தோன்றிய மிகப்பெரிய தத்துவஞானி நாகார்ஜுனர் தான். ஆசிய வரலாற்றிலேயே மிகச் செல்வாக்குப் பெற்ற தத்துவஞானியும்கூட. மஹாயானக் கொள்கைக்கு வித்திட்ட அவருடைய தத்துவம், ஜென் உள்ளிட்ட வேறுபல பௌத்த தத்துவங்கள் மீதும் செல்வாக்குச் செலுத்தியது. இந்து, தாவோயிசத் தத்துவங்களிலும் இவருடைய செல்வாக்கு காணப்படுகிறது.

நாகார்ஜுனரின் வாழ்க்கை பற்றி அதிகமாக ஒன்றும் தெரியவில்லை. தென் இந்தியாவின் வெப்பமான, பனைமரங்கள் நிரம்பிய கடற்கரைப் பகுதியில் பிறந்தவர், இளமையை அங்கேயே கழித்தவர் என்று தெரிகிறது. அவர் ஒரு மந்திரவாதி, உல்லாசப்பிரியர் என்று அவரைப் பற்றிய கதைகள் சொல்கின்றன. ஒரு பௌர்ணமி நாள் இரவில், கைகளின் தாளம், பறைகளின் முழக்கம், வீணைகளின் ரீங்காரம், மதுவின் வளமான வாசனை, மணம் நிறைந்த பொருட்களின் புகைமேகங்களுக்கிடையே தன் அரசனின் அந்தப்புர மகளிரின் நூபுர ஓசைகளுக்கும், சந்தன மணமிக்கக் கொங்கைகளுக்கும் இடையில் காணாமற் போனார் நாகார்ஜுனர் என்று ஒரு கதை சொல்கிறது.

அம்மகளிரின் நூபுர ஓசை, வளையோசைகள் அவர்களின் பெருமூச்சுகள், சிரிப்புகளோடும் கலந்தன. அசையும் இடைகள், பறக்கும் முந்தானைகள், மெலிந்த, தழுவிப்பிணைந்த, நடுங்கும் கைகள், களிப்பு பெருகி மயங்கும் அகன்ற கண்கள்... ஆசை மெலிந்து, தூக்கம் தழுவும் பெண்கள் கடலின் இடையே நாகார்ஜுனர் தத்தளித்துக் கொண்டிருக்கும் போதுதான் அரசனின் வீரர்கள் அவரைக் கண்டனர்.

இந்தச் சம்பவம் தந்த குற்றவுணர்ச்சியில் மூழ்கிய நாகார்ஜுனரின் வாழ்க்கை புதிய விதமாக மாறியது. பௌத்த பிட்சுவானார். கொங்கைத் தழுவலை இழந்து சூனியத்தை உணர்ந்த நாகார்ஜுனர், பொருத்தமாகவே சூனிய வாதத்தை உருவாக்கினார். ஆசியாவின் மிகச் சிறந்த தத்துவ ஞானியானார்.

சூன்யத்தைப் பற்றி அவர் தமது *மூலமத்யாத்மிக காரிகா* (நடுப்பாதை பற்றிய செய்யுட்கள்) என்னும் நூலில் எழுதுகிறார். தொன்மப்படி, அவர் தாமே இந்த நூலை இயற்றவில்லை. கடலில் குதித்து பாதாள லோகத்திற்குச் சென்ற போது நாகராஜனால் (பாம்புகளின் அரசன்) அவருக்கு இது வழங்கப்பட்டது.

பௌத்தத்தைப் பற்றி நாகார்ஜுனர் ஆற்றிய உரையினால் கவரப்பட்ட நாக அரசன், 'இவைதான் புத்தரின் அதிகாரபூர்வ நூல்கள்' என ஒரு நூலகத்தையே அவருக்கு வழங்கிவிட்டாராம்!

ஆலிஸ்: சூன்யம் என்றால் என்ன?

குல்லாய்ப் பைத்தியம்: **சுயசாராம்சம்** – சமஸ்கிருதத்தில் **ஸ்வபாவம்** என்று சொல்லப்படுவது – இல்லாத எதுவும் வெற்றிடம் (சூன்யம்)தான்.

ஆலிஸ்: சுயசாராம்சமா?

குல்லாய்ப் பைத்தியம்: கீழே உள்ள படத்தில் கிண்ணத்தைப் பார்க்கிறாயா?

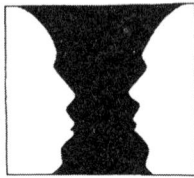

முதலில், அது தானாகவே, பிற எதன் உதவியுமின்றி, எதைச் சார்ந்தும் இன்றி, தன்னிச்சையாக இருப்பதுபோலத் தோன்றுகிறதல்லவா? ஆனால் அது கிண்ணம் தானா அல்லது இரண்டு முகங்களா? அல்லது இரண்டுமா, இரண்டுமில்லையா? அல்லது ஒருவேளை இருபரிமாணக் கோடுகள் மட்டுமேதானா?

ஆலிஸ்: இவை யாவுமாகவும் இருக்கலாம் அல்லது எதுவுமே இல்லாமலும் இருக்கலாம்.

குல்லாய்ப் பைத்தியம்: முக்கியமான விஷயம் என்னவென்றால் நம்மால் கிண்ணத்தையும் முகங்களையும் ஒரேநேரத்தில் காண இயலாது. ஒவ்வொரு சித்திரமும் தனக்கென ஒரு ஸ்வபாவத்தை – சாராம்சத்தைக் கொண்டிருப்பது போலத் தோன்றுகிறது. சுயபூர்த்தி, சுயஇருப்பு, தனியான தன்மை ஒவ்வொன்றிற்கும் இருக்கிறது.

ஆலிஸ்: ஆனால் இதற்கு சுயசாராம்சம் **இல்லை!** இந்த முகங்களுக்கும் கிண்ணத்துக்கும் நுட்பமான, நெருக்கமான தொடர்பு இருக்கிறது. ஒன்று இன்றி மற்றது இருக்க இயலாது. ஒன்றையொன்று இவை **சார்ந்திருக்கின்றன.**

குல்லாய்ப் பைத்தியம்: இப்படிப்பட்ட இருமைகளாகவே நாம் சிந்திக்க முனைகிறோம். எடுத்துக்காட்டாக, இந்துக்களும் ஜைனர்களும் உலகத்தை இருமைகளாகவே பார்த்தார்கள் என்று கூறினோம்.

1. நிரந்தரமான ஆன்மிக சுயம் (ஸ்பாவத்தை உடையது)
2. சுயமற்றது (பொருளால் ஆனது)

இந்து, ஜைன அனுபவத்தில் இந்த இருமைநோக்கு அடிப்படையாக இருக்கிறது.

ஆனால் **சுயமோ, சுயமற்றதோ இரண்டுமே சாரம் உடையன அல்ல** என்று பௌத்தம் கூறும்.

இதேபோல ஓர் அடிப்படைவாத கிறித்துவரோ முஸ்லிமோ தனது மதம் மட்டுமே உண்மையென்று கூறுவான். பிற மதங்கள் கட்டுக்கதைகள் என்றோ சாத்தானுடையது என்றோ கூறுவார். நாம் இம்மாதிரி துருவமுரண்களை அமைப்பது அவற்றில் ஒன்றை ஆதரிப்பதற்காகவே. கிறித்துவன் அல்லது முஸ்லிம்.

ஆனால், கிண்ணமும் முகங்களும் தனித்தனியானவை அல்ல. ஒவ்வொரு பிம்பமும் மறைந்துள்ள தனது பகுதியோடு நுணுக்கமான, நெருக்கமான தொடர்புகொண்டுள்ளது.

ஒரேசமயத்தில் அவற்றைக் காணமுடியவில்லை என்றாலும், தனித்த இருப்பு அவற்றில் எதற்கும் இல்லை. இரண்டில் எதற்கும் ஸ்வபாவமோ, சுய இருப்போ இல்லை. அதனால் அவற்றின் சுய இருப்பு சூன்யம் என்று நீங்கள் சொல்லலாம். அப்படிச் சொல்வதால் அவை இருக்க வில்லை என்றோ காணப்படவில்லை என்றோ கூறமுடியாது. இங்கே சூன்யம் என்பது அவற்றின் தனிஇருப்பு ஒரு மாயை, கானல்நீர் என்பதைத்தான் உணர்த்துகிறது.

ஞாபகப்படுத்திக் கொள்வோம் – நாகார்ஜுனர் ஒரு மந்திரவாதி. தமது விஷயங்களை விளக்க அவர் அவ்வப்போது மந்திரவாத உருவகங்களைப் பயன்படுத்துவார்.

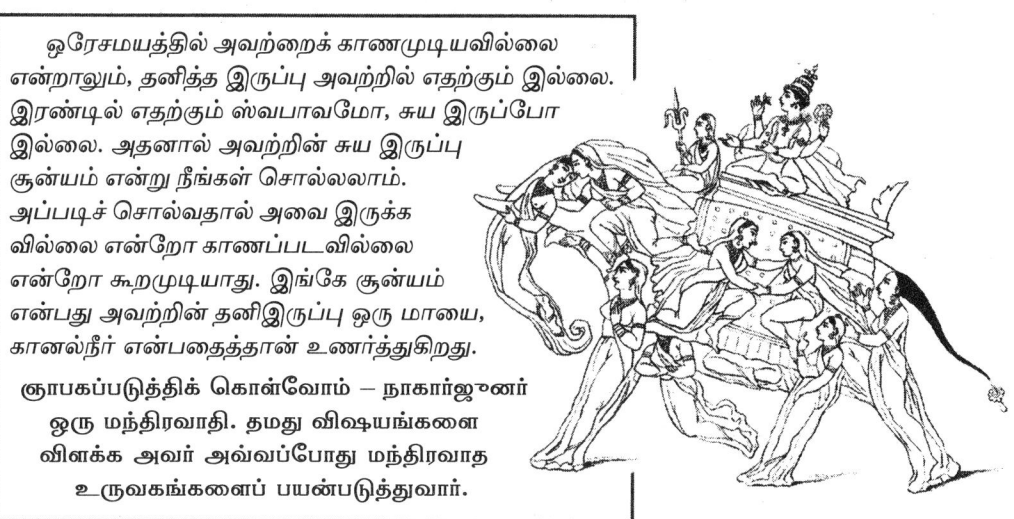

சான்றாக, ஒரு மந்திரவாதி, தமது மந்திரவாதத்தால் எனது அந்தப்புரத்தை ஒரு யானையாக மாற்றிவிடுகிறார் என்று வைத்துக்கொள்வோம். மந்திரவாதியும் அவரது பார்வையாளர்களும் ஒரே யானையைத்தான் காண்கிறார்கள். இரு தரப்பினர் கண்களுக்கும் அது நிஜ யானை போன்றே தோற்றமளிக்கிறது. ஆனால் பார்வையாளர்கள்தான் அதை ஒரு நிஜ யானை என்று நம்புகிறார்கள். அதன்மேல் ஏறிச் சவாரிசெய்ய வேண்டுமென்று ஆசைப்படுகிறார்கள். மந்திரவாதிக்கோ அந்த யானை ஒரு மாயை.

ஆனால் பார்வையாளர்களில் ஒருவன் வேர்க்கடலை தின்றுகொண்டிருந்தால், அவன், 'அந்த யானைக்கு நான் கடலையைத் தர விரும்புகிறேன். அதன் மீது சவாரி செய்ய விரும்புகிறேன்' என்று கூறலாம்.

சாதாரண மனிதர்கள் அந்த மந்திரவாதியின் பார்வையாளர் போன்றவர்கள். அவர்கள் எல்லாப் பொருள்களுக்கும் சுயஇருப்பு உண்டு என்று ஏற்றுக்கொள்கிறார்கள். அவர்கள் காணும் 'பொருள்க'ளோடு உணர்வுபூர்வமாகவும் அறிவுபூர்வமாகவும் பிணைப்பை ஏற்படுத்திக் கொள்கிறார்கள். ஆக, பெரும்பாலான மனிதர்கள் உண்மையின் சாதாரணப் படிநிலையை மட்டுமே காண்கிறார்கள் ***(சம்விருத்தி சத்யம்)***.

பொருள்களின் இருப்பின்மையை அல்லது சூன்யத்தைக் காண்பவர்கள் அந்த மந்திரவாதி போன்றவர்கள். அவன் அதே பொருள்களைத்தான் காண்கிறான், ஆனால் அவன் நோக்குநிலை வேறு. ஒரு குறித்த சுயஇருப்பியல்பு பொருள்களுக்கு இல்லை என்பதை அவன் அறிவான். அவன் பொருள்களைத் துல்லியமாக நோக்குகிறான். எனவே அவன் பொருள்களின் இறுதிப்படிநிலையைக் காண்கிறான் [பரமார்த்த சத்யம்].

உண்மையின் இந்த இரு படிநிலைகள்கூட சுய இருப்பு அற்றவைதான். ஏனெனில் நீங்கள் இறுதிநிலை உண்மை என்பதைப் பிடித்துக் கொண்டீர்கள் என்றால், அது கீழ்நிலையிலுள்ள மரபான உண்மை ஆகிவிடுகிறது!

ஆலிஸ்: அற்புதமாக இருக்கிறதே! உண்மையின் இந்த இரு படிநிலைகள் பற்றி இன்னும் அதிகமாகத் தெரிவிக்க முடியுமா?

குல்லாய்ப் பைத்தியம்: ஒரு கண்ணாடியில் உன்னை நீ பார்ப்பதாக வைத்துக்கொள்வோம். உன் பிம்பத்தைத்தான் பார்க்கிறாய். ஆனால் அதுதான் (பிரதிபலிப்பற்ற) உண்மையான ஆலிஸ் என்று நினைத்துக் கொள்கிறாய்.

ஆலிஸ்: சரி.

குல்லாய்ப் பைத்தியம்: ஆனால் திடீரென்று உனக்கு அந்த பிம்பம் தான் எதுவாகத் தோன்றுகிறதோ அது அல்ல என்பது புரிகிறது.

ஆலிஸ்: சரி.

குல்லாய்ப் பைத்தியம்: அதனால் அந்தப் பிரதிபலிப்பு பிம்பம் இல்லை என்று அர்த்தம் அல்ல. அது **உண்மையான** நீ என்று நீ முன்னர் **நம்பிவிட்டதால்தான்** இப்போது அது **மாயை** என்று தோன்றுகிறது. ஆனால் **இப்போது** உனக்குக் கண்ணாடியில் தெரியும் பிம்பத்திற்குச் சுயஇருப்பு **இல்லை** என்று தெரியும். எவ்வாறாயினும், அந்த பிம்பம், நிலைக்கண்ணாடி, கண்கள், நிஜ ஆலிஸ் போன்றவற்றைப் பொறுத்திருக்கிறது.

இதனால் நீ பிரதிபலிப்பை அப்படியே கைவிட்டுவிடுகிறாய் என்று அர்த்தமாகாது. இப்போதும் அது நீ தலைவாருவது போன்ற செயல்களில் ஈடுபட உதவியாகத்தான் இருக்கிறது. இந்தப் பிரதிபிம்பம் **கீழ்நிலை மரபு உண்மை** போன்றது. அது ஒரு சுயஇருப்பற்ற பிரதிபிம்பம்தான் என்று அறிந்துகொள்வது **உயர் உண்மை** போன்றது. நாகார்ஜுனர் கருத்தின்படி, உலகிலுள்ள யாவும் நிலைக்கண்ணாடியில் தோன்றும் பிம்பம் போன்றவைதாம்.

ஆலிஸ்: அப்படியானால் ஒருவன் உயர்உண்மையை எப்படி அடைவது?

குல்லாய்ப் பைத்தியம்: மிகத் தீவிரமான இருமைத் தன்மைகளை ஒருவர் விலக்க வேண்டும். ஒருவழி **சார்பெழுச்சி (பிரதித்யசமுத்பதம்)** என்ற கருத்தின் மூலமாக அதைச் செய்தல். எடுத்துக்காட்டாக, இந்தத் தேயிலைக்குச் சுயஇருப்பு இல்லை, ஏனெனில் அது ஒரு சார்பெழுச்சி.

ஆலிஸ்: எழுச்சியா?

குல்லாய்ப் பைத்தியம்: ஆம். இதோ உன் பார்வை முன்னால் அது இருக்கிறது, அதனால் 'எழுகிறது'. ஆனால் இந்தத் தேயிலை, தான் வளர உதவிய சூரியன், மழை இவற்றையும், அதைப் பறித்தவர்களையும், அது வளர்ந்த பூமியையும் சார்ந்திருக்கிறது. சுருங்கச் சொன்னால், அது இன்னும் பல சார்பெழுச்சிகளைச் சார்ந்திருக்கிறது.

தேயிலை பிறவற்றைச் சார்ந்துதான் இருக்கிறது என்ற உண்மையைப் புரிந்து கொண்டால், அது சுயஇருப்புடையது என்ற தீவிர ஒருமுனை முடிவை விலக்கிவிடுவாய்.

தேயிலை ஓர் எழுச்சிதான் என்று உனக்குப் புரிந்தால், நீ அதற்கு இருப்பு இல்லை என்ற தீவிர முடிவுக்கு நீ செல்லமாட்டாய்.

ஆலிஸ்: ஆகவே, தேயிலை ஒரு சார்பெழுச்சி என்பதை ஒப்புக்கொள்ளும்போது, நான் தேயிலைக்குச் சுயஇருப்பு உண்டு; அது இல்லவே இல்லை – என்னும் இரு தீவிர எல்லைகளையும் விலக்குகிறேன்.

குல்லாய்ப் பைத்தியம்: ஆம். நாகார்ஜுனர் பயன்படுத்தும் இன்னொரு கருவி **டெட்ரா-லெம்மா** அல்லது **சதுஷ்கோடி** எனப்படுவது.

நீ பயத்தை அனுபவிக்கிறாய் என்று வைத்துக்கொள்வோம். உன்னுடைய பய உணர்வெழுச்சிக்கு டெட்ரா-லெம்மா முறையைப் பயன்படுத்த, பயத்தை நான்கு கேள்விகள் கேட்கிறாய்.

இங்ஙங்கத்தான் நிக்கறார் நம்ம தெரிதா!

1. இந்த பயம் தன்னைத்தானே உருவாக்கிக் கொள்கின்றதா?

(அதற்கு சுயஇருப்பு உண்டா?)

இதற்கு இல்லை என்பதுதான் விடை. ஏனெனில் எதுவும் தன்னைத்தானே உருவாக்க முடியாது. ஒன்றுமற்றதற்கு (சூன்யத்திற்கு) சுயஇருப்பு இல்லை.

2. இந்த பயம், வேறு ஏதேனும் சுய இருப்புள்ள பொருளால் உருவாக்கப்படுகிறதா?

இல்லை. இதுவும் சாத்தியமில்லை. இப்போதுதான் ஒன்றுமற்றதற்குச் சுய இருப்பு இல்லை என்றோம். எனவே வேறொரு பொருளால் பயம் உருவாக முடியாது.

3. மேல் இரண்டினாலும் பயம் உருவாகிறதா?

இதுவும் இயலாதது. சாத்தியமற்றது. ஏனெனில் இரண்டில் ஒன்றாலும் இயலாதது, இரண்டாலும் எப்படி இயலும்?

4. தன்னாலும் அல்லாமல், வேறொன்றாலும் அல்லாமல் பயம் உருவாக்கப்படுகிறதா?

இல்லை, அப்படியென்றால் பயம் ஒன்றுமற்றதால் (சூன்யத்தால்) உருவாகிறது என்றாகும்.

ஆலிஸ்: பயம் எதனாலும் உருவாகவில்லை என்றால், பகுத்தாய்வினால் இதைக் கண்டுபிடிக்க இயலவில்லை என்றால், என்ன நிகழ்கிறது?

குல்லாய்ப் பைத்தியம்: அது தனது ஆற்றலை இழக்கிறது. உண்மையில், அது மறைந்துவிடுகிறது. அது தகர்க்கப்பட்டுவிட்டது. பல ஆசிரியர்கள், நாகார்ஜுனருக்கும், ஃப்ரெஞ்சு-மொராக்கோ தத்துவஞானி **ழாக் தெரிதாவுக்கும்** உள்ள ஒப்புமைகளைக் குறிப்பிட்டிருக்கிறார்கள். (பார்க்க: *தெரிதா: தொடக்கநிலையினருக்கு, பின்நவீனத்துவம்: தொடக்கநிலையினருக்கு, வெளியீடு: அடையாளம்*)

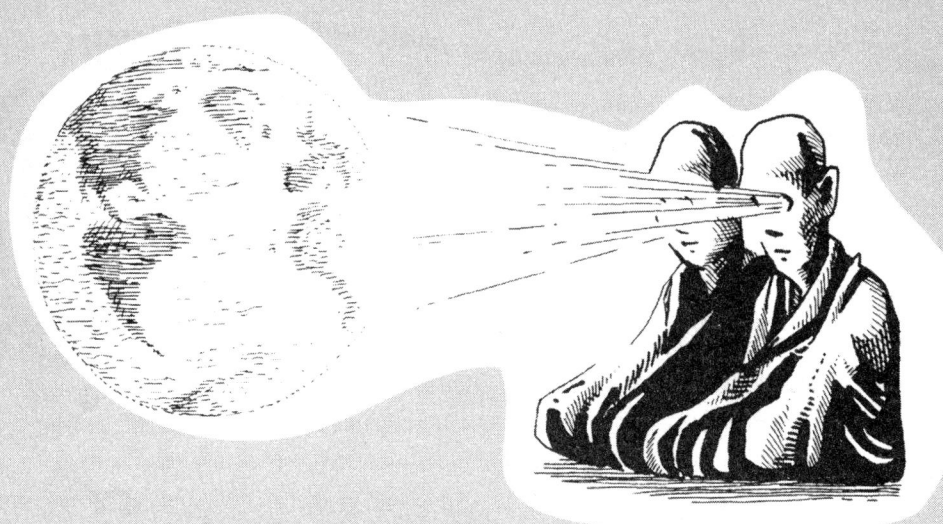

தெரிதாவின் தகர்ப்பமைப்புக்கும் மத்யாத்மிக சிந்தனைக்கும் உள்ள வேற்றுமை என்னவென்றால், தகர்ப்பமைப்பவர்கள் – பொருள்களை – அதாவது நூல்கள், சட்டங்கள், நிறுவனங்கள் போன்றவற்றை வழக்கமாகத் தகர்க்கிறார்கள். பௌத்தர்கள், தங்கள் சொந்த உணர்வெழுச்சி அடிப்படையிலான வாழ்க்கையை ஆராய, உள்ளொளி பெற சூன்யத்தைப் பயன்படுத்துகிறார்கள்.

ஆலிஸ்: அப்படியானால், சூன்யம் (வெறுமை) என்பது ஒரு பொருளா?

குல்லாய்ப் பைத்தியம்: இல்லை. அப்படியென்றால், ஒரு கடைக்காரர், 'நான் ஒன்றுமற்றதை (சூன்யத்தை) விற்கிறேன்' என்று சொல்ல, வாங்குபவர், 'நல்லது, அந்த சூன்யத்தில் (வெறுமையில்) கொஞ்சம் கொடு' என்று சொல்வது போல் ஆகும்.

மத்யாத்மிகம் தகர்ப்பமைப்பு போல, நிலைப்பாடின்மை, அல்லது **தத்துவ மின்மை**. ஏனெனில் அது ஒன்றையும் வற்புறுத்தவில்லை. எதையும் உரிமை கொண்டாடவில்லை. இக்கொள்கை சாத்தியப்படுத்திய சீன, ஜப்பானிய ஜென் தத்துவங்கள் போல, தானும் **அபௌதிகத்திற்கு** (மீமெய்யியலுக்கு) எதிராக இருக்கிறது. பிற தத்துவங்கள் மேற்கொள்ளும் அபௌதிகப் பாசாங்குகளை மட்டும் தகர்க்கிறது.

யோகாசார பௌத்தம்

குல்லாய்ப் பைத்தியம்: இந்திய பௌத்தத்தின் இரண்டாவது முக்கிய **சிந்தனைப் புலம், யோகாசாரம் (தியானத்தை மேற்கொள்ளுதல்)**. இதற்கு விஞ்ஞானவாதம் **(பிரக்ஞைக் கொள்கை)** என்றும் பெயர். கவிஞர், தர்க்கவாதி, தத்துவவாதியாகிய **வசுபந்து** என்பவரும், அவருடைய ஒன்றுவிட்ட சகோதரர் **ஆசங்கர்** என்பவரும் உருவாக்கிய சிந்தனைப் புலம் இது. நாம் உணரும் எப்பொருளும் நமது பிரக்ஞையில் மட்டுமே இருப்புக் கொள்கின்றன என்று இந்தக்குழு போதிக்கிறது. மரம், கேலக்ஸி, யானை, எதுவாயினும் மனப்படிமங்களே அன்றி வேறல்ல.

ஆலிஸ்: ஆனால் நாம் இருவரும் சேர்ந்து கான் வித் த விண்ட் என்னும் திரைப்படத்தைப் பார்க்கச் சென்றால், நாம் இருவருமே கான் வித் த விண்டைத் தான் பார்க்கிறோம். அப்படியானால், அந்தப் படம் நமக்கு வெளியே பொதுவாக இருக்கத்தானே வேண்டும்?

குல்லாய்ப் பைத்தியம்: அதற்குக் காரணம், நமது பழைய வினைகளிலிருந்து (**கர்மம்**) ஒரேமாதிரியான மனப்பதிவுக்களஞ்சியம் (**ஆலய விஞ்ஞானம்**) ஒன்று நமக்குள் உருவாகியிருப்பதுதான். தங்கள் மனக்களஞ்சியங்களில் ஒத்த பதிவுகளை உடைய மனிதர்கள் ஒரேமாதிரி காண்கிறார்கள். மேற்கண்ட திரைப்படத்தை ஒரு மீன் உன்னை மாதிரி பார்க்க இயலாது. இதுபோல, மக்கள் நரகத்தில் இருப்பதாகக் காண்கின்ற பேய்களும் அவரவர் குழுவின் மனப்பதிவுகளே. நிஜமான பேய்கள் அல்ல. நரகத்திலிருக்கும் மக்கள் தங்களைத் துன்புறுத்திக்கொள்ள உருவாக்கிக் கொள்ளும் குழுக் கற்பனைதான் அவை. அவர்களுடைய கர்மவினை காரணமாக அவர்கள் நரகத்தில் இருக்கிறார்கள், பேய்களால் துன்புறுத்தப்படுகிறார்கள்.

தாரா?

ஆலிஸ்: ஆனால் கான் வித் த விண்ட் திரைப்படத்தைப் பார்க்கும் ஒவ்வொரு மனிதரும் கான் வித் த விண்டைத்தான் பார்க்கிறார்கள்?

குல்லாய்ப் பைத்தியம்: ஒருவேளை இந்தச் சிந்தனையமைப்பின் குறை களில் ஒன்றாக இது இருக்கலாம். ஆனால் மனித சிந்தனைக்கு அப்பால் ஒரு விஷயம் இருக்கிறது. இதற்கு **ததாதம்** என்று பெயர். அதாவது **அதுவாக** (அல்லது அப்படியாக) இருக்கும் தன்மை. அதுவாக இருக்கும் தன்மையை அடைவதற்கு ஒருவர் தனது மனக்களஞ்சியத்தில் சேர்ந்துள்ள பதிவுகளைத் தூய்மைப்படுத்திக் கொண்டே வரவேண்டும். அப்போது அதுவே ஒரு தூய இருப்பாக மாறிவிடுகிறது. இதற்கு வழி யோகம், தியானம் போன்ற வற்றை மேற்கொள்வதுதான். இவற்றின்வழி **அகக்காட்சியில்** ஈடுபடுகிறோம்.

அகக்காட்சி வாயிலாக நீ ஒரு யானையாகிவிட்டதாகக் கற்பனை செய்து கண்டால், உண்மையான உணர்வுகள் போன்றே அக்காட்சி நிஜமாக இருப்பதை அறிவாய். அதனால் எல்லாமே அகவயமானவை என்பது உனக்குப் புரியும். மத்யாத்மிக சிந்தனைப் புலம் போலவே யோகாசாரக் குழுவினரும் எப்பொருளும் சுயஇருப்பற்றது (சூன்யம்) என்றே கருதினர். ஆனால் மத்யாத்மிகர்கள் போலன்றி, இவர்கள், எல்லாப் பொருட்களுக்கும் பின்னால் ஒரு சிந்தனைச்செயல்முறை, அல்லது சிந்திக்கும் மனம் இருப்பதாகக் கருதினர்.

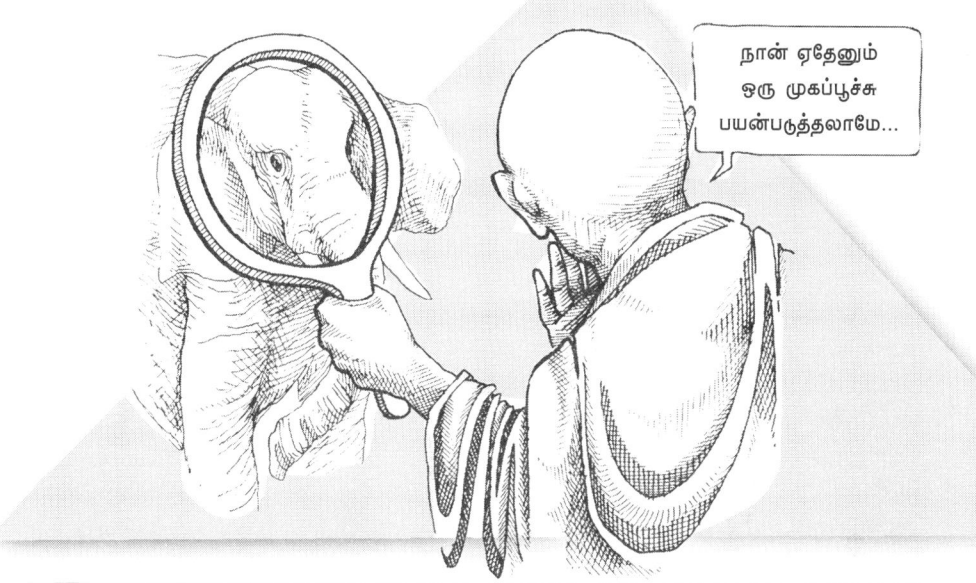

நான் ஏதேனும் ஒரு முகப்பூச்சு பயன்படுத்தலாமே...

இதனால் இந்தச் சிந்தனைப் புலம் **மனத்திற்கு மட்டும்** அல்லது **பிரக்ஞைக்கு மட்டும்** முக்கியத்துவம் தரும் வழிமுறையாகக் காணப்பட்டது. வசுபந்துவிற்குப் பின்னரும் பல ஆசிரியர்கள் **யோகாசார்யத்தை** வளர்த்தனர். புகழ்பெற்ற நாளந்தா பல்கலைக்கழகத்தில் சீனாவிலிருந்து வருகைதந்த **யுவான்-சுவாங்** என்னும் அறிஞர் யோகாசாரியத்தைக் கற்றுச் சீனாவுக்குக் கொண்டுசென்றார் என்று கூறப்படுகிறது.

வைதிக எதிர்ப்புக் (ஸ்ரமணக்) கால இந்துக்கள், ஜைனர்கள், பௌத்தர்கள் முதலியோர் இந்திய- பிராமணச் சடங்குகளையும், புரோகிதத் தலைமையையும் எதிர்த்தனர் என்று முன்பே கண்டோம். இக்காலப் பகுதியில் உருவான இன்னொரு எதிர்வினை **பக்தி**நெறி. **சிவன், விஷ்ணு, சக்தி** ஆகிய தெய்வங்களை வழிபடும் மரபு தொடங்கியது. அதிகச் செலவு பிடிக்கின்ற, சிக்கலான, கடவுளர்களைச் செயற்கையாகக் கையாள முனைகின்ற வேத யக்ஞங்களுக்கு பதிலாக தனிப்பட்ட பக்தியின் காரணமாக **பூசை** செய்யும் முறை ஏற்பட்டது. அடுத்த காலப் பகுதியில், ஒரு கடவுள் அல்லது சக்தியைத் தனிப்பட்ட முறையில் பூசைசெய்வது முக்கியத்துவம் பெற்றது.

இந்திய விழுது (ஏறத்தாழ கி.பி.300-1200)

இக்காலப்பகுதி பொதுவாக செவ்வியல் இந்துக்காலம் என்றும் கூறப்படுகிறது. இது தவறான தலைப்பு. ஏனெனில் இந்து, பௌத்த, ஜைனச் சிந்தனைகள் தத்துவ, கலாச்சாரத் துறைகளில் இடையறாத மயிர்பிளக்கும் உரையாடல்களை நிகழ்த்திய காலம் இது. பௌத்தம், ஜைனம், ஸ்ரமணத் (வைதிக எதிர்ப்புத்) துறவுப்போக்குகள் ஆகியவற்றை இந்து மதம் எதிர்க்கவோ புறக்கணிக்கவோ இல்லை. மாறாக அவற்றை விழுங்கிவிட்டது. தனது சொந்தப் பகுதியாக அவற்றை ஆக்கிக்கொண்டுவிட்டது. மதநோக்கில், பழங்கால சிந்து சமவெளி பண்பாட்டிலிருந்து, இந்திய-பிராமண மரபுகளையும் இந்திய-ஸ்ரமணக் கால யோக, துறவுநெறிகளையும் தனக்குள் கலந்திணைத்துக் கொண்டு இந்து மதம் இக்காலப் பகுதியில் தழைத்தது.

பக்தி

வேதகாலச் சடங்குகள் செல்வமிகுந்தவர்களுக்கும் புரோகிதர்களுக்கும் மட்டும் பயன்பட்டன. யோகநெறி துறவிகளுக்கு மட்டுமே பயன்பட்டது. **பக்திநெறி** பொதுமக்கள் யாவருக்குமானது. பக்தி வழிபாட்டுடன் தொடர்புடையது; அறிவு, அதிகாரம் இவற்றைவிட, மேலான **அன்பு** போன்ற உணர்வுகளுடன் தொடர்புடையது.

ஆலிஸ்: பக்தர்கள் எப்படி வழிபட்டார்கள்?

வேதகால யாகங்களில் குதிரை போன்றவற்றைப் பலியிட்டதுபோல அல்லாமல், இக்கால மக்கள், தாங்கள் விரும்பும் ஆண் அல்லது பெண் தெய்வங்களைச் செம்பருத்தி போன்ற பூக்கள், மணப்பொருட்கள், நீர், பால், நெய், பிற பொருள்கள் கொண்டு வழிபட்டார்கள். யாகத்தைவிட பூசை மிகவும் தனிப்பட்ட வழிபாட்டு முறையாகும். பக்தியுடன் பாடுதல், ஆடுதல், விக்கிரகங்களை வழிபடுதல் போன்றவை இதில் அடங்கும்.

ஆலிஸ்: சரி, அப்படி யானால் அவர்கள் யாரை வழிபட்டார்கள்?

கம்பளிப்புழு: இக்காலப் பகுதியின் முக்கியமான கடவுள்களான **பிரம்மா (படைப்புக் கடவுள்), விஷ்ணு (காக்கும் கட வுள்), சிவன்(அழிக்கும் கடவுள்)** ஆகியோரை வழிபட்டனர்.

ஆலிஸ்: அழிப்பவரா! விசித்திரமாகத்தான் இருக்கிறது. எதை அழிக்கிறார் அவர்?

கம்பளிப்புழு: சிவன் நர்த்தனமாடுபவர். அவர் வேகமாக நடனமாடும்போது அவருடைய சடாமுடிகள் பிரிந்து பாம்புகள் போல அலையலையாய்ச் சுழல்கின்றன. உலகத்தை அழிக்கும் சங்காரத்தை அவர் நடனம் காட்டுகிறது. கையில் சூலத்துடன் ஆடுகிறார். அவருடைய சிவந்த கண்கள், தாடி, தலைமுடி யாவும் சிவந்து ஒரு மலைச்சிகரத்திற்குக் காட்டுத் தீ கிரீடம் அமைத்தது போல பிரகாசிக்கின்றன. அவருடைய பேய்ச்சிரிப்பு பருவ கால மழை மேகங்களின் இடிபோல ஒலிக்கிறது. அவர் அணிந்திருக்கும் மண்டையோடுகள் கொண்ட கழுத்துமாலையினூடாக காற்று புகுந்து ஓங்காரமிடுகிறது. அந்த மண்டையோட்டு மாலை அவருடைய நடனதாள கதிக்கேற்ப அசைகிறது. நடனமாடும் போது அவருடைய கைகால்களிலிருந்து எழும் ஊழிக்காற்றுகளே உலகை அழித்துவிடுகின்றன.

ஆலிஸ்: பயங்கரமாக இருக்கிறது!

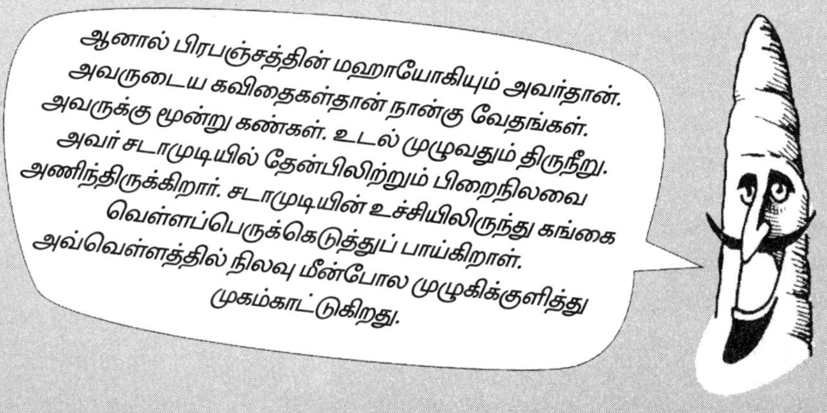

ஆனால் பிரபஞ்சத்தின் மஹாயோகியும் அவர்தான்.
அவருடைய கவிதைகள்தான் நான்கு வேதங்கள்.
அவருக்கு மூன்று கண்கள். உடல் முழுவதும் திருநீறு.
அவர் சடாமுடியில் தேன்பிலிற்றும் பிறைநிலவை
அணிந்திருக்கிறார். சடாமுடியின் உச்சியிலிருந்து கங்கை
வெள்ளப்பெருக்கெடுத்துப் பாய்கிறாள்.
அவ்வெள்ளத்தில் நிலவு மீன்போல முழுகிக்குளித்து
முகம்காட்டுகிறது.

அவர் பத்மாசனம் இட்டு தியானத்தில் புலன்கள் அடங்க அமர்ந்திருக்கிறார். உயர்ந்து நேராக இருக்கிறார். அவர் மடியில் தாமரை மலர்கள் போல உள்ளங்கைகள் மேலிருக்குமாறு கைகள் படிந்திருக்கின்றன. சடாமுடியை நாகம் பின்னிக் கொண்டிருக்கிறது. இரட்டைவட உருத்திராக்க மாலை காதிலிருந்து தொங்குகிறது. கருத்த மானின் தோல் உடலில் படிந்திருக்கிறது. அசைவில்லை. பார்வை அதோமுகமாகத் திரும்பியிருக்கிறது. அசையாத கண்மணிகளின் மேல் நிலையான புருவங்கள். அசைவற்ற இமைகள். மனம் சஞ்சலமற்ற நீர்ப்பரப்பு. மூச்சை அடக்கி, சுயத்திற் குள்ளான சுயத்தின் சாந்த நிரந்தரத்தை முழுதும் நோக்கிக்கொண்டிருக்கிறார்.

ஆலிஸ்: பயங்கரமாக இருக்கிறதே!

கம்பளிப்புழு: ஆனால் உலகின் தலைசிறந்த காதலரும் அவர்தான். அவருடைய காதலி பெண் தெய்வம் உமை – பொன்னிறமானவர். அவள் மார்பகத்தின் பாரத்தினால் சற்றே குனிந்திருக்கிறாள். உதிக்கும் சூரியனின் நிறம் அவளுடையது. தனது பூக்களால் வளைந்திருக்கும் கொடி போலக் காணப்படுகிறாள். சிவனை முத்தமிடுகிறாள். சிவன் அவளைத் தழுவிக் கொள்கிறார். உமையின் மார்பு சிவனின் மார்பில் கரைகிறது. உமையின் உடல் சிவனில் உருகி இணைகின்றது. சிவன் தன்னில் கரைகின்றார். பிரக்ஞை பிரக்ஞையில் இணைகிறது.

ஆலிஸ்: இன்னும் பயங்கரமாக இருக்கிறதே! அப்படியானால், விஷ்ணு யார்?

கம்பளிப்புழு: **பிரம்மா** உலகைப் படைக்கிறார் என்றால், **சிவன்** அழிக்கிறார் என்றால், **விஷ்ணு** காக்கிறார். கருநீலநிறம் – பருவகால மேகங்களின் நிறம் அவருடையது. அவர் கடந்த கடவுளாகவும் உலகின் வடிவமாகவும் இருக்கிறார். பூமியைத் தாங்கும் தூண் அவர்தான். நான்கு கைகள் உள்ளன அவருக்கு. ஒன்றில் சங்கு, இன்னொன்றில் சக்கரம், இன்னொன்றில் கதாயுதம், நான்காவதில் ஒரு தாமரை மலர். அவருக்குப் பத்து அவதாரங்கள். மச்சம் (மீன்), கூர்மம் (ஆமை), வராகம் (பன்றி), வாமனன் (குள்ளன்), நரசிம்மம் (மானிடச் சிங்கம்), பரசுராமன் (ஒரு வீரன்), **ராமன்**, **கிருஷ்ணன்**, புத்தர். எதிர்கால அவதாரம் **கல்கி**. அவர் வெள்ளைக்குதிரை மீது வருவார்.

ஆலிஸ்: புத்தர், விஷ்ணுவின் அவதாரமா?

கம்பளிப்புழு: இந்துக்கள் நோக்கிலிருந்து. இந்துக்கள் பௌத்த மதத்தை இந்தியாவிலிருந்து விரட்டிவிட்டார்கள், ஆனால் பெருமளவு பௌத்த தத்துவத்தை உள்வாங்கிக் கொண்டு புத்தரையே விஷ்ணுவின் உள்ளூர் அவதாரமாக்கி விட்டார்கள்.

விஷ்ணுவைப் பெரும்பாலும் **கிருஷ்ண, இராம** அவதாரங்களில் வணங்குகிறார்கள். **வான்மீகி** என்னும் கவிஞர் இயற்றிய இராமாயணம் என்னும் காவியத்தின் கதாநாயகன் இராமன். இராமன் தனது நாட்டை விட்டு வெளியேற்றப்பட்ட ஓர் அரசகுமாரன். அவன் மனைவி **சீதையை இராவணன்** என்னும் அரக்கன் கொண்டு சென்றுவிட்டான். **அனுமன்** என்னும் மந்திரம் தந்திரம் அறிந்த குரங்கின் உதவியால் இராமன் இராவணன் மீது போர் தொடுத்து சீதையை மீட்கிறான். ஹாலிவுட் படமான **ஸ்டார் வார்ஸ்**, இராமாயணக் கதையின் அடிப்படையில் அமைந்தது.

விஷ்ணுவின் இன்னொரு அவதாரம் கிருஷ்ணன். கருநீலநிறக் கண்ணன். இந்தியாவில் நன்கறியப்பட்ட நூலான **பகவத்கீதையில்** முக்கியப் பங்கு வகிப்பவன். **அர்ஜுனன்** என்னும் பெரும் வில்வீரனின் ரதசாரதி கிருஷ்ணன். எதிர்ப்படையில் தன் சொந்த உறவினர்களையும் ஆசிரியர்களையும் காணும் அர்ஜுனன், வில்லை எறிந்து போர்செய்ய மறுக்கிறான். போர்வீரன் என்னும் கடமைக்கும் இதய உணர்ச்சிகளுக்கும் இடையில் சிக்கித் திண்டாடுகிறான். கிருஷ்ணன் அர்ஜுனனைப் போரிடும்படி சொல்கிறான். ஏனெனில் கொல்வது அர்ஜுனன் அல்ல, கிருஷ்ணன் தான். மேலும் கொல்லப்படுவது அழியக்கூடிய உடல்தானே தவிர ஆன்மா அல்ல. ஆன்மா அழியாதது. அழிக்க முடியாதது.

ஆலிஸ்: சரி, பிரம்மா – படைப்புக் கடவுளைப் பற்றிச் சொல்லு.

கம்பளிப்புழு: பிரம்மாவா? யாவற்றையும் படைத்த உலகின் தலைவனான பிரம்மனை மந்திரங்களால் இந்துக்கள் வழிபடுகிறார்கள். ஒவ்வொரு திசையையும் நோக்கும் நான்கு முகங்களையுடைய நான்முகன். பிறவாதவன், பிறப்பை அறியாதவன். ஆனால் வடிவங்களின் பிரபஞ்சத்தைப் படைப்பவன். அதுதான் பிரபஞ்சத்தை உருவாக்குகிறது. அவன் பிரபஞ்சத்தைப் பிறப்பித்தாலும் தான் பிறப்பற்றவன். அவனுக்குத் தலைவன் இல்லை, தன்னை அறிந்தவன், தன்னையும் படைத்துக்கொள்பவன். தன் சக்தியால் தனக்குள் கரைந்துவிடுகிறான்!

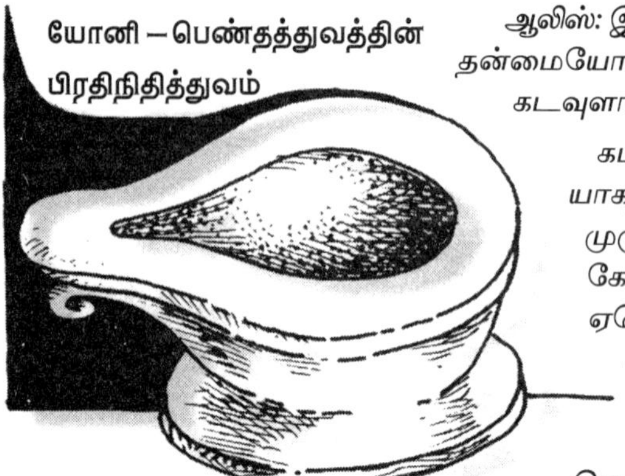

யோனி – பெண்தத்துவத்தின் பிரதிநிதித்துவம்

ஆலிஸ்: இது கொஞ்சம் நார்சிஸத் (தன்வியப்புத்) தன்மையோடு உள்ளது. மிகவும் பிரபலமான கடவுளா?

கம்பளிப்புழு: நீ கேட்பது வேடிக்கையாகத்தான் இருக்கிறது! இந்தியா முழுதுமே பிரம்மாவுக்கு ஒரே ஒரு கோயில்தான் மிஞ்சி இருக்கிறது. ஏனெனில், இந்துக்களுக்குப் பெண் கடவுள் தன் கருப்பையிலிருந்து பிரபஞ்சத்தை உற்பத்தி செய்வது என்னும் கருத்துதான் ஏற்றுக் கொள்ளக் கூடியதாக இருக்கிறது – ஓர் ஆண் இப்படிச் செய்வதைவிட. இந்துக்கள் பிரபஞ்சத்தின் கருவறையாக **மஹாதேவியை** – மாபெரும் பெண் தெய்வத்தை – வணங்குகிறார்கள்.

ஆலிஸ்: அப்படியானால், பெண் தெய்வங்களையும் இந்துக்கள் வணங்குகிறார்களா?

கம்பளிப்புழு: அவள் மூன்று வடிவங்களில் வணங்கப்படுகிறாள். **காளி, தேவி, துர்க்கை** என. வரலாற்றுக் காலத்திற்கு முந்தியிருந்தே – ஆரியர்களின் வருகைக்கு முன்னாலிருந்தே பெண் தெய்வம் பூக்கள், மணப்பொருட்கள் கொண்டு வணங்கப் பட்டு வந்திருக்கிறாள். சிந்துவெளி நாகரிகத்தில் அகழ்வாய்வாளர்கள், பெண் தெய்வ உருவங்களையும் லிங்க உருவங்களையும் தோண்டி எடுத்திருக்கிறார்கள். இது அந்தக் காலத்திலேயே பெண் தெய்வ வழிபாடு இருந்திருப்பதைக் காட்டுகிறது. வேதகாலத்தில் ஆண்வழித் தன்மைகொண்ட ஆரியர்களால் பெண் தெய்வ வழிபாடு ஒடுக்கப்பட்டிருக்கலாம். ஆனால் இந்திய விழுதுக் காலத்தில், ஆரியருக்கு முன்பிருந்த பெண் தெய்வங்கள், இந்துக் கடவுளரின் மனைவியராக உருப் பெற்றார்கள். பிரம்மாவின் மனைவி **சரஸ்வதி**. விஷ்ணுவின் மனைவி **லக்ஷ்மி**. சிவனின் மனைவி **பார்வதி**.

யோனியும் லிங்கமும் – ஆணும் பெண்ணும் பிணைந்த வடிவம்

சரஸ்வதியும் லக்ஷ்மியும் தங்கள் கணவன்மார்களின் நிழலாகவே உள்ளனர். அவர்களுடைய ஆண் தெய்வங்கள் முதலில் தோன்றினர், இவர்கள் அவர்களுக்கு நிழலாகத் தோன்றினர். சிவன் மனைவியான பார்வதி மட்டுமே தன்னளவிலான காமவுருவாக – ஆவுடையாராகக் – கவிதையிலும், தொன்மத்திலும், சடங்கிலும் வழிபடப்படுகிறாள்.

சிவனின் காதலியும் மனைவியுமான தேவி, **சக்தி** என்றும் கூறப்படுகிறாள். சக்தி என்றால் ஆற்றல். அவளை வழிபடுவோருக்கு **சாக்தர்கள்** என்று பெயர். உலகைப் படைத்துக் காக்கும், அசுரர்களை அழிக்கும் ஆற்றலை வழிபடுவோர் அவர்கள். அவர்களின் நூல்கள் தந்திர நூல்கள் (தந்திராஸ்) அல்லது மறைபொருள் கையேடு எனப்படுகின்றன. இவை சிலர் மட்டுமே புரிந்துகொள்ளக்கூடியவை. முழுவதும் பாலியல் குறியீடுகளை உள்ளடக்கியவை. பிரபஞ்சத்தின் பெண்மைத் தத்துவத்தை வழிபடும் அவர்கள், உள்ளொளி (ஞானம்) பெறுவதில் பௌதிக உடலின் முக்கியத்துவத்தை வலியுறுத்துகிறார்கள்.

தந்திர மரபுகளில் சிவனுக்கும் பங்குண்டு. அவர் தூய பிரக்ஞை. பிரபஞ்சத்தின் அடியில் என்றும் செயல்படாதிருப்பவர். அவருடைய காதலியும் ஆற்றலுமான சக்தியின்றி அவரால் இயங்கமுடியாது. சக்திதான் படைப்பாற்றல்.

சக்தியின் பிரபலமான வடிவம் **துர்க்கை**. **அணுகமுடியாதவள்**. மிகவும் அழகான வடிவம். ஆனால் இரத்தம் சொட்டும் ரூபம். போரை மிகவும் விரும்புபவள். நிறைவுபடுத்த இயலாக் கொடுமையானவள். ஈவிரக்கமின்றித் தன் பகைவர்களை நசுக்கி விழுங்குபவள். தன் வாகனமான சிங்கத்தின் மீதமர்ந்து போருக்குச் செல்பவள். அவளுடைய 20 கைகளில் சூலம், வில், அம்பு, கத்தி, வாள், பாம்புகள், இன்னும் பல ஆயுதங்களைத் தரித்திருக்கிறாள்.

ஆலிஸ்: எவ்வளவு கொடியவள்!

கம்பளிப்புழு: ஆனாலும் அவள் இனிய தாய். தன்னை நாடி வருவோர்க்குப் புகலிடம் அளிப்பவள்.

அவளுக்கு இன்னுமொரு கொடிய வடிவம் உண்டு: **காளி**. காளியின் நிறம் கருப்பு. விகாரமான, இரத்த தாகம் கொண்ட முகத்தை உடையவள். பாம்பைக் கழுத்து மாலையாக அணிந்திருக்கிறாள். அதில் மனிதத் தலைகளும் மண்டை ஓடுகளும் கோக்கப்பட்டிருக்கின்றன.

ஆலிஸ்: அப்படியானால் இத்தனை வடிவங்களிலும் தோன்றும் அவள் அருளே உருவானவளாகவும், பயங்கர மானவளாகவும் இருக்கிறாள் – அழிப்ப வளாகவும் பேணி வளர்ப்பவளாகவும்.

கம்பளிப்புழு: சக்தியின் ஒலிரூபமான **மந்திரங்களைத்** தாந்திரிக யோகிகள் உச்சரிக்கின்றார்கள். ஒவ்வொரு பெண்தெய்வத்துக்கும் ஒரு **பீஜ மந்திரம்** என்றழைக்கப்படும் விதை விதை அடிப்படையான மந்திரம் இருக்கிறது. அதுதான் அவர்களுடைய ஒலிரூபம்.

குண்டலினி யோகத்தில் இது ஒரு தாந்திரிகச் செயல்முறை – வழிபடுவோனின் சொந்த உடலுக்குள் வழிபாடு நிகழ்கிறது – சரியாகச் சொன்னால், சூட்சும உடலுக்குள். குண்டலினி என்றால் 'பாம்புபோல் சுருண்டிருக்கின்ற' என்று பொருள். தெய்விக சக்தி கொண்ட பெண்தெய்வம் குண்டலினி, இளந் தாமரையின் தண்டுபோல் பிரகாசிக்கிறாள், தன் வாலை வாய்க்குள் செலுத்தி வட்டரூபமாக இருக்கும் பாம்பின் வடிவத்திலிருக்கிறாள். முதுகுத் தண்டுவடத்தின் அடியில் அவள் பாதியுறக்கத்தில் ஓய்வுகொண்டிருக்கிறாள்.

மறைபொருளான தந்திர ஓவியங்கள், முதுகுத் தண்டின் அடியிலிருந்து தலையின் உச்சிவரை மெல்லிய ஆன்மிக தாரை செல்வதைக் காட்டுகின்றன. சுழிமுனை என்று சொல்லப்படும் இந்த நாடியில், ஆன்மிக ஆற்றலின் வடிவங்களான ஏழு சக்கரங்கள் உள்ளன. ஒவ்வொன்றிற்கும் தனித்தனி கடவுளர்கள் உள்ளனர். குண்டலினி யோகத்தில், குண்டலினி தேவதை சுழிமுனை நாடியின் வழியாக எழுந்து ஏழு சக்கரங்களையும் தனது தெய்விக ஆற்றலினால் எழுப்பிக்கொண்டு உச்சிக்குச் செல்கிறது. உச்சிச் சக்கரமான சஹஸ்ராரச் சக்கரத்தை (ஆயிரம்இதழ்த் தாமரை) அடையும்போது வழிபடுவோன் முழு உள்ளொளியை அடைகிறான். குண்டலினி யோகத்தை சாதகம் செய்பவர்கள் பிராணாயாமம், தியானம், சிலசமயங்களில் சடங்காசாரமான பாலியல் உறவு இவற்றின் மூலமாக நுட்பமான குண்டலியை எழுப்புகிறார்கள்.

இந்திய விழுதில், இந்துக்கள், ஜைனர்கள், பௌத்தர்கள் – யாவருமே கர்மம் அல்லது பழவினை என்பதில் நம்பிக்கை கொண்டிருந்தனர். விதி அல்லது வினை என்றால், நாம் விதைத்ததை அறுத்தாக வேண்டும் என்பதுதான். நமது சொந்த (கர்ம) வினைதான் நம்முடைய மறுபிறப்புக்குக் காரணமாக அமைகிறது. சம்சாரம் எனப்படும் பிறப்பு-இறப்பு-மறுபிறப்பு என்ற முடிவற்ற சுழலில் சிக்கவைக்கிறது. இலையின் ஓரத்தில் சென்றுவிட்ட கம்பளிப்புழு தன்னைச் சுருக்கிக் கொண்டு அடுத்த இலைக்கு நீட்டுவது போல, மரணத்தை நெருங்கும் ஓர் உயிர், தனது வினைப் பதிவுகளை ஏற்றுக்கொண்டு, உடலை விட்டு விட்டு, இன்னொரு புதிய பிறவிக்குத் தாவுகிறது. உனக்கு மனிதப் பிறவி எடுக்கும் அதிர்ஷ்டம் இருந்தால், முறையான தியானம், அன்பு, அறிவு, நற்பணிகள் உள்ளிட்ட யோகப் பயிற்சி மூலமாகவும் வினைப்பயனிலிருந்து விடுபடலாம். மறுபிறவியிலிருந்தும் சம்சார பந்தத்திலிருந்தும் விடுதலை அடையலாம். உள்ளொளி (ஞானம்) பெறலாம்.

ஆலிஸ்: ஆனால், அன்றாட வாழ்க்கை என்னாவது? அதாவது, எல்லோரும் சும்மா உட்கார்ந்துகொண்டு நாள்முழுவதும் யோகப் பயிற்சியில் ஈடுபட்டிருக்க முடியாதே!

கம்பளிப்புழு: இந்துமதம், தத்துவங்கள், சமயநடை முறைகள் பற்றிய நூல்களைக் கொண்டது மட்டுமல்ல, திருமணத்திலிருந்து குளியலறைக்குச் செல்வது வரை, அன்றாட நடைமுறைகளைக் கட்டுப்படுத்தக்கூடிய ஓர் வாழ்க்கை வழியுமாகும். நீ ஓர் இந்துவானால், நீ செய்யும் ஒவ்வொன்றும் பலவித விதிகளுக்கும் கட்டுப்பாடுகளுக்கும் உட்பட்டதாகும். இந்த **விதிகள்** எல்லாம் **தர்ம சாத்திரங்கள்** அல்லது **சட்ட நூல்கள்** என்னும் நூல்களில் தொகுக்கப்பட்டிருக்கின்றன. இவை மனித வாழ்க்கையின் நான்கு உறுதிப் பொருள்கள் (**புருஷார்த்தங்கள்**), நான்கு **நிலைகள்** (**ஆசிரமங்கள்**), நான்கு **வருணங்கள்** ஆகியவற்றை உள்ளடக்கியிருக்கின்றன.

வாழ்க்கையின் நான்கு உறுதிப்பொருள்கள் (புருஷார்த்தங்கள்)

1. **காமம்.** காமம் என்பது ஆசைகள், இன்பங்கள் ஆகியவற்றை உள்ளடக்கிய பகுதி. கவிதை படித்தலும் வரைதலும், ஓவியம் தீட்டுதல், இன்பக் கேளிக்கையில் ஈடுபடுதல் முதலியவை.
2. **அர்த்தம்.** அர்த்தம் என்றால் 'பொருள்' அல்லது 'வேலை'. நாம் யாவருமே இன்பத்தில் ஈடுபடுவதற்கு ஏதேனும் வேலையில் ஈடுபட்டுப் பொருள் ஈட்டத்தானே வேண்டியுள்ளது!
3. **தர்மம்.** தர்மம் என்றால் 'கடமை' அல்லது 'சட்டம்'. சமுதாயத்தில் கடைப்பிடிக்கப்படும் நடத்தை விதிகள் யாவும் தர்மம் என்பதில் அடங்கும்.
4. **மோக்ஷம்.** மோக்ஷம் என்றால் 'விடுதலை' அல்லது 'விடுபடுதல்'.

கம்பளிப்புழு: காமசூத்திர நூலில் சொல்லப்பட்டுள்ள ஒவ்வொரு நிலையையும் ஒவ்வொரு இரவும் ஒவ்வொரு காதலியுடன் நீ ஆராய்ந்திருக்கிறாய் என்று கொள்வோம். பகல்நேரங்களில் பணிபுரிந்து ஒரு பெரிய சொத்துள்ள தொழில் அதிபராக மாறி விடுகிறாய். நீ உன் சமூகத்தில் ஒரு கௌரவமிகுந்த உறுப்பினன். 20 வெவ்வேறு கழகங்களின், அறநிறுவனங்களின் மதிப்புறு தலைவன், திறப்புவிழாக்களிலும், மரணநிகழ்ச்சிகளிலும் கூட உரையாற்றுகின்ற மதிப்புக்குரிய பேச்சாளன், ஒவ்வொரு முக்கிய கிரகத்திலும், ஒவ்வொரு முக்கிய நகரத்திலும், ஒவ்வொரு முக்கியப் பூங்காவிலும், நீ ஆண் குதிரை மீது அமர்ந்திருக்கும் வெண்கலச் சிலை இருக்கிறது. இப்படியெல்லாம் இருந்தாலும் நீ திருப்தியடைவதில்லை.
'இன்னும் ஏதாவது
(அடைய வேண்டியது)
பாக்கியிருக்கிறதா?' என்று
கேட்கிறாய்.

இந்தக் கணத்துக்காகத்தான் முக்தி அல்லது மோட்சம் காத்திருக்கிறது. மீண்டும் மீண்டும் எதிரொலிக்கும் குரலில் அது விடையளிக்கிறது – 'ஆம்'. மோட்சம் என்பதுதான் நிஜமான வாழ்க்கை, எல்லையற்ற ஆனந்தம், எல்லையற்ற இருப்பு, எல்லையற்ற பிரக்ஞை. உனக்குள் உள்ள சுயத்தின் மாட்சிக்கு நீ விழித்தெழு. உள்ளொளியைப் (ஞானத்தைப்) பெறு. பிறப்பு-இறப்பு-மறுபிறப்புச் சுழலிலிருந்து விடுதலை பெறு. இதுதான் மோட்சம்.

ஆலிஸ்: அப்படியானால், வாழ்க்கையின் நான்கு நிலைகள் யாவை?

இதுதான் நிஜமான வாழ்க்கையா? சை! நான் ரொம்ப களைத்து போயிட்டேன்!

வாழ்க்கையின் நான்கு நிலைகள்

கம்பளிப்புழு: வாழ்க்கையின் நான்கு நிலைகளுக்கும் நான்கு **ஆசிரமங்கள்** என்று பெயர். அவை:

பிரம்மச்சரியம்: ஓர் ஆண் குழந்தைக்கு 8 முதல் 12 வயதுவரை ஆகும்போது அதற்குப் பூணூல் சடங்கு (உபநயனம்) நடத்தப் படுகிறது. அவன் தனது குருவின் வீட்டிற்குச் செல்கிறான். அங்கு 12 ஆண்டுகள் மனக்கட்டுப்பாட்டுடன், கல்வி கற்றுக்கொண்டே வசிக்கிறான்.

> 'ஆரிய இளைஞன் தன் குருவின் இல்லத்தில் வசிக்கட்டும். வேதங்களைக் கற்கட்டும். தெய்வங்களுக்கும் முனிவர்களுக்கும் நீரை அளிக்கட்டும். மாமிசம், தேன், வாசனைப் பொருள்கள், மாலைகள், பெண்கள், புளித்த உணவுகள், உயிர்களுக்கு இம்சை செய்தல் ஆகியவற்றைத் தவிர்க்கட்டும்.'

கிருஹஸ்தம்: கல்வியை முடித்த பிறகு அவனுக்குத் தன் வாழ்க்கையின் இரண்டாவது நிலைக்குச் செல்லவேண்டிய – குடும்பஸ்தனாக வேண்டிய காலம் வந்துவிடுகிறது. அவன் பெற்றோர்கள் சோதிடனுடன் கலந்தாலோசித்து, திருமணத்தை ஏற்பாடு செய்கிறார்கள். இந்த நிலையில் அவன் தன் குடும்ப, சமுதாயக் கடமைகள் அனைத்தையும் செய்கிறான், செல்வத்தைத் தேடுகிறான், கணவனாகவும், காதலனாகவும், தந்தையாகவும் ஆகிறான். இவன்தான் பிற மூன்று நிலையினருக்கும் பொருள் உதவி செய்பவன் ஆதலினால், கிருஹஸ்தனுக்கு (இல்லறத்தோனுக்கு) இந்து சமூகத்தில் மிகுந்த மரியாதை இருக்கிறது.

> 'சிறிய, பெரிய ஆறுகள் யாவும் கடலில் சென்று கலப்பதுபோல, எல்லா நிலைகளில் இருக்கும் மனிதர்களும் இல்லறத்தோனிடம் பாதுகாப்பு அடைகிறார்கள்'.

வனப்பிரஸ்தம் – வாழ்க்கையின் இந்த மூன்றாவது நிலையில், வயது முதிர்ந்த தம்பதியினர் காட்டில் வீடமைத்து, ஓய்வாக, உள்ளொளி அடைதலை அல்லது மோட்சமடைதலை நோக்கி முயற்சியை மேற்கொள்ளலாம்.

> 'ஓர் இல்லறத்தான் தனது தோல் சுருக்கமடைந்து, தலை நரைத்து, மகன்களின் மகன்களைக் கண்டுவிட்டால், அவன் காட்டிற்குச் செல்லலாம்.'

சந்நியாசம்: இலட்சிய பூர்வமாக, வாழ்க்கையின் இறுதிநிலை இது. தேடுபவன், இன்னும் தீவிரமான துறவு பூண்டு, இல்லம் அற்றவனாக, உடையையும் துறந்து, மோட்சத்தை மட்டுமே நாடுகின்ற துறவியாக மாறுகின்றான். பனிமூடிய இமயத்திலிருந்து வெயில் நிறைந்த தென்னிந்தியாவுக்குப் பருவகாலந்தோறும் பறந்துவரும் அன்னப்பறவை போல அவன் நிர்வாணமாக அலைந்து திரிகின்றான்.

'ஆழ்ந்த தியானத்தால், மிகவுயர்ந்த பரமான்மாவின் இயல்பையும், அது எல்லா உயிர்களிலும் இருக்கும் நிலையையும் அவன் அறிவானாக...'

ஆலிஸ்: சரி, நான்கு வர்ணங்கள் பற்றிக் கூறு.

நான்கு வருணங்கள்

கம்பளிப்புழு: வேதத்தை அடிப்படையாகக் கொண்டே ஜாதி அமைப்பு முழுவதும் அமைந்துள்ளது. முதலில் ஜாதியமைப்பு நெகிழ்ச்சி உடையதாகத்தான் இருந்தது. இந்தோ-இஸ்லாமியக் காலத்தின் போது அவை இறுகிவிட்டன.

ஜாதியமைப்பு ஒரு பெரிய கோபுர அமைப்பு போன்றது. அதன் உச்சியில் இருப்பவர்கள் பிராமண புரோகிதர்கள்.

1. மிக உயர்ந்த ஜாதி **பிராமணர்கள்** அல்லது புரோகிதர்கள். அவர்கள்தாம் சடங்குகளை நடத்துபவர்கள், வேதங்கள் என்னும் புனித நூல்களைக் கற்றறிந்தவர்கள்.

'கற்பித்தல், கற்றல், தனக்காகவும் பிறருக்காகவும் யாகம் செய்தல், தானம் அளித்தலும் பெறுதலும் ஆகிய ஆறு செயல்கள் பிராமணர்களுக்கு விதிக்கப்பட்டவை.'

2. அடுத்த உயர்ஜாதி **க்ஷத்திரியர்கள்.** போர்வீரர் வகுப்பு. இந்தக் குடும்பங்கள், நிர்வாகம், அரசு, இராணுவசேவை ஆகியவற்றைப் புரிந்தன.

'க்ஷத்திரியன் உலகமுழுவதையும் காக்க வேண்டும்!'

3. இந்தியாவின் எந்தக் கடைத்தெருவுக்கும் செல்லுங்கள், அங்கு ஏராளமான **வைசிய** இனத்தவர்களைக் காணலாம். முத்து, பவழம், உலோகங்கள், துணி, வாசனைப் பொருள்கள், சீரகம், இஞ்சி, மல்லி போன்ற உணவுக்கான நறுமணப் பொருள்கள் ஆகியவற்றின் மதிப்பறிந்தவர்கள். பலவகைப் பொருள்களின் சிறப்புகள், குறைகள் ஆகியவற்றைக் கூரறிவால் எடைபோடும் திறன்மிக்கவர்கள். எவ்விதம் இலாபம் ஈட்டலாம் என்பதில் வல்லவர்கள். தாம் வியாபாரம் செய்யும் பல்வேறு இனத்தவர்களின் மொழிகளையும் கிளைமொழிகளையும் அறிந்து வைத்திருப்பவர்கள்.

4. சூத்திரர்கள் என்பவர்கள்தாம் கடைச்சாதியினர். வேலைக்காரர்கள், குறித்த திறனற்ற உழைப்பாளர்கள்.

'வேதங்களைக் கரைகண்ட பிராமணர்களுக்கும், விருந்தோம்பலில் தலைசிறந்த இல்லத்தோர்களுக்கும் சேவைசெய்வதுதான் சூத்திரனின் கடமையாகும். அவனது சேவை அழகுபடுத்தலுக்கு இட்டுச் செல்கிறது.'

ஆனால் இவற்றிற்கும் கீழ் இன்னும் ஒரு சாதி இருக்கிறது: **அஸ்பர்சயா** எனப்படும் தீண்டத்தகாதவர்கள். மனித மலம், பிணம், இதுபோன்றவை தொடர்பான பணிகளைச் செய்பவர்கள், அசுத்தமானவர்கள் என்று கருதப்பட்டவர்கள், தூய்மையான உயர் சாதிகளாகக் கருதப்படுபவர்களிடமிருந்து தனிமைப்படுத்தப்பட்டவர்கள், தீண்டத் தகாதவர்கள்.

ஆலிஸ்: பெண்களின் நிலை என்ன?

மனு: 'தங்கள் தந்தைமார்கள், சகோதரர்கள், கணவர்கள், கொழுந்தர்கள் போன்ற எவரும் – தங்கள் நலத்தை விரும்பினால் – பெண்களை கௌரவத்தோடும் மரியாதையோடும் நடத்தவேண்டும். எங்கே பெண்கள் மதிக்கப் படுகிறார்களோ, அங்கே கடவுளர்கள் மகிழ்கிறார்கள். ஆனால் எங்கே அவர்கள் மதிக்கப்படவில்லையோ, அங்கே எந்தப் புனிதச்சடங்கும் பயன்தருவதில்லை'.

இந்தியத் தத்துவத்தின் ஆறு ஒழுங்கமைவுகள் (தரிசனங்கள்)

இந்திய விழுதில்தான் ஒளிபெற்ற ஆசிரியர்கள் 'இந்தியத் தத்துவத்தின் ஆறு செவ்விய ஒழுங்கமைவுகளை (தரிசனங் களை)' உருவாக்கினார்கள். இந்த ஆசிரியர்கள் சந்நியாசி களாகவும், துறவிகளாகவும், தனித்து வாழ்பவர்களாகவும், கடுநோன்பு மேற்கொண்டவர்களாகவும் இருந்தனர். தங்கள் போதனைகளை 'சூத்திரங்கள்' அல்லது 'காரிகைகள்' என்னும் வடிவில் எழுதிவைத்தனர். இந்த ஒழுங்கமைவுகள் (தத்துவங்கள்) அல்லது 'தரிசனங்கள்' (நேர்ப்பொருள் நோக்குநிலைகள்) புனிதநூல்களாக அளிக்கப்படவில்லை. மாறாக, அந்தப் போதனைகளின் உண்மைகளை ஞானத்தால் அறிந்த குருமார்களின் வாயிலாக அளிக்கப்பட்டன. அவர்கள் தாங்கள் அறிந்தவற்றின் சாராம்சத்தை மாணவர்களுக்கு அளித்தனர். இந்த ஆறு தரிசனங்களும் வேதங்களின் தலைமையை ஏற்கின்றன. இவற்றிற்குப் பொதுவான கலைச்சொற்களும் உள்ளன. ஆனால் அவற்றிற்கு ஒவ்வொரு தரிசனமும் தரும் பொருள் வேறுபடலாம். உண்மையறிவை எவ்விதம் அடைவது என்பதே ஒவ்வொரு தரிசனத்தின் குறிக்கோளுமாகும். உள்ளுணர்வினால் அறிதலே தலைமையானது. அதற்குக் கீழ்ப்பட்டதுதான் அறிவினால் அறிவது. இந்த தரிசனங்கள் யாவும் பௌத்த தத்துவத்திற்கு எதிரானவை. பிரபஞ்ச காலச் சுழற்சிகளை இந்த ஆறு தரிசனங்களும் பொதுவாகக் கொண்டுள்ளன. பெரும்பாலும் உள்ளொளியை (ஞானத்தை) நோக்கமாகக் கொண்டுள்ளன.

ஆலிஸ்: எங்கிருந்து வந்தன இவை ஆறும்?

கம்பளிப்புழு: வேதங்கள் தெய்விகப் பாக்களால் நிரம்பியவை என்பதை நினைவில் கொள். புத்தர் வேதங்களை கூர்மையான தர்க்கத்தினால் தாக்கினார். எனவே தங்கள் மரபைத் தர்க்கத்தின் வாயிலாகக் காத்துக்கொள்ள வேண்டும் என்று இந்துக்கள் விரும்பினர்.

நியாயம்

கம்பளிப்புழு: எனவே இந்தியத் தத்துவத்தின் முதல் சிந்தனைப் புலம் நியாயம் எனப்பட்டது தற்செயலன்று. **நியாயம் என்பது நேரான அல்லது நியாயமான விவாதத்தின் மூலம் முடிவுகளை அடையும் அறிவியல்.** அறியும் பொருளை அணுகுவதற்குரிய சரியான அணுகுமுறையை அது அளிக்கிறது. அறிவை அடைதலுக்குச் சரியான வழிகளையும் அளிக்கிறது.

இவற்றுள் **உள்ளுணர்வால்** அறிதல் அல்லது நேரடிப் புலனுணர்வால் அறிதல் என்பதுதான் உயர்ந்த முறை. அடுத்தது **உய்த்தறிதல்**. இதில் விதிப்பயன்படுத்து நிலை, விதிவருநிலை ஆகிய இருவகை தர்க்கங்களும் அடங்கும். அடுத்தது ஒப்பிடுதல். கடைசி, நம்பிக்கைக்குரிய ஆசிரியரிடமிருந்து மேற்கோள் ஏற்றல் (**பிரமாணம்**).

நியாய அடிப்படையிலான தர்க்கத்தில் ஐந்து பகுதிகள் உண்டு:

கருதுகோள்: நான் தொடுவது ஒரு யானையாக இருக்கலாம்.

காரணம்: அதன் முகப்பகுதியின் இரு மேட்டுவளைவுகளையும் நான் உணர்கிறேன்.

உதாரணம்: முகப்பகுதியில் இருமேட்டுவளைவுகள் இருந்தால் அது ஒரு யானை.

பயன்பாடு: நான் தொடும் இப்பிராணிக்கு இருமேட்டு வளைவுகள் உள்ளன.

முடிவு: எனவே நான் தொடுவது யானையைத்தான் என்பது உறுதியாகிறது.

நியாய அடிப்படையில் யூகித்தல், ஓர் உலகளாவிய தொடர்பைப் பொறுத்தது. எடுத்துக்காட்டாக, இந்தியாவில் யானைகள் இருமுக வளைவு களைக் கொண்டுள்ளன என்பது பொது.

ஆலிஸ்: ஓ, நேரடிப் **புலனுணர்வால் அறிதல் தர்க்கரீதியான அறிவைவிட** எப்படித் துல்லியமானது என்பது புரிகிறது.

வைசேடிகம்

கம்பளிப்புழு: **வைசேடிகம்** என்பது இரண்டாவது சிந்தனைப் புலம். யதார்த்தம், மிகச் சிறிய பொருட்களால் – அணுக்களால் ஆனது என்று கூறும் **அணுத் தத்துவம்** இது. இவை ஒரு பொதுவான ஆன்மிக மூலத்திலிருந்து வருபவை அல்ல, தனித்தனியானவை. வைசேடிகம் என்றால் விசேஷமானது, 'சிறப்பான தனிப்பண்பு' கொண்டது என்று பொருள். இது பௌதிக, அபௌதிக இரு நிலைகளையும் சார்ந்த சிந்தனை. பௌதிகப் பிரபஞ்சம், நான்கு வகை **அணுக்களால்** ஆனது – மண், நீர், தீ, காற்று என்பன அவை.

புலனுறுப்புகள் உடல் அல்லது மனம் சார்ந்த பிரக்ஞையில் எழுவதில்லை. அதனால் ஆன்மா என ஒன்று இருக்கவேண்டும் என்று வைசேடிகம் வாதிடுகிறது. வைசேடிக சூத்திரத்தை எழுதிய **கணாதர்** கடவுள் பற்றிக் குறிப்பிடவில்லை. ஆனாலும் அணுக்கள் தாங்களாகவே ஒரு யானையாகவோ பெண்ணாகவோ அறிவார்த்தமாக அமைத்துக்கொள்ள இயலாது. ஆகையால் கடவுள் தேவை என்றனர் நியாயவாதிகள்.

சாங்கியம்

சாங்கியம் என்பது மூன்றாவது சிந்தனைப் புலம். 'எண்ணியறிதல்' என்பது சாங்கியம் என்பதன் பொருள். சாங்கிய தத்துவத்தின் இரு முக்கிய போதகர்களான **கபிலர்**, **ஈசுவரகிருஷ்ணர்** இருவரும், நாம் இருமையாகப் பிளவுபட்ட – ப்ரக்ருதி என்றும் புருடன் என்றும் பிரிந்த – உலகில் வாழ்கிறோம் என்றனர். **ப்ரக்ருதி** என்பது **ஆதிப் பொருள். புருடன்** என்பது **ஆன்மா.** இவை நிஜமானவை; தனித்தனியாக இயங்குபவை. இவை ஒன்று சேரும்போது எண்ணிக்கை முறையிலான தொடர்ச்சியில் வெளிப்பாடு நிகழ்கிறது.

முதல் வெளிப்பாடு, **புத்தி (அறிவு).** இதைத் தொடர்வது **அஹங்காரம்** (தான் என்பதை உருவாக்குவது அல்லது **சுயம்**). பிறகு தோன்றுவது **மனம்** அல்லது உள்ளம். அதற்குப் பிறகு **ஐம்புலன்கள்** தோன்றுகின்றன. பிறகு **ஐந்து வித செயல்களுக்கான** – செய்கை, இயக்கம், பற்றிப் பிடித்தல், சந்ததி உற்பத்தி, கழிவு வெளியேற்றம் என்பதற்கான – **ஆற்றல்கள்** ஏற்படுகின்றன. பிறகு பௌதிகப் பிரபஞ்சத்தின் ஐந்து கூறுகள் ஏற்படுகின்றன – ஆகாசம், காற்று, தீ, நீர், மண்.

ப்ரக்ருதி அல்லது ஜடப்பொருள் [பருப்பொருள்] முழுவதையும் வியாபித் திருப்பவை **மூன்று குணங்கள் – ராஜஸம், தாமஸம், சத்துவம்.** ராஜஸம் என்பது செயலூக்கமிக்கது. சிவப்பு ஸ்போர்ட்ஸ் காரில் அமர்ந்து அதோ சில்லி பெப்பர் சாப்பிடுகிறானே அவன்தான் ராஜஸம். சத்துவம் என்பது தூய்மை. பாலைக் குடித்து தியானத்தில் ஆழும் யோகி இதற்கு எடுத்துக்காட்டு. தாமஸம் என்பது மந்தகுணம். புற்றுநோயாளி, மாமிசம் சாப்பிட்டுக்கொண்டு அமர்ந்திருக்கிறானே அவன்தான்.

இருந்தாலும் உடலோ மனமோ தனித்தன்மை உடையதல்ல. தனிநிலை உடையது **புருஷன்.** அமைதியாக, நிரந்தரமாக, சாந்தியுடன் இருக்கும் சுயம்தான் அது.

உள்ளொளி (ஞானம்) பெறாதவர்க்கு புருஷன் அல்லது சுயமானது, ப்ரக்ருதி அல்லது ஜடப்பொருளுடன் எல்லாவிதங்களிலும் கலந்துவிடுகிறது.

ஞானம் பெற்றவனிடம், புருஷனும் ஜடப்பொருளும் [பருப்பொருள்/ *மேட்டர்*] எண்ணெயும் நீரும் போலப் பிரிந்து நிற்கின்றன.

சாங்கியத்தில் மோட்சத்தை அடையும் வழி அறிவின் வாயிலாகத்தான்.

யோகம் (யோகா)

யோகம் இந்திய தத்துவத்தின் நான்காவது சிந்தனைப் புலம். புருஷன் ஜடப் பொருளினின்றும் வேறுபட்டது என்பதை நடைமுறையில் அறியும் வழியாகத் திகழ்வது யோகம். பதஞ்சலி என்பவர்தான் யோக முறையை உருவாக்கியவர். இதைப் பற்றி முன்பே பார்த்தோம். ஆயினும் அதன் வேர்கள் வரலாற்றில் அதற்கு முன்பே ஆழப்பதிந்துள்ளன.

மீமாம்சை

ஐந்தாவது சிந்தனைப் புலம் **மீமாம்சை** என்பது. வேதங்கள்தாம் அறிவின் ஒரே மெய்யான ஆதாரம் என்று மீமாம்சை போதிக்கிறது. வேதங்களில் சொல்லப்பட்டுள்ள சடங்குகள்தாம் ஸ்வர்க்கத்தை அடையும் வழி.

வேதாந்தம்

வேதாந்தம் என்பது ஒருமைத் தத்துவம். **உபநிடதங்களில்** இச்சிந்தனை வளர்க்கப் பட்டுள்ளது. வேதாந்தம் என்றால் வேத-அந்தம், வேதத்தின் முடிவு. உபநிடதங்களின் ஆன்மிக, தத்துவச் சிந்தனைகளை விதந்துரைக்கிறது. **வேதாந்த சூத்திரம் அல்லது பிரம்மசூத்திரம்,** மீயுயர் மெய்ம்மையான பிரம்மத்தின் இயல்பை விவாதிக்கிறது. ஏனெனில் ஒவ்வொரு சூத்திரத்திலும் சுருக்கமாக, இரண்டு மூன்று வார்த்தைகள் தான் இருப்பதால், இதற்கு உரை தேவைப்படுகிறது. முக்கியமான மூன்று உரையாசிரியர்கள் **சங்கரர், இராமானுஜர், மத்வர்.**

சங்கரர் *(கி.பி. 788-822) இருமையற்றத் (ஒருமைத்) தத்துவத்தின்* **– அத்வைத** *வேதாந்தத்தின் தலைமைச் சிந்தனையாளர்.*

ஆலிஸ்: அத்வைதமா? இருமையற்றதா? இதற்குப் பொருள் என்ன?

கம்பளிப்புழு: பிரபஞ்சத்தில் ஒரே ஒரு பொருள்தான் உண்டு என்பது இதன் அர்த்தம். மெய்ம்மை என்பது ஒன்றுதான். பிரம்மம் இருமை அன்று.

ஆலிஸ்: அப்படியானால், உலகத்தின் பொருட்கள் என்ன ஆவது? அவை இல்லையா?

கம்பளிப்புழு: **அறியாமையினால்** *தான் அவை இருப்பதாகத் தோன்றுகின்றன. ஒரு பெண்கள் கூட்டத்தை நோக்குகிறாய் என்று வைத்துக்கொள்வோம். நீ அதைப் பெண்கள் கூட்டம் என்று நினைக்காமல் அது யானை என்று நினைத்துக் கொள்கிறாய்! அதனால் அந்த யானை உன் தர்ப்பூசணிப் பழங்களை மிதித்துவிடக்கூடாது என்று பிரார்த்திக்கிறாய். ஆனால் உன்னுடைய செயலும் அறிவும் அறியாமையினால் விளைந்தவையாக உள்ளன. அறியாமையின் இன்னொரு பெயர்* **மாயை.** *பொய்த் தோற்றம்.* **அங்கே யானை இல்லை!** *பெண்கள் கூட்டம்தான் இருக்கிறது.*

உண்மையை அறிய, அறியாமையை விலக்கவேண்டும். மாயையின் கற்பனைப் பொய்த்தோற்றத்தால் தான் உலகம் இருப்பதுபோல் தோன்றுகிறது.

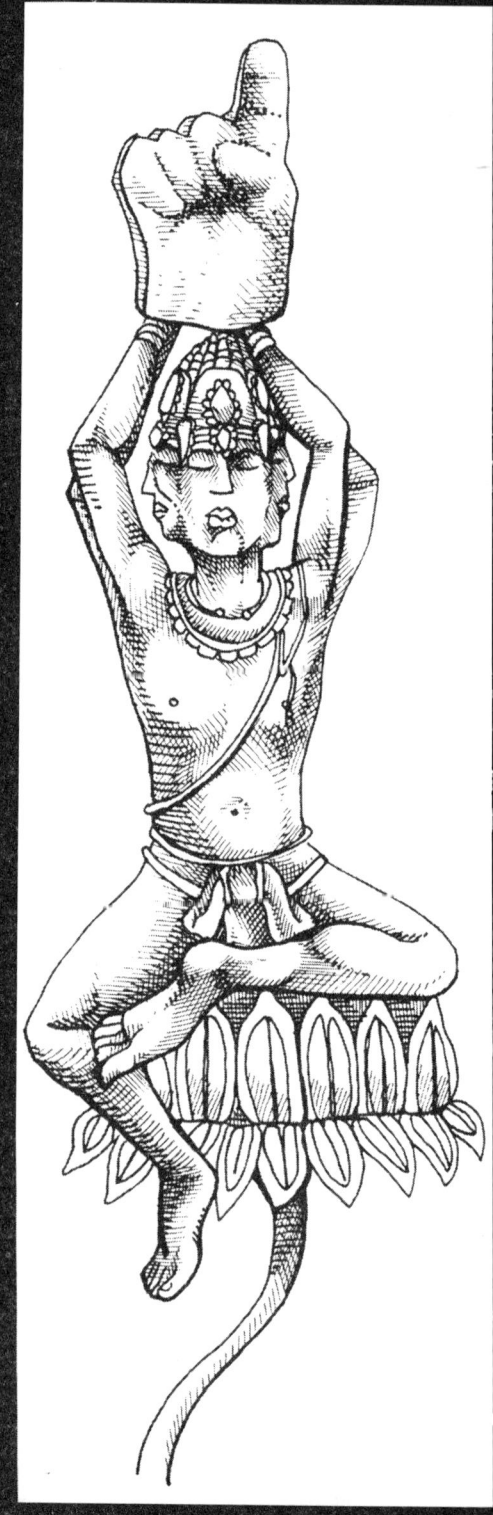

> தனித்த சுயத்தின் சாராம்சம், ஆன்மா என்பதும் பிரபஞ்ச சுயத்தின் சாராம்சமாகிய பிரம்மம் என்பதும் ஒன்றுதான். சரியான அறிவு அல்லது ஞானயோகத்தின் வாயிலாக நாம் பிரம்மத்தை அறியமுடியும்.

வேதாந்தத்தின் இன்னொரு பெரும் ஆசிரியர் 11ஆம் நூற்றாண்டைச் சேர்ந்த இராமானுஜர். அவர் விஷ்ணுபக்தர், பல கோயில்களைக் கட்டினார். எவ்வளவு உயர்ந்த நிலையில் ஒருவன் இருந்தாலும் அவனவனுக்கென்று ஒரு தனிப்பட்ட கடவுள், அவனுக்கு மேலானவர், அவன் வழிபடுபவர் உண்டு என்றார் அவர். எனவே வழிபடுபவனின் சுயம் வேறு, கடவுள் வேறு. கடவுளில் சுயத்தைக் கரைத்துவிட இயலாது. ஆயினும் கடவுளை வழிபடும் பல சுயங்களும், அவை இருக்குமிடமும் பிரம்மம் அல்லது கடவுளை அன்றி வேறொன்றுமல்ல. கடவுளின்றி அவற்றுக்குத் தனி இருப்பில்லை. ஆனால் தனிப்பட்ட குணங்கள் இன்றிக் கடவுளை அறிய இயலாது. எனவே **தனிப்பட்ட** கடவுளுக்கு அவசியம் நேர்கிறது. எனவே இராமானுஜர் விசேஷமான **அத்வைதத்தை – விசிஷ்டாத்வைதத்தை** (சிறப்பான இருமையற்றதை) போதிக்கிறார். இதில் ஒரு தனிப்பட்ட கடவுளை நேசிப்பதன் வாயிலாக விடுதலை கிடைக்கிறது.

வேதாந்தத்தின் மூன்றாவது முக்கிய போதகர் **மத்வர் (*1197-1276*)**. அவர் இருமைத் தத்துவத்தை போதித்தார். மத்வருக்கு 'வேறுபாடு', 'சார்ந்திருத்தல்' என்பன முக்கிய வார்த்தைகள். அன்றாட வாழ்க்கையிலும்கூட, ஒவ்வொரு பொருளும் இன்னொன்றைச் சார்ந்தே இருக்கிறது. கணவன், மனைவியைச் சார்ந்திருக்கிறான். மரங்கள் மழையைச் சார்ந்திருக்கின்றன. மத்வர் கருத்தின்படி, ஜடப்பொருளும் [பருப்பொருள்] ஆன்மாவும், கடவுளைப் போன்றே நிரந்தரமானவை என்றாலும் அவனைச் சார்ந்தவை. எந்த இரு பொருட்களும் ஒரேமாதிரி இருப்பதில்லை. ஒவ்வொன்றையும்விட இன்னொன்று வேறுபட்டே இருக்கிறது. ஐந்துவித வேறுபாடுகள் உள்ளன:

- **கடவுளுக்கும் ஆன்மாவுக்கும் இடையில்.**
- **கடவுளுக்கும் ஜடப்பொருளுக்கும் இடையில்.**
- **ஆன்மாவுக்கும் ஜடப்பொருளுக்கும் இடையில்.**
- **ஒவ்வொரு ஆன்மாவுக்கும் இடையில்.**
- **ஒவ்வொரு ஜடப்பொருளின் வடிவங்களுக்கும் இடையில்.**

மத்வர் கருத்தின்படி, ஒருவன் தனது செயல்களிலிருந்து விடுபட்டு பற்றற்ற நிலை அடைவதும், கடவுள் மீது தொடர்ச்சியான பற்றும்தான் மோட்சத்திற்கு அல்லது ஞானத்திற்கு வழி. கொஞ்சம் கொஞ்சமாக, புனித நூல்களைப் படிப்பதன் வாயிலாக, ஒருவன் கடவுளின் குணங்களைப் பற்றி அறிந்துகொள்ள முடியும். கடவுள்தான் ஒரே சார்பற்ற மெய்ம்மை என்பதை அறியவும் முடியும். கடைசியாக, கடவுளின் கருணையினால், பக்தன் கடவுளின் தரிசனத்தை அடைகிறான்.

ஆலிஸ்: சரி, பிறகு என்ன நடந்தது?

கம்பளிப்புழு: இந்தியா மீது மீண்டும் படையெடுப்பு.

இந்திய-இஸ்லாமிய விழுது (ஏறத்தாழ கி.பி.1200-1757)

இந்தப் பகுதியில் முஸ்லிம் படைகள் வட இந்தியாவின் பெரும்பகுதியில் படை யெடுத்தன. அவர்களுடன் அரபு, யூத, கிறித்துவ, கிரேக்க, பைசாண்டிய பண்பாட்டுச் செல்வாக்குகளையும் ஏற்றதொரு நாகரிகத்தைக் கொண்டுவந்தார்கள். இந்து மரபுகளுக்கும் இஸ்லாமிய மரபுகளுக்கும் ஏழாம்பொருத்தம். இதைவிட மோசமான பொருத்தம் இருக்க இயலாது. இந்துக்கள் பல கடவுளர்களை வணங்கிவந்தார்கள், இந்து சமூகமோ பிராமணர்களை மேலே கொண்ட கோபுரவடிவில் அமைந்த ஒன்று.

இஸ்லாமியர்கள் குர்ஆனில் வெளிப்படுத்தப்பட்டபடி ஒரே கடவுளை நம்புபவர்கள் – அல்லாஹ். முஸ்லிம்கள் உட்பட எல்லா மக்களும் சமமானவர்கள், அல்லாஹ் ஒருவனுக்கே பணிய வேண்டும். இந்து-இஸ்லாம் ஆகிய இரு மரபுகளும் ஒருங்கே வாழ்ந்தன. ஆனால் பலத்த வெறுப்புகளும் பரஸ்பர அவநம்பிக்கைகளும் இல்லாமல் இல்லை. இருப்பினும் சூஃபி முஸ்லிம்களும், இந்துக்களும், பௌத்தர்களும் ஊடாட்டம் புரிந்தார்கள், பிற மதத்தவர் கோயிலுக்குச் சென்றார்கள். நல்ல விளைச்சலுக்கென ஒருவர் பிறருடைய கடவுளர்களையும்கூட வணங்கினார்கள். இசை, நடனம், கட்டடக்கலை, ஓவியம் ஆகிய கலைகளில் சிந்தனைகளைப் பரிமாறிக்கொண்டார்கள்.

படையெடுத்து வந்தோருக்கு அமைதியான பௌத்த மடங்கள் எளிதில் தாக்குவ தற்கான இலக்குகளாக இருந்தன. இந்தியாவில் இருந்த கொஞ்ச நஞ்சம் பௌத்தர்களும், இதுவரை இந்துமதத்தினால் உட்செரிக்கப்படாதவர்களும் இல்லாமற்போயினர். முஸ்லிம் ஆதிக்கத் தலைவர்களிடமிருந்து தங்களை வேறுபடுத்திக்கொள்ள, இந்துக்கள் இன்னும் அதிகமாக இந்துத் தன்மையை மேற்கொண்டனர். சைவ உணவுப்பழக்கத்தை விடாப்பிடியாகக் கைக்கொண்டனர். அஹிம்சையை வற்புறுத்தினர். பசுக்களை வணங்குவதை வலியுறுத்தினர்.

இந்தியப் போர்க்கலைகளில் பயிற்சிபெற்ற நிர்வாண சாமியார்கள் அடங்கிய போர்க் குழுக்களையும் இந்துக்கள் உருவாக்கினர். அவர்கள் திரிசூலங்களை ஏந்திச் சென்றனர். பௌத்த மடங்களை முஸ்லிம் (ஏன், இந்துத்) தாக்குதல்களி லிருந்தும் காத்தனர். ஆனால் மதத்துறையில் இக்காலப் பகுதியில் உருவான முக்கிய நிகழ்வு பல்வேறு பக்திக் குழுக்களின் தோற்றம்தான். தென்னிந்தியாவில் தமிழ்க் கவிஞர்கள் நாயன்மார்களாகவும் ஆழ்வார்களாகவும் சைவ வைணவ பக்தி மார்க்கங்களை வளர்த்தனர்.

கன்னட நாட்டில் லிங்காயத்துகள் என்போர் (சிவனின் லிங்க மாதிரிகளைக் கழுத்தில் அணிவோர்) வளர்ச்சி பெற்றனர். இஸ்லாமிய ஞான மார்க்கத்தவரான சூஃபிகள் முதலியோரின் உறவினால் இந்து பக்தி மார்க்கங்களும் வளர்ச்சியடைந்தன.

கபீர்

இந்து, முஸ்லிம் பக்தி மார்க்கங்கள் ஒன்றையொன்று சுவீகரிக்கவே செய்தன. கவிஞர் **கபீர்தாசர்**, தமது ஆன்மஞானக் கவிதைகளில் இந்து, முஸ்லிம் இரண்டு கூறுகளையும் வெளிப்படுத்துகின்றார்:

நாவிதன் கடவுளைத் தேடினான்
வண்ணாத்தியும் தச்சனும்கூட தேடினர்.
ரைதாஸூம்கூட கடவுளைத் தேடினான்.
ஸ்வபாச்ச ரிஷி ஜாதியில் தோல்தொழிலாளி.
இந்துக்களும் முஸ்லிம்களும் ஒருங்கே இறுதியை அடைந்தனர்,
அங்கு எவ்வித வேற்றுமையும் இல்லை.

கபீர் இந்து-முஸ்லிம் இரு மரபுகளையும் கடந்தவர். கோயிலுக்கும் சொந்தமில்லை, மசூதிக்கும் உறவில்லை என்று தம்மைப்பற்றிக் கூறியவர். ஜாதி வேற்றுமைகளுக்கு அப்பால் மனிதநேயத்தை (அன்பை) அடிப்படையாகக் கொண்ட மதத்தைப் போதித்தவர்.

சீக்கியம்

குருநானக் சீக்கிய மதம் என்ற ஒன்றைத் தோற்றுவித்தார். அதில் இந்து-முஸ்லிம் இரண்டின் கூறுகளையும இணைத்தார். இந்தியாவில் இந்துக்களுக்கும் முஸ்லிம்களுக்கும் இடையில் நிகழ்ந்த இடைவிடாத வன்செயலைக் கண்டு நொந்து, கடவுள் எல்லையற்றவர், அவரை உண்மையான குருவின் கருணையினால் காணலாம் என்று போதித்தார்.

துறவுநெறி கடவுளுக்கு இட்டுச் செல்வதில்லை என்றும் நானக் நம்பினார். மனிதன் நன்கு உழைக்கவேண்டும், கடவுளின் பெயரை உச்சரித்துக்கொண்டே இருக்க வேண்டும், தர்மம் செய்ய வேண்டும். கடவுளின் பார்வையில் அனைவரும் சமம் என்பது அவர் கருத்து.

ஆலிஸ்: ஆகவே காலப் போக்கில் இந்துமதம்- இந்தியாவில் நுழைந்த ஒவ்வொரு வரலாற்று, தத்துவ அலைக்கும் ஏற்ப மாறிக் கொண்டே வந்திருக்கிறது அல்லவா?

கம்பளிப்புழு: அது உண்மை தான். இந்துமதம் மீண்டும் மாறியது – இன்னொரு முறை படையெடுப்பு நிகழ்ந்தபோது.

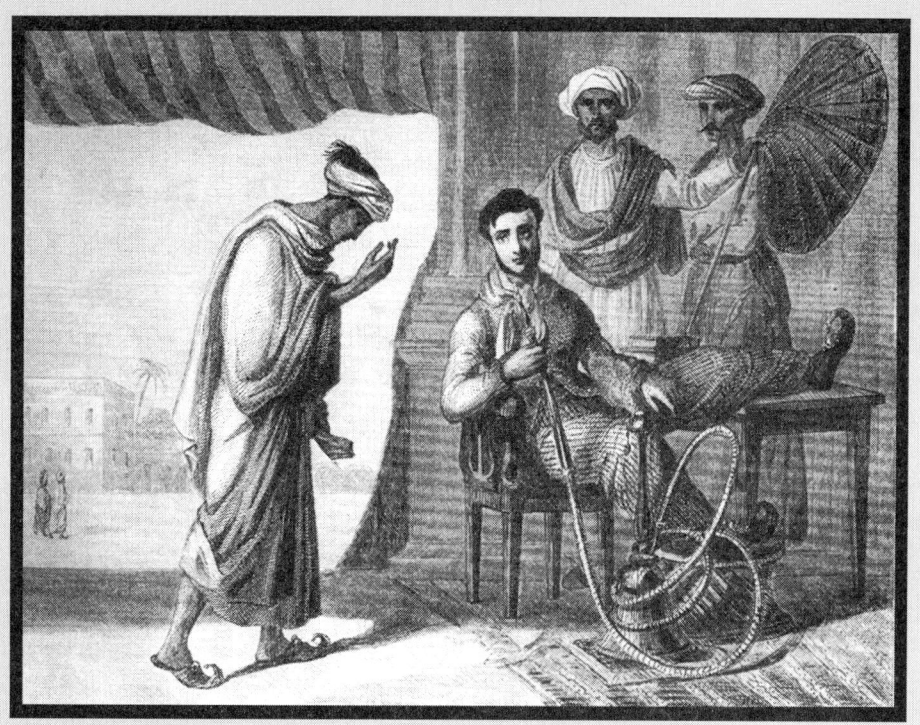

இந்திய-ஆங்கில விழுது (கி.பி.1757-தற்காலம் வரை)

இந்தியாவை ஆக்கிரமித்தபோது, பிரிட்டிஷ்காரர்கள், பெண்களை நடத்தும் விதம் கண்டு திகைத்துப்போனார்கள்: இந்திய இளம் விதவைகள் தங்கள் கணவன்மாருடைய சிதைகளில் உடன்கட்டை ஏறினார்கள், இளம்பெண்களை முதிய ஆண்களுக்குத் திருமணம் செய்து கொடுத்தார்கள், இந்து ஆண் ஒருவன் எத்தனை பெண்களை வேண்டுமானாலும் திருமணம் செய்துகொள்ளலாம், பெண்குழந்தைகள் பெரும்பாலும் பிறந்தவுடனே கொல்லப்பட்டன. பிரிட்டிஷ் காரர்கள் தங்களுடன் அவர்களுடைய கல்விமுறை, சட்டமுறை, கிறித்துவ மதம் இவற்றையும் கொண்டுவந்தார்கள். இன்றைக்கு இந்தியாவில் 2.5 சதவீதம் மட்டுமே கிறித்துவர்கள் உள்ளனர். கிறித்துவ சமயப் பணியாளர்களையும் அவர்களுடைய மதம்மாற்றும் போக்கையும் இந்துக்கள் வெறுத்தாலும், அவர்களின் சீர்திருத்த, பணித்திட்ட நோக்கினைத் தன்னுள் ஈர்த்துக் கொண்டது இந்துமதம். இரண்டுவிதமான இந்து சமயக்குழுக்கள் இக்காலப்பகுதியில் எழுச்சி பெற்றன.

நவ-இந்து சீர்திருத்த இயக்கங்கள்

முதல் குழு, இந்து முறைகளைச் சீர்திருத்தம் செய்ய முனைந்தது – ஜாதியமைப்பு, பெண்களை மேலாக நடத்துதல், சீர்திருத்தக் கிறித்துவர்களின் மதமாற்ற முறைகளைக் கையாண்டு தங்கள் வகை இந்துசமயத்தைப் பரப்புதல். ஆங்கிலேயர்களிடமிருந்து இந்தியா விடுதலை பெறுவதையும் இந்த இயக்கங்கள் ஆதரித்தன.

இம்மாதிரி இயக்கங்களில் ஒன்றுதான் **ராம் மோஹன் ராயின் பிரம்ம சமாஜம் (கடவுளின் சமூகம்)**. ராய், வேதங்களை நம்பினார். ஆனால் கிறித்துவ மேலாண்மை யாளர்களைப் பின்பற்றி, ஒரே கடவுளை அடிப்படையாகக் கொண்ட இந்து மதத்தைப் போதித்தார்.

இதுபோன்ற இன்னொரு அமைப்பு **கேசவ சந்திரசேனரின் பிரார்த்தனை சமாஜம் (வழிபாட்டுச் சமூகம்).** கிறித்துவர்களைப் பின்பற்றி, அவர்களைப் போன்ற இந்து வழிபாட்டுக் குழுவினரை உருவாக்கினார்கள். மேற்கத்திய செல்வாக்கிற்கு எதிரான பிற்போக்கு அடித்தளத்தைக் கொண்டது **தயானந்த சரஸ்வதியின் ஆரிய சமாஜம்.** இந்து வேதங்கள் மட்டுமே உண்மையான வழி எனக் கூறியது இது. **சுவாமி விவேகானந்தர்** நிறுவிய **இராமகிருஷ்ண மிஷன்** (சமயநிறுவனம்), இன்றுவரை பள்ளிகள், கல்லூரிகள், மருத்துவமனைகள் முதலியவற்றை நடத்தி வருகிறது. அமெரிக்காவிலும் ஐரோப்பாவிலும் இதன் கிளைகள் உள்ளன.

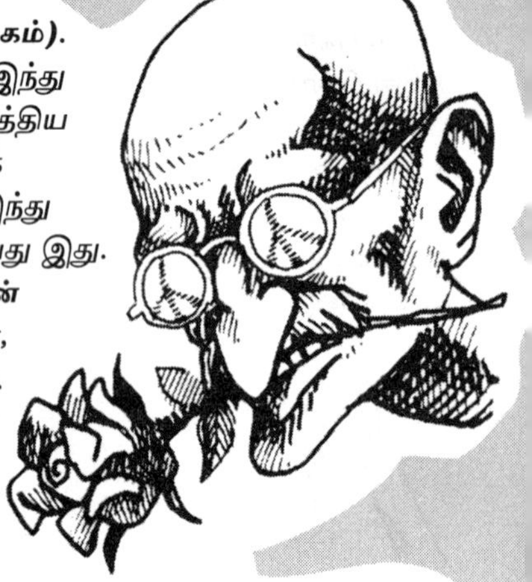

மகாத்மா காந்தி, சமயக்குழு ஒன்றைத் தொடங்க வில்லை ஆனாலும், பிரிட்டிஷ்காரர்களுக்கு எதிராக அஹிம்சை முறையிலான எதிர்ப்புத் தந்திரத்தை வகுத்து அரசியல் ரீதியாக இந்தியா சுதந்திரம் பெறுவதற்குப் பாடுபட்டார்.

நவ-இந்து சர்வதேச இயக்கங்கள்

டிமோதி லியரி, தைலமும் காமமும் நாற்றமடிக்கும் ஹிப்பிப் பெண்கள், 'உன்னை உசுப்பிவிட **விரும்புகிறேன்**' என்று அரற்றுகின்ற ஜான் லெனன், **மஹரிஷி** என்று பெயர்பெற்ற, கையில் பூக்களை வைத்திருக்கும் குரு, இப்படித்தான் காட்சியளித்தது காதல் கோடைத் திருவிழா, 1968இன் கோடைகாலத்தில். பின்னர் ஹிப்பிப் பெண்கள், ஹிப்பி களாகவும் இல்லை, டிமோதி லியரியும் ஜான் லெனனும் இறந்துபோனார்கள், ஆனால் இன்னும் மஹரிஷி மட்டும் ஹாலந்தில் வேத முறைப்படி வடிவமைக்கப்பட்ட தமது வீட்டில் இருந்து கொண்டு சர்வதேச தியானப் பேரரசை மகிழ்ச்சியாக ஆண்டு கொண்டு இருக்கிறார்.

வாழ்க்கை அருள் நிறைந்தது!

1959இல் அவர் உருவமைத்த ஆழ்நிலை தியான இயக்கம் *(ட்ரான்செண்டெண்டல் மெடிடேஷன்)* பல கோடிக்கணக்கான பின் தொடர்வோரைக் கொண்ட பெரும் பேரரசாக உருவெடுத்தது. இந்தியாவில் மட்டும், 65,000 பள்ளிமாணவர்கள் மந்திர அடிப்படையிலான ஆழ்நிலை தியான முறைகளைக் கையாளுகிறார்கள். உலகில் இதைப் பின்பற்றுவோரில் மார்கரெட் தாட்சர், மொசாம்பிக் குடியரசுத் தலைவர் போன்ற முக்கியத் தலைவர்கள் உட்படப் பலர் இருக்கிறார்கள்.

கம்பளிப்புழு: ஓர் ஆசிரியர் அல்லது குருவைப் போற்றுதல், தியானப் பயிற்சி, தனது சொந்த மதத்தைவிட்டு நீங்காமலே தனக்கேற்ற தியான வடிவத்தைப் பின்பற்ற முடியும் என்னும் நிலை, சமூகப் பணியை அல்லது அரசியல் ஈடுபாட்டை வலியுறுத்தாமை, சீர்திருத்தக் கிறித்துவர்கள் தங்கள் பற்றாளர்களை ஒருங்கமைக்கும் வழிவகைகளைப் பின்பற்றுவது (கோடைகால முகாம்கள், வாராந்திர 'பிரார்த்தனை', தியானத்தை அடிப்படையாகக் கொண்ட பைபிள்-பகவத்கீதை குழுச் சந்திப்புகள், சர்வதேச அளவில் தங்கள் விசுவாசத்தைப் பரப்ப வெகுஜனச் சாதனங்களைப் பயன்படுத்தல்) ஆகியவை **சர்வதேச இயக்கங்கள்** எல்லாவற்றையும் வேறுபடுத்திக்காட்டுகின்றன. மஹரிஷியைத் தவிர, இன்னும் பல இந்துமத குருக்கள் இந்த மாதிரியான இயக்கங்களை மேற்கிற்குக் கொண்டு வந்துள்ளனர். அவர்களுள் சிலர்:

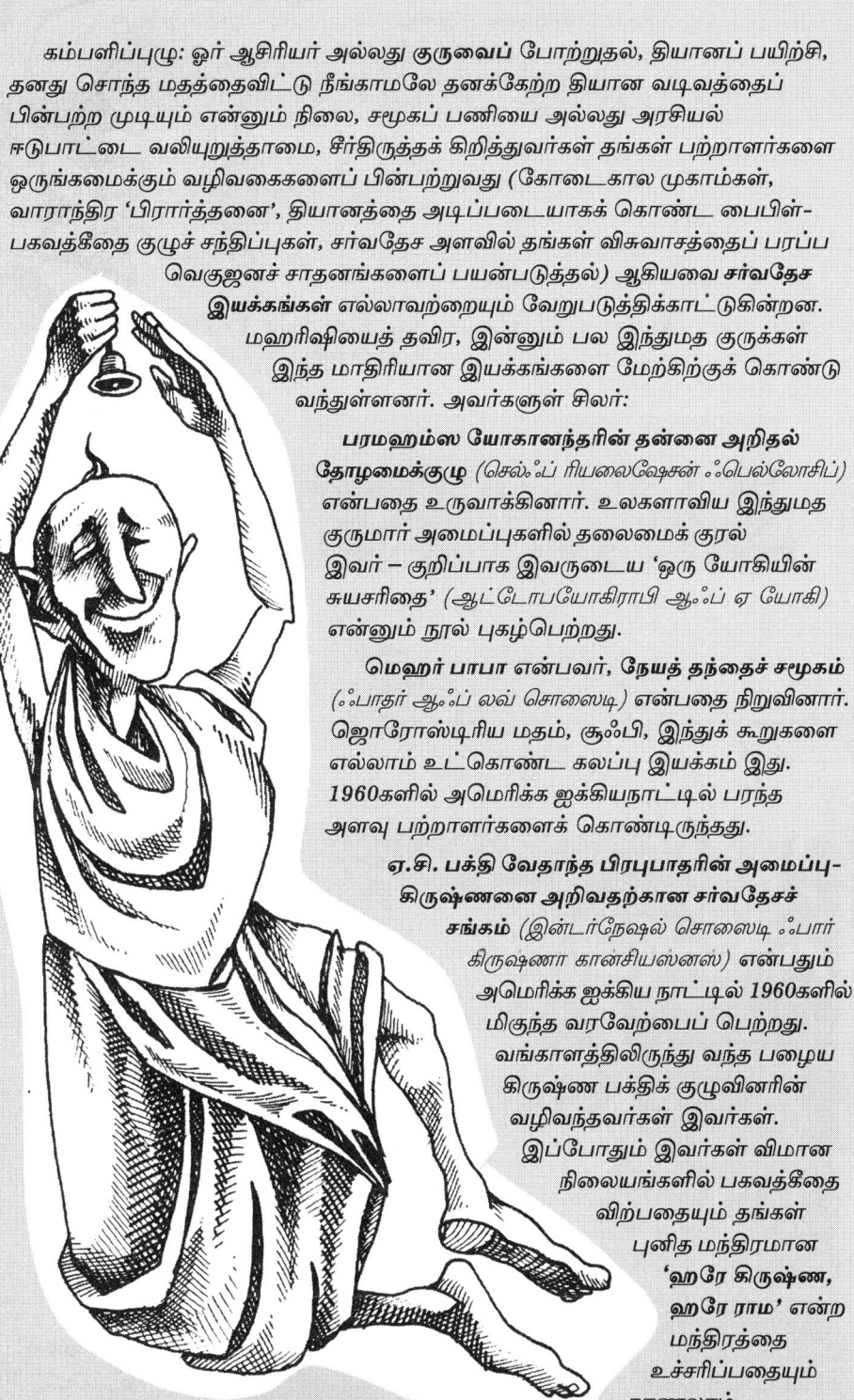

பரமஹம்ஸ யோகானந்தரின் தன்னை அறிதல் தோழமைக்குழு *(செல்ஃப் ரியலைஷேசன் ஃபெல்லோசிப்)* என்பதை உருவாக்கினார். உலகளாவிய இந்துமத குருமார் அமைப்புகளில் தலைமைக் குரல் இவர் – குறிப்பாக இவருடைய 'ஒரு யோகியின் சுயசரிதை' *(ஆட்டோபயோகிராபி ஆஃப் ஏ யோகி)* என்னும் நூல் புகழ்பெற்றது.

மெஹர் பாபா என்பவர், **நேயத் தந்தைச் சமூகம்** *(ஃபாதர் ஆஃப் லவ் சொஸைடி)* என்பதை நிறுவினார். ஜொரோஸ்டிரிய மதம், சூஃபி, இந்துக் கூறுகளை எல்லாம் உட்கொண்ட கலப்பு இயக்கம் இது. 1960களில் அமெரிக்க ஐக்கியநாட்டில் பரந்த அளவு பற்றாளர்களைக் கொண்டிருந்தது.

ஏ.சி. பக்தி வேதாந்த பிரபுபாதரின் அமைப்பு- கிருஷ்ணனை அறிவதற்கான சர்வதேசச் சங்கம் *(இன்டர்நேஷல் சொஸைடி ஃபார் கிருஷ்ணா கான்சியஸ்னஸ்)* என்பதும் அமெரிக்க ஐக்கிய நாட்டில் 1960களில் மிகுந்த வரவேற்பைப் பெற்றது. வங்காளத்திலிருந்து வந்த பழைய கிருஷ்ண பக்திக் குழுவினரின் வழிவந்தவர்கள் இவர்கள். இப்போதும் இவர்கள் விமான நிலையங்களில் பகவத்கீதை விற்பதையும் தங்கள் புனித மந்திரமான **'ஹரே கிருஷ்ண, ஹரே ராம'** என்ற மந்திரத்தை உச்சரிப்பதையும் காணலாம்.

- **சுவாமி முக்தானந்தா, சித்தயோக** இயக்கத்தின் தலைவர். 1960-70களில் அமெரிக்க ஐக்கியநாட்டில் பிரபலமான இயக்கம் இது. அவருடைய மறைவுக்குப் பிறகு, பல்வேறு முரண்பாடுகள், குறிப்பாக அவருடைய சீடர் **குருமயி சித்விலாசானந்தா** என்பவரால் ஏற்பட்டன. என்றாலும் இயக்கம் தொடர்ந்தது.
- **சத்ய சாயிபாபா** இந்தியாவைவிட்டு வெளியே வந்ததில்லை என்றாலும் உலகளாவிய பின்பற்றாளர்களைக் கவர்ந்த ஒரு மதத் தலைவர். பலவேறு அற்புதச் செயல்களைச் செய்வதில் – குறிப்பாக நோய்களைக் குணப்படுத்துவதில் வல்லவர் என்று பெயர் பெற்ற இவருக்கு, உலக முழுவதும் ஒருகோடி பேர் ஆதரவாளர்கள் இருக்கிறார்களாம்.
- இந்த எல்லா இயக்கங்களுக்கும், எந்த மதத்திற்கும், இறையியலுக்கும், தத்துவத்திற்கும், அரசியல் அமைப்புச் சிந்தனைக்கும் எதிரானவர் **ஜே. கிருஷ்ணமூர்த்தி.**

கிருஷ்ணமூர்த்தி: காலியான கோப்பையைத்தான் பயன்படுத்த இயலும். நம்பிக்கைகள், கோட்பாடுகள், உறுதிப்பாடுகள், மேற்கோள்கள் இவைகளால் நிறைந்த மனம் படைப்பாற்றல் அற்ற மனம். அது வெறும் திரும்பக்கூறும் மனமே.

ஆலிஸ்: காலியான கோப்பை... இது ஏதோ பிரபலமான கேள்விப்பட்ட கூற்று போல இருக்கிறதே!

கம்பளிப்புழு: கிருஷ்ணமூர்த்தி, லாஓட்சு-வின் கூற்றைத்தான் திரும்பக் கூறுகிறார். இது நமது அடுத்த தலைப்புக்கு இட்டுச் செல்கிறது.

சீனாவின் தத்துவங்களும் மதங்களும்

இந்தியாவிலிருந்து வடகிழக்காக நடந்து செல்லுங்கள்... இமயமலையைக் கடந்து, திபெத்தையும் தாண்டி, குன்லுன் மலைகளை அடையும் வரை. அவற்றின் கிழக்குச் சரிவுகளில் கனத்த பைன் மரங்கள் திமிர்ந்து நிமிர்ந்து நிற்பதைக் காணலாம். மனத்தைக் கலங்கவைக்கும் செங்குத்தான பாறைகள் நீலவண்ணத்தை அடைகின்றன. நீரின் வானச் சீலைகள் முன்னோக்கி எழுந்து வெற்றிடத்தில் பரவுகின்றன. மலைபடு இடுக்கு வழிகள், அழகிய குகைகள் இடிபோல் எதிரொலிக்கின்றன. தொலைவிலுள்ள கணவாய்களிலிருந்து பெருகிவரும் கருமேகங்கள் வானில் விரிகின்றன. இருண்டுவரும் மழையில் மலைகள் குளிர்ச்சியடைகின்றன. பெருங்கற்பாறைகளினூடே இதுகாறும் அடைபட்டிருந்த நீர்த்தேக்கங்கள் சுழன்று உறுமி வேரொடு பெயர்த்த மரங்களை இழுத்துக்கொண்டு வீழ்கின்றன. பீரங்கி போல் முழங்கி, மலையிடுக்குகளின் வழியே ஆரவாரத்தோடு அவை நனைந்த குன்றுகளினூடே பாய்கின்றன. கீழ்நோக்கிச் சமவெளியில் அவை செல்லும் வழியில், பசுமையான மூங்கில் காடுகள் இருகரைகளிலும் செழித்து வளர்ந்துள்ளன.

உங்களை அழைத்துச் செல்லும் படகோட்டிகள் புலிகளிடமிருந்து தப்பிப்பதற்குத் தங்கள் பறைகளை இசைக்காமல் இருக்கிறார்கள். கொசுக்கள், குளவிகளைப் போலக் கொட்டுகின்றன. குகையைப் போல இருண்டிருக்கிறது மலையிடை வழி. இரு புறங்களிலும் பாறைகள் உயர்ந்து எழுகின்றன. தலைக்குமேல் பாறையுச்சிகளுக்கிடையே நீலவானம் ஒரு பட்டு ரிப்பன் போலப் பளபளப்பாகத் தென்படுகிறது. மின்னல்களும் காற்றும் சேர்ந்த புயலைப் போல நீர்ச்சுழல்களின் இடிமுழக்கம் மேலும்மேலும் அதிகரிக்கிறது. ஆறு சமவெளியில் இறங்குகிறது. சமவெளிகளில் புள்ளி புள்ளியாக ஓலைக் குடிசைகள், மூங்கில் வேலிகள், கரைகளிலுள்ள வில்லோ மரங்கள், பழமரத்தோப்புகள், பூஞ்சோலைகள் தென்படுகின்றன.

எங்கு பார்த்தாலும் மக்கள் தூண்டில்களைக் கொண்டு மீன்பிடித்துக் கொண்டிருக்கிறார்கள். பிடித்த மீன்களை வலையில்இடுகிறார்கள். ஆற்றங்கரையில் ஆங்காங்கு சிறிய அங்காடிகள். மிகமலிவாக மீன்களையும் நண்டுகளையும் விற்கின்றன. நீர் செஸ்ட்நட், நீராம்பல் விதைகள், தாமரை வேர்கள் போன்றவற்றைச் சின்னஞ் சிறுவர்கள் பலர் கூவி விற்கிறார்கள். பயணிகள், வியாபாரிகள் ஆகியோரின் படகுகள் முன்பின்னாக இணைக்கப்பட்டு ஒரு தொடர்ச்சியான சங்கிலிபோலத் தோற்றமளிக்கிறது. கரைகளில் கோழிக்குஞ்சுகள், பன்றிகள், நாய்கள், காய்கறித் தோட்டங்கள் போன்றவை இருக்கின்றன. பெரிய ஆற்றங்கரையில் மாலை வந்தாலும் நிலவொளியால் பகல் போலவே இருக்கிறது. நீரில் பெரிய ஆமைகள் மேலும் கீழுமாக மிதக்கின்றன, உட்செல்கின்றன. நெடுந்தொலைவிலுள்ள அடிவானம்வரை அலைகள் நீள்கின்றன. நீரினூடே ஒரு பொன்னிற டிராகன் போல நிலவின் பிம்பம் துள்ளிஆடிக்கொண்டு நகர்ந்துசெல்கிறது.

நை ஹாவ் ஆலிஸ், நாம் சீனாவில் இருக்கிறோம்.

ஆலிஸ்: நை ஹாவ்? இது என்ன மொழி?

கம்பளிப்புழு: சீனமொழி. இந்தியாவைப் போலவே சீனாவிலும் மொழி முக்கியத்துவம் வாய்ந்தது. இந்தியாவின் சமஸ்கிருத மொழி உலகளாவிய சாராம்சங்களையும் அருவச் சிந்தனை களையும் வெளியிட வாய்ப்பாக இருக்கிறது. சீனமொழி இதற்கு எதிர்மாறானது. சீனமொழியில் 'குதிரை' என்றோ 'மலை' என்றோ சொல்வதற்கு டஜன் வார்த்தைகள் இருக்கின்றன. ஆனால் அருவச் சிந்தனைகளையோ மீமெய்யியல் கருத்துகளையோ வெளியிடுவது சற்றே கடினம். எடுத்துக்காட்டாக, சீனமொழியில் 'முரண்பாடு' என்ற கருத்தை வெளியிடவேண்டுமானால் 'ஈட்டிக் கோடரியும் கேடயமும்' என்று சொல்லவேண்டும்.

ஆங்கிலத்தில் 26 எழுத்துகள் ஒலிகளைப் பிரதிநிதிப்படுத்துவது போல சீன எழுத்துமொழியில் இல்லை. ஆயிரமாயிரம் சிறிய ஓவியங்களைக் கொண்ட மொழி இது. 'மரம்' என்று பழங்காலச் சீனாவில் எழுத வேண்டும் என்றால் அதன் படத்தை வரைந்துவிட வேண்டும்.

எனவே சீனாவின் தத்துவம், பருமையானது, செயல்முறைக்கேற்றது, உலகியல் நடைமுறைக் கேற்றவாறு எளியது: வேற்று உலகைவிட இந்த உலகை வலியுறுத்துவது, பிரபஞ்ச சாராம்சத்தைவிடக் குறித்த பொருளை வெளியிடுவது. ஆனால் அதே சமயம் சீனமொழி வளமான குறிப்புப் பொருள் உணர்த்தக் கூடிய, அர்த்த மயக்கமுள்ள மொழியாகவும் உள்ளது. எனவே கவித்துவமானது. யென் என்னும் ஒரு சிறிய சொல், ஓர் ஆள், ஆட்கள், சில மனிதர்கள், மனித இனம் எனப் பல அர்த்தங்களை உணர்த்தும். எனவே ஒரு தத்துவ நூலைப் படிக்கின்ற அறிஞர், பலவகைகளில் அதற்கு விளக்கம்கூற இயலும்.

சீனர்கள் மரபுகளின் மரபை உருவாக்கியிருக்கிறார்கள். கடந்த காலத்தை, குறிப்பாக மிகப் பழமையான வரலாற்றுக்கு முந்திய கடந்த காலத்தைப் போற்றுகிறார்கள்.

மேலும் சீனர்கள் தங்கள் தத்துவ வரலாற்றை ஒவ்வொன்றாக விரியும் பருவ காலங்களின் தொடராகப் பார்க்கிறார்கள் – வசந்தகாலம், கோடைகாலம், இலையுதிர்காலம், பனிக்காலம் என.

வசந்தகாலத்தைப் புரியாத புதிர் சூழ்ந்திருக்கிறது. அரசமுனிவர்கள் பற்றிய தொன்மங்களும், எலும்பும் – ஆமையோடும் கொண்டு தேவவாக்குகளை அறிதல் போன்ற பழங்காலச் சடங்குகளும்தான் எஞ்சியிருக்கின்றன. ஆயினும் இந்தக் காலப்பகுதியில் தான் சீனத் தத்துவத்தில் 'நூறு சிந்தனைப் புலங்கள்' தோன்றின. அவற்றில் ஆறு முக்கியமானவை.

- பிரபஞ்ச அறிவுப் புலம் (இது **யிங்-யாங்** சிந்தனைப் புலம் என்றும் கூறப்படும்).
- கன்ஃபூசியச் சிந்தனைப் புலம்
- தாவோயியம்
- நாமரூபவாதம்
- மோ ட்ஸு
- சட்ட அனுசரிப்பாளர்கள்

கோடை பூக்கும்காலத்தில் *(கி.மு.206-கி.பி.900)* பௌத்தமதம் சீனாவில் ஒரு புதுமையான, அந்நியமான வாசனையாகப் பெருவளர்ச்சி அடைந்தது. எனினும் அதில் தெளிவான, ஆனால் அடக்கமான கன்ஃபூசிய மணத்தையும் நுகரமுடியும். இருண்ட, பெண்தன்மையுள்ள, எளிய ஆனால் ஆழமான தாவோ மணத்தையும் நுகரமுடியும்.

இலையுதிர் காலத்தில் *(960-1912)* பௌத்தத்தின் முதன்மை மங்கியது. 'அதிகாரபூர்வ சீனச் சிந்தனையை' நவ கன்ஃபூசியச் சிந்தனை கைக்கொள்ள முற்பட்டது.

பனிக் காலத்தில் *(1912-?)* மார்க்சியம், ஜனநாயகம், பின்நவீனத்துவம் போன்ற மேற்கத்தியச் சிந்தனைகள் நுழைந்து சீனர்களை உலகின் பிறபகுதிகளோடு தொடர்புபடுத்தின.

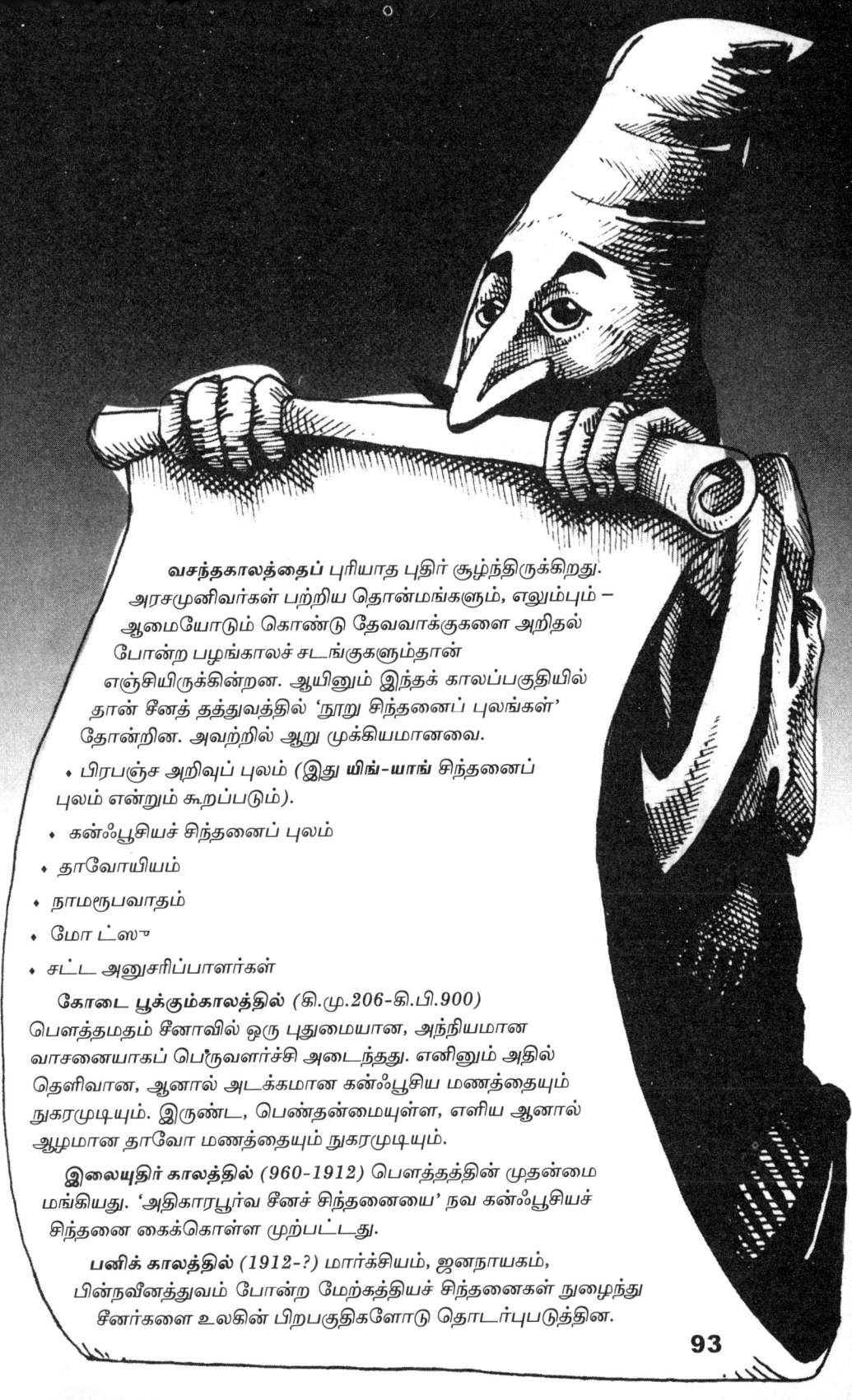

கன்ஃபூசியஸ்

*ஆலிஸ்: யார் அவர், **கன்ஃபூசியஸ்?***

கம்பளிப்புழு: பெரும்பான்மை மேற்கத்தியத் தத்துவம், பிளேட்டோவின் தத்துவத்துக்கு வெறும் அடிக்குறிப்பாகத்தான் இருக்கிறது. அதுபோலப் பெரும்பான்மை சீனத் தத்துவமும் பண்பாடும், கன்ஃபூசியஸுக்கு வெறும் ஓர் அடிக்குறிப்பாக இருக்கின்றன. **கு'ங் ஃபூ ட்ஸு** என்ற சொல்லின் இலத்தீன்மய வடிவம்தான் கன்ஃபூசியஸ். அச்சொல்லுக்கு **'ஆசிரியர் குங்'** என்று பொருள்.

தமது நடத்தையில் இலகுவானவர், மகிழ்ச்சியானவர், அமைதியானவர், ஆனால் உறுதியானவர். கௌரவத்தன்மை கொண்டவர், கடுமையானவர் அல்ல. மரியாதைக்குரியவர், ஆனால் சாதாரணமானவர். யாராவது ஒருவர் பாடினால், அதைக் கேட்டு மகிழ்வார், மீண்டும் பாடச் சொல்வார், அப்படி அவர் பாடும்போது தாமும் சேர்ந்து பாடுவார்.

எளிய சூழலில் பிறந்தவர். சீன வரலாற்றின் மிகக் கொந்தளிப்பான காலத்தில் அவர் வாழ்ந்தார். வானுக்குக் கீழுள்ள யாவும் பெருங் குழப்பநிலையில் இருந்தன. வீர புருஷர்களின் மீதான மரியாதை வெறும் பயமாக மாறியிருந்தது. சீனாவின் சிறுசிறு அரசுகள் எப்போதும் ஒன்றுடன் ஒன்று சண்டையிட்டுக் கொண்டிருந்தன. போர்கள் அடிக்கடி நடைபெற்றது மட்டுமல்ல, கடுமையாகவும் நடைபெற்றன. லட்சக்கணக்கான மக்கள் தொகையினர் – குழந்தைகள், பெண்கள், முதியோர் உட்படத் தலை துண்டிக்கப்பட்டனர் அல்லது கொதிக்கும் பீப்பாய்களில் போடப்பட்டனர். அந்த மனிதச் சாற்றை உறவினர்கள் குடிக்குமாறு கட்டாயப்படுத்தப்பட்டனர்.

நூறு தத்துவவாதிகளின் காலம் என்று அது வழங்கப்படுகிறது. ஏனெனில் இந்தப் போர்கள் யாவும் மிகுந்த கரிசனத்தை உருவாக்கின. அறிஞர்கள் பலர் நாடு முழுதும் அலைந்து திரிந்தனர். நாட்டின் பயங்கரங்களுக்கு அவரவர் ஒவ்வொரு தீர்வு வைத்திருந்தனர். தன்னிச்சையாக இயங்கிய எல்லா வகைத் தத்துவவாதிகளின் (கன்ஃபூசியஸும் இவர்களில் ஒருவர்தான்) கருத்துகளையும் நிலவுடைமையாளர்கள் தேடிச் சென்று ஏற்றனர். இப்படித் தத்துவவாதிகள் என்று கூறிக்கொண்டவர்களில் போர்த் திறவல்லுநர்களும், அமைதி விரும்புவோரும், அறநோக்கினரும், நேரம் வாய்த்த போது கொள்ளையடிப்பவர்களும், போலிகளும் எனப் பலவகையினர் இருந்தனர்.

போர்த்திறன் வல்லுநர் ஒருவரின் அறிவுரை தோல்வியடைந்தது என்றால், அவர் உடலை இரண்டு துண்டுகளாக அறுப்பார்கள் அல்லது குதிரையில் கட்டிக் கைகால்கள் பிய்ந்துபோகும்வரை இழுத்துச்செல்வார்கள் அல்லது கொதிக்கும் நீர்க்கொப்பரையில் இடுவார்கள்.

ஆலிஸ்: சரி, கன்ஃபூசியஸின் சிந்தனைகள் என்ன?

கம்பளிப்புழு: கன்ஃபூசியஸுக்கு மிகவும் முக்கியமான விஷயம் யென் (Jen). அதாவது மனிதநேயம். மனிதனை மனிதன் நேசிப்பது. இரண்டு மனிதர்களுக்கிடையே உருவாக வேண்டிய மனக்குளிர்ச்சி, அன்பு, கௌரவம், மரியாதை என்பதுதான் யென். இது கடவுள் மீதுள்ள பக்தி அல்ல. ஒருவர் தம் பெற்றோர், உடன்பிறந்தோர், வயதிலும் அறிவிலும் மூத்தவர்கள் போன்றோர் மீது இயற்கையாக ஏற்படும் பரிவுணர்ச்சி (மரியாதை).

ஆலிஸ்: இவ்வுணர்ச்சியை (யென்னை) எப்படிப் பெறுவது?

கம்பளிப்புழு: சீனர்கள் 'தொல்லாசிரியர்' என்று கருதும் கன்ஃபூசியஸ், **யென்னை** 'லி'யினால் உருவாக்கமுடியும் என்றார். 'லி' என்பது சமயச்சடங்குகள், ஈமச்சடங்குகள், மரபுகள், நன்னடத்தை, மரியாதை, நடத்தை விதிமுறைகள் போன்றவற்றைக் கடைப்பிடித்தல் ஆகும். கன்ஃபூசியஸின் வார்த்தைகளில் கூறினால், ஒருவர் 'தன்னை நிறுவிக்கொள்ள, முதலில் பிறரை நிறுவவேண்டும்'. நல்லொழுக்கத்தைத் தொடர்ந்து பின்பற்றி வருவதால், அது தன்னியல்பாகவே மாறிவிடும். அப்போது அவர் யென்னை அடைந்தவராகிறார். இவை யாவற்றிற்கும் அடிப்படை கல்வி. அறநடத்தைக் கோட்பாடுகள், நற்பண்புகள், **கன்ஃபூசியஸின் செவ்வியல் நூல்களில்** முறையான உறவுகள் ஆகியவற்றைப் படிப்பதன் வாயிலாக ஒருவன் தன்னுணர்வு பெற்ற மனிதனாக முடியும்.

ஆலிஸ்: முறையான உறவு என்றால் என்ன?

கம்பளிப்புழு: கன்ஃபூசியஸ், 'பெயர்களைத் திருத்தியமைப்பதை' நம்பினார். அதாவது அவரவருக்கு அவரவர்க்குரிய பெயர் வேண்டும். அரசன் அரசனாக வேண்டும், குடிமகன் குடிமகனாக, தந்தை தந்தையாக, மகன் மகனாக இருக்க வேண்டும்.

ஆலிஸ்: செவ்வியல் நூல்கள் என்றால் என்ன?

கம்பளிப்புழு: மரபுரீதியாக, கன்ஃபூசியஸின் செவ்வியல் நூல்கள் தனித் தொகுதியாக இருக்கின்றன. இவை சீன சமுதாயம் மிகப் பழங்காலத்தில் எப்படித் தொடங்கியது என்பது பற்றியவை. கன்ஃபூசியஸின் செவ்வியல் நூல்களைப் படிப்பது ஒருவர் தன் மனத்தைப் பண்படுத்திப் பண்பைச் செம்மையாக்கும் வழி. அது, பழங்கால ஷாங் வமிச முன்னோர்களின் வழியை அப்படியே பின்பற்றுவதாகும்.

நான் இப்பவே நல்லா ஆயிட்டேன்.

கன்ஃபூசியஸின் முதல் செவ்வியல் நூல் ஐ'சிங். மாற்றங்கள் பற்றிய செவ்வியல் நூல் என்பது இதன்பொருள். ஆமையோடுகளை வைத்துப் பழங்கால ஷான் வமிசத்தினர் பின்வருவதை முன்னுணர்ந்தனர். இந்த நூல் அதை அப்படியே பின்பற்றுகிறது. **பிரபஞ்சச் சிந்தனைப் புலம் அல்லது யிங்-யாங் புலம்** என்பதன் அடிப்படை இதுதான். பிரபஞ்சத்தின் மறைபொருளான அமைப்பையும் அது எப்படி மாறுகிறது என்பதையும் விவரிக்கும் 64 அறுசீர்ப்பாக்களைக் கொண்டது இது:

'மலை அசைவற்று இருக்கிறது
அசைவற்றுப் படுத்திருப்பதனால்
தன் உடலை அது உணர மறந்துவிட்டது.
தன் வீட்டு முற்றத்துக்குச் சென்று
தன் மக்களை அது காண்பதில்லை.
பரவாயில்லை.'

கன்ஃபூசியஸின் இரண்டாவது செவ்வியல் நூல், ஷூ சிங் அல்லது வரலாற்றுப் புத்தகம். பழங்கால ஆட்சிமரபுகளைச் சேர்ந்த அரச முனிவர்களின் பேச்சுகள், அறிக்கைகள், அறிவிப்புகள் போன்றவற்றைக் கொண்டது. சீனாவின் எல்லா அரசர்களுக்கும் இது ஒரு முன்மாதிரியாகப் பயன்பட்டது.

தொன்மைக்காலத்தில், யாவோ அரசர் புனிதமானவர், அறிவுக்கூர்மை மிக்கவர், நேர்மையானவர், மென்மையானவர்.

கன்ஃபூசியஸின் மூன்றாம் செவ்வியல் நூல் ஷீ சிங் அல்லது எழுச்சிப்பாடல் தொகுதி. இதில் கவிதைகளும் நாட்டுப்புறப் பாடல்களும் உள்ளன. அரசியல் ரீதியாக இது முக்கியமானது. காரணம், அரசர்கள் நீதியோடு நடந்துகொள்ளும்போது மக்கள் எழுச்சிப் பாக்களை இயற்றுகிறார்கள் என்று சொல்கிறது இது. அரசர்கள் நீதியுடன் இல்லாவிட்டால், அவர்கள் அங்கதப் பாட்டுகளை இயற்றுகிறார்கள்.

'மேலுலகின் செயல்கள் ஒலியற்றவை, மணமற்றவை. பேரெலியே, பேரெலியே, என் தானியத்தை உண்ணாதே.'

கன்ஃபூசியஸின் நான்காம் செவ்வியல் நூல், ரிட்சுவல் – சடங்குகள். அன்றாட வாழ்க்கைக்கான தத்துவங்களையும் விதிமுறைகளையும் கொண்ட நூல்.

கன்ஃபூசியஸின் ஐந்தாம் செவ்வியல் நூல், சுன்-சியூ. அல்லது வசந்தகால – இலை யுதிர் கால வரலாற்றேடுகள். லூ மாகாணத்தின் வரலாற்றைக் கூறுவது. ஒரு வேளை ஒழுக்க நடத்தையைக் கற்பிக்க கன்ஃபூசியஸே இதை எழுதியிருக்கலாம்.

கன்ஃபூசியஸின் ஆறாம் செவ்வியல் நூல், மியூசிக் – இசை. இசைபற்றிய பிரதியாக இந்நூல் இருக்கலாம். ஆனால் நமக்கு உறுதியாகத் தெரியவில்லை.

கன்ஃபூசியஸின் செவ்வியல் நூல்கள் ஓர் ஒழுக்க உலகை விவரிக்கின்றன. அது மத உலகும் ஆகும். **ஷாங் டி** என்னும் கடவுளின் மேலான ஆட்சியின்கீழ் அந்த உலகம் உள்ளது. அக்கடவுளுக்குக் கீழ் நிலவு, நட்சத்திரங்கள், காற்று, மழை, மலைகள், ஆறுகள் போன்ற சிறுகடவுள்களும் உள்ளன. மேலுலகில் முன்னோர்களும் உள்ளனர். அவர்களுடைய ஆசியைப் பெறுவதற்காக அவர்களுடைய வாரிசுகள் பலியிடுகின்றனர். ஷாங் டி என்னும் அறிவாற்றல் நிரம்பிய சக்தியைப் போன்றே மேலுலகமும் உள்ளது. அதுவும் மனிதர்களின் விதியை நிர்ணயிக்கிறது. மேலுலகின் விருப்பம் என்பது பழங்காலச் சீனர்களுக்கும் அதனால் கன்ஃபூசியஸுக்கும் முக்கியமானது.

குறிப்பாக அரசனுக்கு, **மேலுலகின் விருப்பம்** முதன்மையானது. மேலுலகின் விருப்பத்தை நிறைவேற்றாவிட்டால் அவன் எப்படித் தன் கடமைகளை ஆற்ற முடியும்? சீனச் சிந்தனையாளர்களுக்கு இது ஒரு முக்கியப் பிரச்சினை. அரசன் ஓர் ஒழுக்க உதாரண புருஷனாகத் திகழவேண்டும். அப்போது காற்றுக்கேற்ப அசையும் புல்லைப் போல நாடு முழுவதும் அவனைப் பின்பற்றும். மிகவும் உயர்வான பண்பாடு, மிகவும் ஒளிபெற்ற கலைகள், மிக உயர்ந்த தத்துவம், மிக உன்னதமான கவிதையும் இசையும் ஆகியவற்றைப் பெற்ற நாட்டிற்கே வெற்றி கிடைக்கும் என்று கன்ஃபூசியஸ் உறுதியாக நம்பினார்.

எனவே மனிதர்களின் நடத்தையைச் சட்டம் மூலமாகவோ சக்தி வாயிலாகவோ மாற்ற முனைபவன் நல்ல அரசன் அல்ல. நல்ல ஆட்சியாளன், ஒழுக்கத்துடன் நடப்பதனால் பிறர் தங்கள் நிலையை அறியவருகிறார்கள். **அனலெக்ட்ஸ்** என்னும் நூலில் கன்ஃபூசியஸ் எழுதுகிறார்: 'சிறந்த நற்பண்பினால் ஆட்சி புரியும் அரசனை துருவ நட்சத்திரத்திற்கு ஒப்பிடலாம். அது மாறாமல் நிலையாக இருக்கிறது. பிற நட்சத்திரங்கள் அதற்கு அஞ்சலி செலுத்துகின்றன.'

ஓர் அரசன் நேர்மையாக நடந்துகொண்டால், அவன் மேலுலகின் விருப்பத்தைப் பெறுகிறான். சமூகத்தில் தன் மேன்மையை நிலைநிறுத்திக் கொள்கிறான். முழு உலகையும் ஒத்திசைக்கிறான். அவனுடைய நடத்தை பிறருக்கு வழிகாட்டியாக இருக்கிறது. அதனால் அவர்களும் நல்வழியிலே நடக்க முனைகிறார்கள். அரசர்கள் மேலுலகின் விருப்பத்திற்கேற்ப நடந்துவந்தால் அவனுடைய ஆட்சியில் இணக்கம் நிலவும் என்று பல நூற்றாண்டுகளாகச் சீனர்கள் கருதிவந்துள்ளனர்.

சீனாவில் அலையலையாகக் காட்டுமிராண்டிகள் படையெடுத்தார்கள் என்பது உண்மை. அவர்களையும் தங்கள் கம்பீரம், மேதகமை ஆகியவற்றால் சீனர்கள் உள்வாங்கிக் கொண்டார்கள். சீனப் பண்பாட்டின் மந்திரஆற்றல்முன் எத்தனையோ காட்டுமிராண்டிகள் சரணடைந்துவிட்டார்கள். அதனால் தங்கள் தொழிலான கொள்ளையிடுதல், பாலியல் வன்செயல் ஆகியவற்றையும் மறந்தார்கள். பின்னர் அவர்களுள் ஒவ்வொருவருக்கும் தன்னைக் கன்ஃபூசிய கனவானாகப் பிறர் நினைக்கவேண்டும், **செவ்வியல் நூல்களைப்** பற்றித் தான் ஒரு கட்டுரையேனும் எழுதவேண்டும் அல்லது தன்னுடைய சீன மொழியாசிரியர் தகுதியானது என மதிக்கக்கூடிய ஒரு கவிதையேனும் எழுதிவிட வேண்டும் என்பதே முதன்மையான குறிக்கோளாக மாறியது.

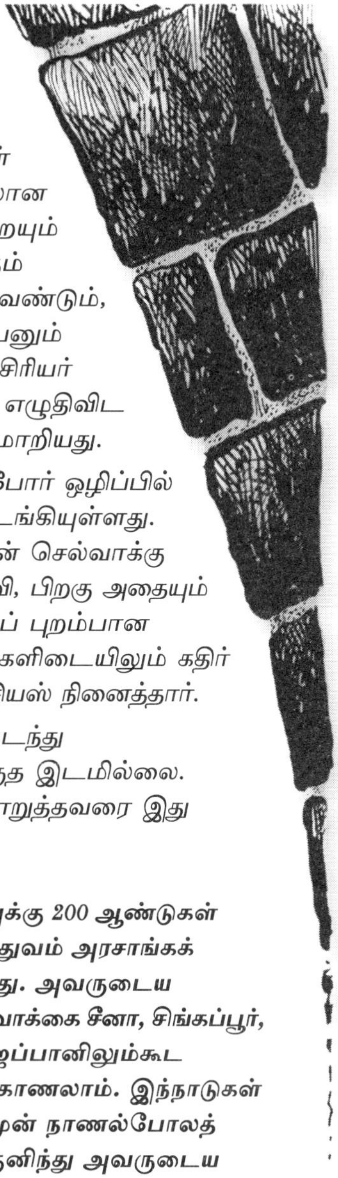

இதில்தான் கன்ஃபூசியஸின் வெற்றியும், சீனர்கள் போர் ஒழிப்பில் அக்கறை கொண்டவர்கள் என்னும் கௌரவமும் அடங்கியுள்ளது. அரசனுடைய ஒழுக்க மையத்திலிருந்து நற்பண்புகளின் செல்வாக்கு சீனாவின் உடனடிச் சூழலில் பரவி, பிறகு அதையும் கடந்து சுற்றிலுமுள்ள சீனாவுக்குப் புறம்பான காட்டுமிராண்டி நாடுகளின் மக்களிடையிலும் கதிர் போலப் பரவியது என்று கன்ஃபூசியஸ் நினைத்தார்.

எல்லா அரசர்களும் இப்படி நடந்து கொண்டிருப்பார்கள் என்று கருத இடமில்லை. ஆனால் கன்ஃபூசியஸைப் பொறுத்தவரை இது உண்மை.

நான் உள்ளே வரட்டுமா? நான் நல்லவனாக நடந்துகொள்வேன் என உறுதியளிக்கிறேன்...

கன்ஃபூசியஸின் மறைவுக்கு 200 ஆண்டுகள் கழித்து, அவருடைய தத்துவம் அரசாங்கக் கொள்கையாக மாறியது. அவருடைய சிந்தனையின் செல்வாக்கை சீனா, சிங்கப்பூர், தைவான், ஏன் ஜப்பானிலும்கூட இன்றுவரை காணலாம். இந்நாடுகள் காற்றின்முன் நாணல்போலத் தலைகுனிந்து அவருடைய சிந்தனைக்கு மரியாதை தருகின்றன.

99

மென்சியஸ்

கம்பளிப்புழு: சீனாவின் சாக்ரடீஸாகக் கருதத்தக்கவர் கன்ஃபூசியஸ் என்றால், அதன் பிளேட்டோவாகக் கருதப்படவேண்டியவர் **மென்சியஸ் (மெங் ட்ஸு**, கி.மு.372-289). அவர்தான் கன்ஃபூசியஸை அனைவரும் அறியச் செய்தவர். ‘இரண்டாம் கன்ஃபூசியஸாக’ விரும்புவதாக அவர் ஒருமுறை கூறினார். கன்ஃபூசியஸின் மறைவுக்குப் பிறகு மென்சியஸ் ‘இரண்டாம் அறிஞர்’ என்றே கருதப்பட்டார். கன்ஃபூசியஸுக்குப் பிறகு ஒரு நூற்றாண்டு கழித்து மென்சியஸ் பிறந்தார். கன்ஃபூசியஸின் பேரன்களின் சீடரான **ட்ஸு ஸு** என்பவருடன் கல்விகற்ற பிறகு, ஒவ்வொரு அரசரிடமும் சென்று நற்பண்புகளைப் போதித்தார். ஆனால் கன்ஃபூசியஸ் கூறிய ஒழுக்கத்தைவிட, அரசர்கள் போரிலேயே ஈடுபாடு காட்டினர். எனவே கன்ஃபூசியஸைப் போலவே மென்சியஸும் போதிப்பது, எழுதுவது என்னும் பணிகளில் நிலைகொண்டார். கன்ஃபூசியஸ், ஒழுக்கமாக நடக்கும் மனிதர்களே கனவான்களாக முயற்சிசெய்ய முடியும் என்றார். மென்சியஸ் இன்னும் பெருநம்பிக்கை கொண்டவர். எவரும் அரச முனிவர் ஆகலாம் என்றார் அவர்.

ஆலிஸ்: நன்றாக இருக்கிறதே! நான் எப்படி அரச முனிவராக முடியும்?

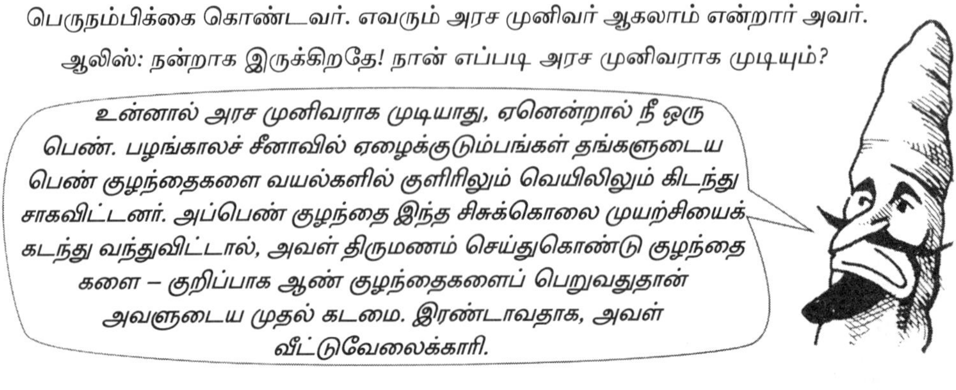

உன்னால் அரச முனிவராக முடியாது, ஏனென்றால் நீ ஒரு பெண். பழங்காலச் சீனாவில் ஏழைக்குடும்பங்கள் தங்களுடைய பெண் குழந்தைகளை வயல்களில் குளிரிலும் வெயிலிலும் கிடந்து சாகவிட்டனர். அப்பெண் குழந்தை இந்த சிசுக்கொலை முயற்சியைக் கடந்து வந்துவிட்டால், அவள் திருமணம் செய்துகொண்டு குழந்தை களை – குறிப்பாக ஆண் குழந்தைகளைப் பெறுவதுதான் அவளுடைய முதல் கடமை. இரண்டாவதாக, அவள் வீட்டுவேலைக்காரி.

இவையிரண்டுமாக இல்லாவிட்டால் அவள் அடிமையாக விற்கப்படுவதோ வேசியாவதோ நிச்சயம். கல்வியின்றித் திருமணம் செய்துகொண்டால், தன் மாமியாரின் கொடுமைக்கு ஆளானாள். அவள் கணவன் தன் காமக் கிழத்திகளுடனும், பரத்தைகளுடனும் லீலைகள் நடத்திக் கொண்டிருந்த சமயத்தில், அவள் வீட்டிற்குள்ளே இருக்குமாறு நிர்ப்பந்திக்கப்பட்டாள். அவள் நிரந்தரமாக அடிமைநிலைக்கு ஆளானவள்.

மென்சியஸ் கருத்தின்படி, ஒவ்வொருவரும், ஆரம்பத்திலிருந்தே நல்லவர் தான். பிறக்கும்போது மேலுலகம் அல்லது **டி'யென்** ஒவ்வொருவருக்கும் நான்கு நற்பண்புகளை அளிக்கிறது:

- **யென்,** மனிதநேயம்
- **ஐ,** நற்பண்புகள்
- **லி,** மரியாதை
- **ச்சி,** விவேகம்

இவையெல்லாம் மனித இயல்பில் உள்ளார்ந்திருக்கின்றன. இவற்றைப் பண்படுத்தி வளர்த்தால் எவரும் அரச முனிவர்கள் ஆகலாம்.

ஆலிஸ்: உள்ளார்ந்தா?

கம்பளிப்புழு: ஆம், எடுத்துக்காட்டாக, ஒரு குழந்தை கிணற்றில் தவறி விழப்போகிறது என்றால், நம் இதயம் அக்குழந்தையின்பால் சென்றுவிடுகிறது. அதைக் காப்பாற்ற நாம் முயற்சி செய்கிறோம். நீர் பள்ளத்தை நோக்கிப் பாய்வது இயல்பு, நமக்கும் நன்மை செய்வதுதான் இயல்பு.

மென்சியஸைப் பொறுத்தவரை, 'எப்படி இருக்கவேண்டும்' (ஒழுக்கம்) என்பது மனிதநேயம் போலவே முக்கியமானது. ஒவ்வொரு சூழலிலும் ஒவ்வொருவரிடமும் நாம் எப்படி இருக்கவேண்டும் என்பதை அறிய வேண்டும். 'ஐ' என்பது நாம் எப்படி இருக்கவேண்டும் என்ற நற்பண்புகளைக் குறிக்கிறது. ஒவ்வொரு சூழலிலும் செய்ய வேண்டிய ஏற்புடைய விஷயங்களை – தனது உயிரையே தருவதாக இருந்தாலும் – அறியக்கூடிய அறிவுதான் அது.

ஒரு சராசரி குடிமகனைப் பொறுத்தவரை சரிவர நடந்துகொள்வது முக்கியமானது. அரசனுக்கோ அது கட்டாயம் ஆகும். பேரரசு ஒன்றை ஆள்பவன், ஜனங்களின் 'உள்ளார்ந்த மனித நற்பண்புகளை' நம்பிச் செயல்படவேண்டும். அது அவர்களுடைய இதயங்களை ஈர்க்கும். இப்படி அவன் ஆட்சிசெய்யும்போது, அவன் மேலுலகின் விருப்பத்திற்கிணங்க ஆள்கிறான். ஓர் ஓட்டுநர்க்கு அளிக்கப்படுகின்ற உரிமம் போல, மேலுலகிலிருந்து மாட்சியோடு அரசனுக்கு அளிக்கப்படுவது மேலுலகின் விருப்பம். அதற்கு ஒரே ஒரு தடைதான் உள்ளது. ஓட்டுநர் சரியாகச் செயல்பட வில்லை என்றால் அவருடைய உரிமம் பறித்துக்கொள்ளப்படும் அல்லவா?

ஓர் ஆட்சியாளன், தனக்கென இருப்பவன் அல்ல. தன்னால் ஆளப்படுவோர்க்காக இருப்பவன். அவர்களுக்கு அமைதியும் வளமும் அளித்தால், அவர்களுடைய உள்ளார்ந்த நற்பண்புகளை வளர்க்கும் விதமான கல்வியளித்தால், விவசாயியின் சார்பாக இயற்கை உதவுமாறு அதற்கான சடங்குகளை அவன் செய்வித்தால், அப்போது அவன் மேலுலகின் விருப்பப்படி அரசாளுகிறான் என்று பொருள்.

ஆனால் அவன் குடிமக்களைப் படைகொண்டு ஒடுக்குகிறான் என்றால் அல்லது வலிமையால் அரசாள நினைக்கிறான் என்றால் அல்லது பஞ்சம், வெள்ளம், கொள்ளை நோய் ஆகியவற்றின் காலத்தில் அரசாளக்கூடிய வாய்ப்புக்கேடு பிடித்தவன் என்றால், அவன் மேலுலகின் கட்டளைப்படி நடக்கவில்லை என்றுதான் பொருள். அவன் தனக்கு வழங்கப்பட்ட உரிமத்தை இழக்கிறான். அப்போது மக்கள் அவனுக்கு எதிராகப் புரட்சிசெய்ய உரிமை உண்டு. ஏனென்றால், அவன் அரசனாக இப்போது இல்லை, மாறாக, 'ஒரு கொள்ளைக்காரனாகவும், கொடியவனாகவும் இருக்கிறான். அவன் வெறும் சராசரி மனிதன்.' அப்படிப் பட்ட 'சராசரி மனிதன்' கொலைத் தண்டனைக்கு ஆளாகிறான்.

எனவே 'இதுபோன்ற சராசரி மனிதன் கொலைசெய்யப்பட்டால்', அது ஓர் ஆட்சியாளனைக் கொல்வது ஆகாது என்கிறார் மென்சியஸ். சீனப் பேரரசர்கள் யாவரும் மென்சியஸைப் புகழ்ந்தார்கள். ஆனால், அவர்கள் எவரும் மென்சியஸின் போதனைகளைச் சரிவரக் கடைப்பிடித்ததில்லை.

நிலப்பகிர்வுக்கும் மென்சியஸ் ஒரு கொள்கை உருவாக்கினார். ஆனால் அது நடைமுறைக்கு வரவேயில்லை. 'நன்று' என்பதைக் குறிக்கும் சீனச் சித்திர எழுத்து 'சிங்'. அதன் வடிவத்தைப் போன்று ஒரு சதுரமைல் பரப்பளவைப் பிரிக்க வேண்டும் என்பது அவருடைய திட்டம். அந்தச் சித்திர எழுத்தின் உள்சதுரம் பொது இடம். அதைச் சுற்றியுள்ள எட்டுச் சிறிய சதுரங்களும் எட்டுக் குடும்பங்களுக்கான இடங்கள். அந்த எட்டுக் குடும்பத்தினரும் நடுவிலுள்ள பொது இடத்தில் விவசாயம் செய்கிறார்கள். அதன் விளைச்சலில் கிடைக்கும் இலாபம் அரசனைச் சேர்கிறது.

கன்ஃபூசியஸும் மென்சியஸும் மனிதன் இயல்பில் நல்லவன் என்றும், இந்த இயற்கையான நல்லியல்பைச் சரியான கல்வியினால் வளர்க்க இயலும் என்றும் போதித்தார்கள். ஒருவனின் உள்ளார்ந்த பரிவிரக்கத்தை மனிதநேயமாக வளர்க்க முடியும். ஒருவனின் உள்ளார்ந்த நாணவுணர்ச்சியை 'நன்னடத்தையாக' வளர்க்க இயலும்.

ஆலிஸ்: ஆனால், மனிதர்கள் உள்ளார்ந்த நற்பண்பு உடையவர்களா?

கம்பளிப்புழு: அந்தக் கருத்திற்குத்தான் சுன் ட்ஸு சவால்விட்டார்.

சுன் ட்ஸு

சுன் ட்ஸு (கி.மு. *300-215*), கன்ஃபூசியஸைப் பின்பற்றிய பேரறிஞர்களில் ஒருவர். ஆனால் மனிதன் நல்லவன் என்று நம்பும் மகிழ்நோக்கு உடையவர் அல்ல. அந்த அடிப்படையான விஷயத்தில் கருத்து மாறுபட்டார். நேரடியாகவே அவர் சொல்கிறார்: 'மனிதனின் இயல்பு தீமை தான். அவனது நற்பண்பு என்பது செயற்கையான பயிற்சி மூலமாகவே அடையப்படுகிறது'. நன்கு சிந்திக்கும் யதார்த்தவாதியான அவர், பெரும்பாலும் மனிதனின் உணர்ச்சிகளும் ஆசைகளும் அருளிரக்கம் சார்ந்தவையாக அல்ல, சுயநலம் சார்ந்தவையாகவே இருப்பதைக் கண்டார். மனிதர்கள் பரிவிரக்கமும் நேயமும் மட்டும் கொண்டவர்கள் அல்ல, அவர்கள் அன்பு, வெறுப்பு, கோபம், சோகம் ஆகிய யாவற்றையும் கொண்டவர்கள். இயல்பூக்க அடிப்படையிலான இந்த உணர்வெழுச்சிகள் வளர்ந்தால் வன்செயல் சார்ந்த குற்றங்களும் துன்பமும் ஏற்படுகின்றன.

மனிதனின் மிருக இயல்புகள் யாவற்றையும் கடுமையான தண்டனையால் — கல்வியால்

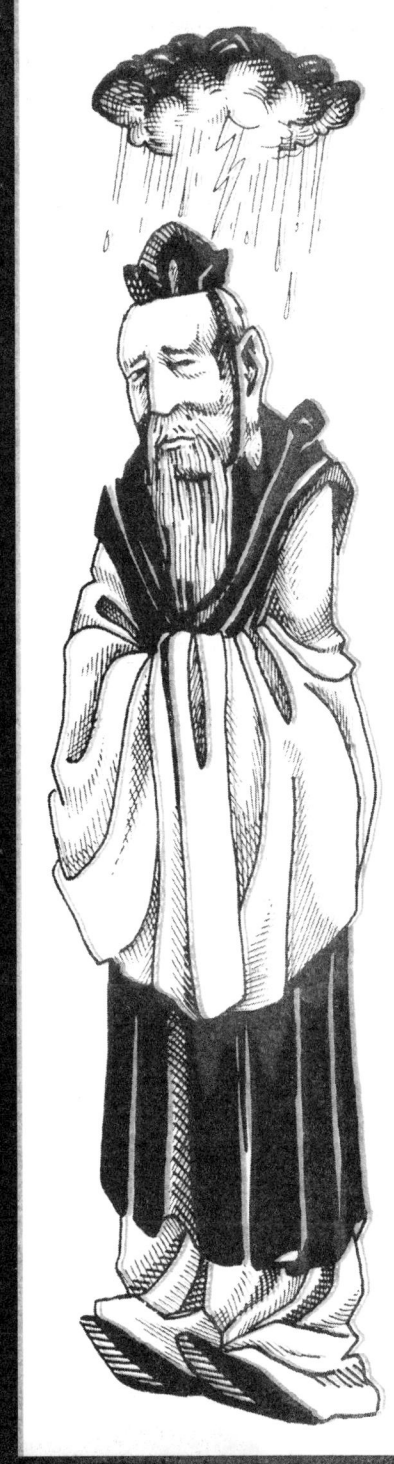

"ஒரு பெட்டிக்குள்ளா? நான் சுதந்திரமாக அலைந்து திரிபவனாயிற்றே!"

நல்வடிவத்திற்குக் கொணர முடியும் என்பதையும், முனிவர்களின் தலைமைத் தன்மை, சடங்குகள், இசை ஆகியவற்றையும் ஏற்றுக்கொண்ட அளவில், அவர் கன்ஃபூசியஸின் மையத்தை விட்டு விலகாதவர்.

ஈமச்சடங்குகளைப் பொறுத்தவரை, இறந்தவர்க்கு அவை எப்படி உதவக்கூடும் என்பதைப் பற்றி அவர் அக்கறை காட்டவில்லை. அவர் மனிதத்தன்மை மிக்கவர், எனவே உயிரோடிருப்பவர்கள் தங்கள் உணர்ச்சிகளை வெளிப்படுத்தும் திறனைப் பற்றியே கவலைப்பட்டார். சமூகப் பகுதி, மேலுலகப் பகுதி, மண்ணுலகப் பகுதி ஆகியவை தனித்தனியானவை, ஒன்றுக்கொன்று தொடர்பற்றவை என்பது அவருடைய கருத்து. எனவே பூகம்பம் ஏற்படக் காரணம் ஆட்சியாளருடைய ஒழுக்கக்கேடான நடத்தை அல்ல. தங்களுக்குத் தாங்களே உதவி புரிந்துகொள்பவர்களுக்கு – அதாவது உழைப்பவர்களுக்கு மேலுலகு உதவி புரிகிறது, மேலுலகில் தெய்விக ஆற்றலுள்ள இனங்களிடம் செல்வாக்குப் பெற்றுத் தருகிறதோ இல்லையோ, மானிட ஒழுக்கத்தை உருவமைப்பதில் மதம் உதவுகிறது போன்றவை சீன வரலாற்றில் கன்ஃபூசிய போதனைகளாக இடம்பெற்றுவிட்டன.

எந்த ஒரு சிந்தனையமைப்பும் நான்கு சுவர்களுக்குக் கட்டுப்பட்டதுதான். வாழ்க்கையின் முழுமை அனைத்தையும் அதன் பரந்துபட்ட சிக்கல்களோடு எந்த ஒரு சிந்தனையும் தனக்குள் அடக்கிவிட முடியாது. கன்ஃபூசியஸின் சிந்தனைத் திட்டமும் இதற்கு விதிவிலக்கல்ல. மக்கள் மீது எவ்வளவுதான் நேர்முகமான செல்வாக்கைச் செலுத்தினாலும், கன்ஃபூசியஸின் சிந்தனையும் அடைபட்ட சதுரம் தான். ஒழுங்கு, சமூக ஒருங்கிசைவு ஆகியவற்றில் ஆழ்ந்த அக்கறை கொண்டவர் ஆதலின், எதையும் ஒழுங்காக அமைத்துத் தரவில்லை என்றால் அவர் அதன்மீது அக்கறை காட்டமாட்டார். அவருடைய பாய் சீரொருமை இல்லாமல் விரிக்கப் பட்டால் அதன் மீது அமர்வதைத் தவிர்த்து விடுவார். மேலும் உண்ணுகின்ற மாமிசத்தைக்கூட மிக ஒழுங்கான சிறிய கனசதுரங்களாக வெட்டி வைக்கவில்லை என்றால் உண்ணமாட்டார். கல்வியின் மூலமாகவும், எண்ணற்ற விதிகள், சட்டங்கள் மூலமாகவும் மனித நடத்தையின் இயற்கையான பாய்ச்சல் சீரமைக்கப்பட வேண்டும் என்று அவர் போதித்தார். கன்ஃபூசியஸ் போதித்த ஒழுக்கம், சமநிலை, கௌரவம், மரியாதை போன்றவை, வலுச்சண்டைகளை, ஆக்கிரமிப்புகளைத் தவிர்ப்பதில் ஓரளவு வெற்றி அடைந்திருக்கலாம். ஆனால், அது தனிமனித சுதந்திரம், உணர்வெழுச்சி, தன்னெழுச்சி, இன்பம், அறியும் ஆவல், படைப்பாற்றல், துணிகரச்செயல்களில் ஆர்வம், அதீத மறைபொருள்களை அறிந்து அனுபவித்தல் போன்றவற்றை ஒடுக்கிவிட்டது.

ஆலீஸ்: அப்படியென்றால், இந்த ஒடுக்குதல்களை மீறி சீன மக்கள் எப்படித்தான் மகிழ்ச்சியாக இருந்தார்கள்?

தாவோயியம்

கம்பளிப்புழு: தேவை காரணமாகவே, சீன-கன்ஃபூசியப் பண்பாடு தனக்குள்ளாகவே தன் எதிர்மறையையும் கொண்டிருந்தது. தன்னிலிருந்து தானே வேறுபடுதல், தன்னையே அழித்துக்கொள்ளுதல், தன் மதிப்பொழுங்குகளைத் தானே மீறுதல், தனக்கு எதிரான நிழல் எதிர்மறைத் திரையை விலக்கி, தன்னை அதில் மீட்டுருவாக்கிக் கொள்ளுதல் என்னும் போக்கு அது.

விதிக்குக் கட்டுப்பட்ட மரபுவழித் தன்மைக்குள்ளாகவே, தான் கடிந்து விலக்கியவற்றுக்கே உருத் தந்துவிடுகின்ற எதிர்மறையின் சுவடு பொதிந்திருந்தது.

ஆலிஸ்: கேட்பதற்குப் புதிராக இருக்கிறதே!

கம்பளிப்புழு: ஆம். புதிர்தான். கலைத்தன்மை வாயிலாக அணுகினால் இதை நாம் இன்னும் நன்றாகப் புரிந்துகொள்ளலாம். சீன இயற்கைக் காட்சிப்படம் ஒன்றைக் கற்பனை செய்துகொள்.

முதலில் நாம் அதன் பெரும் பரப்பினால் கவரப்படுகிறோம். அதன் மேல்வலப்புற மூலையில் ஒரு விசித்திரமான, உடைபட்ட சிகரம் தென்படுகிறது. நேர் எதிர் மூலையில் டிராகனின் வால் போல ஓர் ஆறு வளைந்து வளைந்து ஓடுகிறது. ஆனால் படத்தின் பெரும்பகுதி, பிரகாசமான மூடுபனியின் வெள்ளமாகக் காட்சிதருகிறது. வெறுமையின் அலைகள் எங்கும். ஒளிவீசும் வெற்றிடம்.

இந்த ஒளிவெள்ளமான வெறுமைகள், மேலோங்கி எழும் செங்குத்தான மலைகள், அருவிகள், மலைப்பிளவுகள், வதைக்குள்ளாகும் பைன் மரங்கள் இவற்றிற்கிடையில் எப்போதாவது, ஒரு மனிதனின் சிறிய உருவத்தைக் காணலாம். இவர்தான் **தாவோ** துறவி. கரடுமுரடான பாலத்தைக் கடக்கும் நிலையில் அல்லது ஒரு குன்றின் உச்சியில் அமர்ந்தபடி, தனது குழலை ஊதியபடி, தன் மூங்கில் கோலின் மீது சாய்ந்தபடி, பார்வையில் படுவதைப் பருகியபடி அல்லது மூங்கிலால் செய்யப்பட்ட குடிசையில் மறைந்தபடி, நிலவைப் பற்றித் தியானித்தபடி, ஒரு கவிதையை அல்லது நிலப்பரப்பை அரிசியால் செய்த தாளில் ஓவியமாக்கிக் கொண்டு, உலகாயத மக்களின் மண்ணுலகு சார்ந்த வாழ்க்கையிலிருந்து அமைதியாகத் தனித்திருக்கும் அந்தத் துறவி ஏங்குகிறார்.

ஆலிஸ்: தாவோ துறவியா? தாவோ என்றால் என்ன?

கம்பளிப்புழு: பெருவெள்ளம் போலப் பேசக்கூடிய தாவோயியத்தைச் சேர்ந்த துறவிகளே அதைப் பேச இயலாதது என்பார்கள். அதை விவரிக்கச் செய்யும் முயற்சி, கரடியைப் பிடிக்கும் பொறியில் வண்ணத்துப்பூச்சியைப் பிடிக்க முயலுவதைப் போன்றது அல்லது யாங் ஹோ ஆற்றை மண்ணைப் போட்டுத் தடுப்பதைப் போன்றது. 'இருளடர்ந்ததாக, தெளிவற்றதாக இருக்கிறது அது-வரையறைப்படாத, மறைபொருளாக இருக்கிறது' என்பார்கள் அவர்கள்.

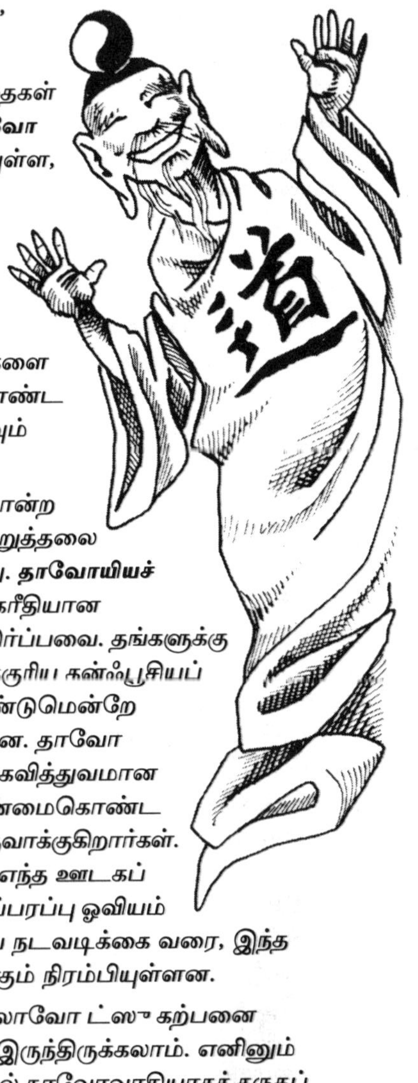

தாவோயியச் செவ்வியல் நூல்களில் *122* கவிதைகள் இருக்கின்றன. தாவோ நெறியை நிறுவியவர் **லாவோ ட்ஸு** என்பது தொல்கதை. அவர் பொருட்செறிவுள்ள, மறைபொருள் கொண்ட *81* கவிதைகளை இயற்றினார். **சுவாங் ட்ஸுவோ** அவருடைய மாணவர்களோ, *33* கவிதைகளைப் பதிவு செய்தார்கள். அவற்றில் அதீத கற்பனையும், கவிதைத்தன்மையும், பொருள் புரியாநிலையும் ததும்புகின்றன. **லெய் ட்ஸு** என்பவர் *8* கவிதைகளை எழுதினார் – அவை அதிகமான சொற்களைக் கொண்டதாகவும், கவித்துவமாகவும், தெளிவற்றவையாகவும் உள்ளன.

மேற்கத்திய நூல்களில் எதிர்பார்ப்பது போன்ற தெளிவையும், ஐயத்துக்கு இடமற்ற வரையறுத்தலையும் தாவோவில் நாம் எதிர்பார்க்க இயலாது. **தாவோயியச் செவ்விய நூல்கள்** திட்டவட்டமான, தர்க்கரீதியான சிந்தனையை, மொழியை எதிர்ப்பவை. தங்களுக்கு எதிரான, அதிகார இனத்துக்குரிய கன்ஃபூசியப் போட்டியாளர்களை வேண்டுமென்றே முறியடிப்பனவாக உள்ளன. தாவோ துறவிகள் கருமையான, கவித்துவமான படிமங்களையும் இருண்மைகொண்ட உருவகங்களையும் உருவாக்குகிறார்கள். சீனப் பண்பாட்டின் எந்த ஊடகப் பாதையிலும் – நிலப்பரப்பு ஓவியம் முதலாக இராணுவ நடவடிக்கை வரை, இந்த உருவகங்கள் எங்கும் நிரம்பியுள்ளன.

எந்த

ஒருவேளை லாவோ ட்ஸு கற்பனை உருவமாகவே இருந்திருக்கலாம். எனினும் அவர்தாம் முதல் தாவோவாதியாகக் கருதப் படுகிறார். அவர் எழுதியதாகக் கருதப்படுகின்ற *தாவோ தே சிங்* (தாவோவும் அதன் ஆற்றலும்) என்னும் நூல், பைபிளுக்கு அடுத்தபடியாக உலகில் அதிகம் மொழிபெயர்க்கப்பட்ட நூல்.

தாவோவாதிகளின் கருத்தின்படி, பிரபஞ்சம் யின், யாங் என்பவற்றால் ஆனது. இவை இரண்டும் தொடர்ந்த ஓட்டத்தில் உள்ளன. இவற்றால்தான் ஒளியும் இருளும், ஆணும் பெண்ணும், வெம்மையும் குளிர்ச்சியும், கடினமும் மென்மையும் உண்டாகின்றன. நடுப்பகல் வெயிலாகிய யாங்கில் அதன் எதிர்துருவத்தின், நள்ளிரவின் யின் இருளின் சுவடும் உள்ளது. யின்னும் யாங்கும் இடைவிடாமல் உயர்ந்தும் தாழ்ந்தும், கன்ஃபூசியச் சிந்தனையும் தாவோயியமும் போல, வேற்றுமைகளின் அலகிலா விளையாட்டில் ஈடுபட்டு வருகின்றன.

யின், யாங் ஆகியவற்றின் இடையறா லீலைக்கு அப்பால்தான் பிரபஞ்சத்தின் ஆன்மிக சாராம்சம் உள்ளது. அதுதான் தாவோ. பெண்மையின்ஆதிக்கத்தில் தாவோ, ‘யின்’ என்னும் சக்தியாக வெளிப்படுகிறது என்கிறார் லாவோ ட்ஸு. எடுத்துக்காட்டாக, பெண்கள், குழந்தைகள், பலவீனமானவர்கள், நீர் போன்றவற்றின் வளைந்துநெகிழும் வலிமை பற்றி அவர் பேசுகிறார். ‘தாவோதான் உலகிலேயே மிக மென்மையான விஷயம், ஆனால் அது உலகில் உள்ள எந்த மிகக் கடினமான பொருளையும் வெற்றி கொள்ளக்கூடியது’ என்கிறார். நீருக்கு நிலைத்த வடிவம் என்பதில்லை, ஆனால் அரித்து விடக்கூடிய மென்மை, பொறுமை, நெகிழும் தன்மை, நாணமின்மை, இறுக்கமின்மை இவற்றின் காரணமாகக் கடினமான கற்களையும் வசப்படுத்தி விடுகிறது. தாவோ என்பது ஆதிப் பெண்மை. கற்பனைக்கு எட்டாத கருப்பை. உலகில் உள்ள 10000 வகை உயிர்களின் தாய். அவளுடைய இருண்ட பெண்மை வளத்திலிருந்து தான் எல்லாப் பொருள்களும் தொ ர்ந்து எழுகின்றன.

தாவோவின் கற்பனைக்கு எட்டாத, மறைபொருளான கருப்பை வெறுமையாக உள்ளது. விண்வெளியின் இருள் நட்சத்திர மண்டலங்களை உருவாக்குவது போல, காலியான கருப்பைதான் குழந்தையை உருவாக்குகிறது. ஒரு தேநீர்க் கோப்பை, தன் வெறுமையான இடத்தில்தான் தேநீரைக் கொள்ளஇயலும். தனது வெறுமையினால்தான் தாவோ எல்லாப் பொருள்களையும் தாலாட்டி வளர்க்கிறது. சக்கரத்தின் மையக் குடம்தான் இணைப்புக் கம்பிகளுக்கு இடம் தருகிறது. பானையிலுள்ள காலியிடத்தைத்தான் பயன்படுத்துகிறோம். கதவிலும் ஜன்னலிலும் உள்ள வெறுமைதான் அறையின் பயன்பாட்டுக்குக் காரணமாகின்றது.

தாவோ என்பது அறிந்துணரக்கூடியதல்ல – ஏமாற்றுகின்ற, புலப்படாத, நழுவுகின்ற, காதினால் கேட்க இயலாத, உருவமற்ற, பிம்பமற்ற, நிழலான, குழப்புகின்ற ஒன்று. புலன்களால் உணரமுடியாத அளவுக்கு நுட்பமானது.

ஆலிஸ்: வேறு புகழ்பெற்ற தாவோவாதிகள் யாரேனும் இருந்தார்களா?

கம்பளிப்புழு: லாவோ ட்ஸுவைத் தவிர முக்கியமான இன்னொருவர் சுவாங் ட்ஸு.

சுவாங் ட்ஸு

கம்பளிப்புழு: தாவோயிஸ இலக்கியங்களில், மேகங்களால் சூழ்ந்து மறைந்துள்ள மலைமுகட்டில் வாழும் தாவோ துறவியைக் கன்ஃபூசியப் பேரரசர் ஒருவர் நாடிச் சென்றது முக்கியமான ஒரு பொருள். சுவாங் ட்ஸு என்னும் பெயர்பெற்ற துறவி (கி.மு. நான்காம் நூற்றாண்டு) எழுதிய நூலில் பின்வரும் கதை முதலில் காணப்படுகிறது:

பூ ஆற்றில், சுவாங் ட்ஸு மீன் பிடித்துக் கொண்டிருந்தபோது, நேயமிக்க சு' நாட்டு அரசர் இரு தூதர்களை அவரிடம் அனுப்பினார். 'என் அரசாட்சி பற்றிய சுமையை உங்களுடன் பகிர்ந்துகொள்ள விருப்புகிறேன்.'

சுவாங் ட்ஸு: சு'வில் 3000 ஆண்டுகளுக்குமுன் இறந்துபோன ஒரு புனித ஆமை இருக்கிறதென்று கேள்விப்படுகிறேன். அரசர் அதைத் துணியில் சுற்றிப் பெட்டிக்குள் வைத்து முன்னோருடைய கோயிலில் வைத்திருக்கிறார். இந்த ஆமை செத்துப் போய், தனது எலும்புகளைப் பிறர் வணங்குமாறு விட்டுச்செல்ல விரும்புமா? அல்லது, உயிரோடிருந்து தனது வாலைச் சேற்றில் இழுத்துக் கொண்டிருக்குமா?

தூதர்கள்: அது உயிரோடிருந்து தன் வாலைச் சேற்றில் இழுத்துக் கொண்டிருக்கத் தான் விரும்பும்.

சுவாங் ட்ஸீ! போய்விடுங்கள்! நான் என்னுடைய வாலை சேற்றில் இழுத்துக் கொண்டுபோவேன்!

கம்பளிப்புழு: தாவோநெறித் துறவிகளை அரசர்கள் பலரும் தேடி வந்ததால் போலிகள் பலபேர், தங்களுக்கும் அரசியலில் ஓர் இடம் கிடைக்குமெனத் துறவி வேடமிட்டுத் திரியலானார்கள். ட’ாங் வமிசம் ஆட்சிசெய்தபோது இப்படிப் பலபேர் கிளம்பியதால், ‘மலைக்குச் சென்று துறவியாவது எளிய குறுக்குவழி’ எனப் பழமொழியே ஏற்பட்டுவிட்டது. அமைதியைத் தழுவுதல், தனிமையில் இருத்தல், மக்கள் வாழும் பகுதிகளை விட்டு வெளியேறுதல், பொதுச் சேவைகளைப் புறக்கணித்தல் போன்ற யாவும் போட்டித் தேர்வுகள் இன்றியே, ஓர் அரசுப்பணியை எளிதில் பெறும் வழிகளாகிவிட்டன.

ஆலிஸ்: வாலை மண்ணில் இழுத்துக் கொண்டிருப்பது, அல்லது அரசுப் பணியை எளிதில் அடைவது-இவைதவிர, தாவோ நெறி வேறு எதற்காவது பயன்படக் கூடியதா?

கம்பளிப்புழு: அசாதாரணமான விஷயங்களை – கடவுள், போர், பாலுறவு போன்றவற்றைப் பற்றி கன்ஃபூசியஸ் பேசியதே இல்லை. இவை பற்றித் தெரிந்து கொள்ளத் தாவோ நெறிக்குத்தான் வரவேண்டும்.

இராணுவ உத்திகள்

கன்ஃபூசியஸ் இறந்து கால் நூற்றாண்டுக்குப் பிறகு திடீரென **அரசுகள் போரிடும் காலம்** ஏற்பட்டது. மூன்று சிறிய அரசுகளின் தலைவர்கள், நான்காவது அரசன் ஒருவனைத் தாக்கித் தோல்வியுறச் செய்து, அவனுடைய நாட்டைத் தாங்கள் பிரித்துக் கொண்டார்கள். அவன் தலையை வெட்டி மண்டையோட்டை நீர் பருகப் பயன்படுத்தினார்கள். அவன் குடும்பத்தைக் கொன்றார்கள், இம்மாதிரிப் போர்களும் இராணுவ அணிவகுப்புகளும் நிற்காமல் தொடர்ந்தன.

இறந்த வீரர்களின் குதிரைகளின் கனைப்பு காற்றின் ஓலத்தில் கரைந்தது. பயிர்கள் அழிந்தன. அழுகும் உடல்களும் வெள்ளெலும்புகளுமே விளை நிலங்களில் கிடந்தன. மனிதப் பிணங்களின் தொண்டைக் குழிகளைக் காக்கைகளும் கழுகுகளும் கொத்திக் குடல்களைக் கவ்விப் பறந்தன. பட்டுப்போன மரங்களின் கிளைகளில் அவற்றைத் தொங்கவிட்டன.

அரசுகள் போரிடும் காலத்தில் வேலைதேடித் திரிந்து கொண்டிருந்த இராணுவ உத்தியாளர்களில் ஒருவர் சுன் ட்ஸு. தாவோயியத் தாக்கமுடைய 'போர்க்கலை' *(தி ஆர்ட் ஆஃப் வார்)* என்னும் நூலை அவர் எழுதினார். நேரடி இராணுவத் தாக்குதல் முறைகள், சதுரமாக, முக்கோண வடிவில் படைகளை அமைத்தல், முன்னோக்கிச் சென்று தாக்குதல் போன்றவை மேற்கத்தியப் போர் முறைகளில் பின்பற்றப்படும். இவற்றிற்கு மாறாக, எல்லையற்ற நெகிழ்ச்சி கொண்ட அமைப்புகளை உருவாக்கினார் சுன் ட்ஸு. ஒரு பெண் ஆணைக் கவர்ந்து இழுப்பது போல நெகிழ்ந்து, விட்டுக்கொடுத்து, அவனைச் சுற்றிப் பரவிச் சுழல்போலத் தழுவி, மனமயக்கம் தரும் பல எழுச்சித் தோற்றங்களுக்குப்பின் திடீரென வலுவோடு சுற்றிவளைத்து, நொறுக்கி, ஆணின் வலிமையை உறிஞ்சி விடுவதைப் போல அமைந்திருந்தது அவர் போர்முறை.

சுன் ட்ஸுவின் இலட்சிய இராணுவம், பலமான எதிரியைக் கண்டதும் மின்னலைப் போல் மறைந்து, வெற்றிடம் தோன்ற வைத்து மோதலைத் தவிர்த்துவிடும். இலட்சியபூர்வ இராணுவம், நீரைப் போல் நெகிழ்ச்சியுள்ளது. பேராறுகளின் இடையறா ஓட்டத்தைப்போல அல்லது காமவிருப்பமிக்க பெண்களைப் போல, இழைவியக்கம் உள்ளது.

படுக்கையறைக் கலைகள்: முகில்களும் மழையும் (தாவோயியக் காமக் கலைகள்)

முழுநிலவின் பின்னணியில் ப்ளம் பூக்களைத் தாங்கிய கிளையின் கோட்டுருவம். இருண்ட ஏரியில் பிரதிபலிக்கும் நட்சத்திரக்கூட்டம், மின்மினிப் பூச்சிகளின் கூட்டத்தைப்போல ஒளியைச் சிதறுகிறது. தொலைவில் குதிரைகளும் வண்டிகளும் சத்தமின்றிக் கடந்துசெல்கின்றன. வெண் பளிங்குக் கல்லைப் போல நிலவின் ஒளியைத் தேக்கிவைத்துக் கொள்கின்ற பைன் மரங்களின் குசுகுசுக்கும் நறுமணம் ஓர் இன்பக் கூடம் போல அமைந்திருக்கிறது. இரவு ஆழமாகிக் கொண்டே போகிறது. ஏரியிலிருந்து மென்மையான மூடுபனி கிளம்பி பைன் நறுமணத்தோடு கலக்கிறது. அன்றில்பறவைகள் தொலைவில் சோகமாக இசைக்கின்றன. அவ்வப்போது இன்பக்கூடாரத்திலிருந்து மெல்லிய இன்ப முனகல் கேட்கிறது. மெல்லிய தென்றல் சீலைகளை விலக்கி, இரண்டு நாரைகளைத் தாண்டி ஓர் ஓவியத்திரையின்முன் நிரந்தரமாகச் சிறகடித்துக் கொண்டு அறைக்குள் புணர்கிறது.

பின்னால், ஓர் இளம்பெண்ணின் உடல் இறுகுகிறது. அவள் கூந்தலிலிருந்த பொன்னிறக் கொண்டை ஊசி விழுகிறது, இமைகளின்கீழ் கருமணிகள் மறைகின்றன, மூக்கு விரிகின்றது, முகம் சிவக்கிறது. நீரோட்டத்தில் இசைந்தும் எதிர்த்தும் இயங்கும் மீனைப் போல, அவள் காதலனின் இறுகிய 'பச்சை மாணிக்கத் தண்டு', அவள் 'தனிமைப் பள்ளத் தாக்கினுள்' முன்னும் பின்னும் இயங்கிக் கனவு போல் அசைகிறது. ஒரு தாவோயிய பேரரசன் தன் ஆயிரத்திருநூறு கிழத்திகளில் ஒருத்தியுடன் **யின், யாங்** இரண்டையும் கலந்து கொண்டிருக்கிறான். அவளுடைய உதடுகளைத் திறக்கும்போது பற்கள் ஒளிவீசுகின்றன. அவள் நாக்கு சுழன்று தடிக்கிறது. தலையணைகளிலிருந்து வெப்பமான நறுமணம் எழுகின்றது. அவளுடைய **யின்** அலை ஏற்றத்தில் வெள்ளம் பாய்கிறது.

அந்த அரசன் ஒருபோதும் ஸ்கலிதம் செய்த தில்லை, தூங்கியதில்லை, ஆனால் பத்து இளைஞர் களின் ஆற்றலைப் பெற்றிருந்தான் என்று சொல்லப்படுகிறது. படுக்கையறைக் கலையிலிருந்து பெற்ற ஆற்றலின் விளைவாக அவன் என்றும் அழியாத உடலைப் பெற்றிருந்தான் என்றும் தன் பூதவுடலோடு வானுலகு சென்றான் என்றும் சொல்லப்படுகிறது. வானுலகிலும், அவன் கேளிக்கை களைத் தொடர்ந்தான். ஆனால் இப்போது வானுலக அழகிகளோடு.

தாவோயிய காமக்கலைகளை விவரிக்கும் மிகப் பழங்காலச் சுவடிகள் **ஹான் காலத்திலிருந்து** (கி.மு.206-கி.பி.220) தொடர்கின்றன. மீயுயர் அறநெறிகளைக் கொண்ட கன்ஃபூசிய மதமும் துறவைப் போதிக்கும் பௌத்தமும் இவற்றை ஒடுக்க முனைந்தாலும், சீனப் படுக்கையறைகளில் தாவோ நெறி விடாமல் தொடர்ந்தது. இந்தச் செயல்முறைகள் மதம்சாராத் தேவைகள், புனித ஞானம் இரண்டின் கலப்பினால் விளைந்தவையாக இருந்தன.

ஹான் காலத்தில் தாய்வழிச் சமூகம் மறைந்தது. சீனக் குடும்பங்கள் பலதார மணத்தின் இருப்பிடங்கள். இன்பநீட்டிப்பிற்கு வழிசொல்லவே – ஆணின் உச்சத்திற்கு முன், பெண் முதலில் இன்பநிறைவுபெற வழி சொல்வதற்காகவே – பழங்காலப் பாலியல் போதனைகள் ஏற்பட்டன என்று தோன்றுகிறது. இந்நிலையில், ஆண்-பெண் இருவரின் சுரப்புகளும் (வெளிப்படுதல்களும்) ஒன்றுகலக்கும். யின்னும் யாங்கும் இசைவு ஏற்படும். முகில்களும் மழையும் இசையும். ஆனால் ஒருதார மணம் மறைந்து, பல தாரமணம் ஏற்பட்ட போது, வசதிபடைத்த எவனும் பல மனைவிகளையும், சேடிப்பெண்களையும், காமக்கிழத்திகளையும் வைத்துக் கொள்ளலாம் என்ற நிலை ஏற்பட்டது.

111

தன் இல்லத்திலுள்ள பெண்கள் அனைவரையும் ஒருவன் மரபுசார்ந்த வழிகளில் திருப்திப்படுத்த முனைந்தால் அவன் சிறிது நேரத்திலேயே களைத்து விழுந்துவிடுவான். பெண்களைத் திருப்திப்படுத்த முடியாமற் போனாலோ அவன் வீட்டின் அமைதி குலையும். இதன் விளைவு விபரீதமாக இருக்கும்.

ஆனால் என்றும் குறையா உயிராற்றலின் களஞ்சியமாகப் பெண்கள் பெரும்பாலும் விளங்குவதால், ஒரு விவேகமிக்க கணவன் கவனமற்றுத் தனது ஆற்றலை இழப்பதற்கு மாறாக, அவ்வப்போது ஆற்றலைத் தனக்குள் நிரப்பிக்கொள்ளும் திறன் பெற்றவனாக ஆகமுடியும்.

அவனுக்குத் தேவை, ஒரு தாவோயிய அணுகுமுறைதான்.

தாவோவாதிகளுக்கு, உடலுறவும் காமவிளையாட்டுகளும், பெண்களின் 'யின்' னையும் ஆண்களின் 'யாங்'கையும் எழுச்சிபெற்று விரிவடையச் செய்யும் நெறிகளாகும். ஆனால் உச்சநிலையில், இந்த உயிராற்றல் சேமிப்பு பாலியல் திரவங்களின் வடிவில் வெளிப்படுகிறது. அவை துணைவன் அல்லது துணைவியினால் ஈர்த்துக்கொள்ளப்படுகின்றன. தன் ஸ்கலிதத்தைக் கட்டுப்படுத்தித் தன் துணைவியின் யோனியிலிருந்து வெளிவரும் 'யின்' சாறுகளை ஒருவன் ஈர்த்துக்கொண்டால், அவளது உயிராற்றலை அவன் வெற்றி கொள்வதோடு தன் ஆற்றலையும் சேமித்துக்கொள்கிறான்.

தங்கள் பாலியல்பினைக் கட்டுப்படுத்துவது எப்படி என்று ஆண்களுக்குத் தாவோயியப் படுக்கையறைக் கலைகள் கற்றுத் தருகின்றன. தங்கள் துணைவியர்களுக்கு எப்படி இன்பமளிப்பது என்று போதிக்கின்றன. உயிராற்றலைச் சேமித்துச் சுழல விடுவது எப்படி என்றும் கற்பிக்கின்றன. ஒரு நல்ல தாவோயியக் கேளிக்கையாளன், தனது இயக்கங்களின் வேகம், கோணம், பொதுத்தன்மை ஆகியவற்றை மாற்றுவதன் வாயிலாக, தனது துணைவிக்குள் 'யின்' அலையை நிகழ்த்தமுடியும். ஒரு மலை ஓடைக்குள் எதிர்த்துச் செல்லும் முரட்டுக் குதிரையைப்போல அல்லது கடலுக்குள் செல்லும் கல்லைப்போல ஆழ்ந்து மூழ்கி, தூண்டில் முள்ளில் அகப்பட்டு அசையும் பெரிய கெண்டை மீனைப் போல, பக்கவாட்டில் அசைந்தசைந்து, தன் காதலியின் 'மூன்று உச்சங்க'ளான – வாய், முலைகள், யோனி ஆகியவற்றின் சாறுகளை அவன் உறிஞ்சிப் பருகுவான்.

அதே சமயம், தனது சொந்த ஆற்றல் மிகவும் உயர்ந்த மேலுலகச் சுழற்சியில் கலந்து சுழல்வதாக – ஒரு வட்டமான சக்திச்சுழல் பாலுறுப்புகளுக்குச் செல்வதாகவும், அங்கிருந்து தண்டுவடத்தின் வழியாக மூளைக்குச் செல்வதாகவும், முகத்தின், மார்பின் வழியாக மேலும் கீழும் செல்வதாகவும் கற்பனை செய்வான். இது தொடர்ந்து தானாக இயங்கும் ஒரு வெப்ப ஓட்டமாக மாறி, மேலும் மேலும் செறிவுகுறைந்து மூளையை அடைகிறது. அங்கு அது விரிவையும் சாந்தியையும் அளிக்கும் பேருணர்வு ஆகிறது. பிறகு ஒரு சுவர்க்க அமுதமாக மாறி வயிற்றுக்குள் இறங்குகிறது.

இறுதியாக, ஒளிநிறைந்த, இயக்கமுள்ள, பொன்னிற ஒளியமுதமாக மாறித் தலையில் சுழல்கிறது. அது வயிற்றின் கொப்பரைக்குள் மழையாகப் பொழிந்து, அழியாத ஓர் ஒளிக்'கரு'வாகச் செறிகிறது. இச்சமயத்தில் அக்கரு தண்டுவடத்தின் வாயிலாக மூளைக்குள் சென்று தலையுச்சியிலிருந்து எழுச்சிபெறும் சக்தி பெறுகிறது. இச்செயல் முறையில் வல்லவர்கள் தலை மீது நுண்மேகம் கவிகிறது. இவர்கள் சாகாவரம் பெற்றவர்கள்.

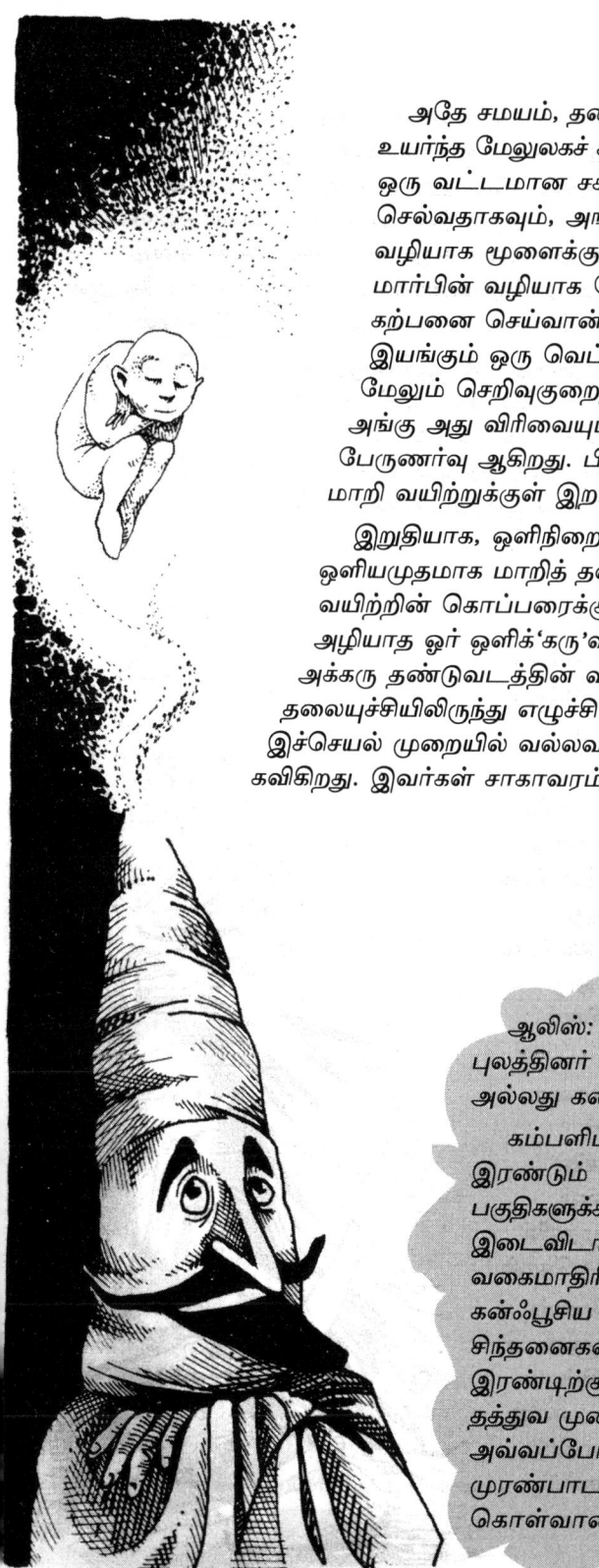

ஆலிஸ்: கடைசியாக எந்தச் சிந்தனைப் புலத்தினர் வென்றனர்? தாவோவாதிகளா அல்லது கன்ஃபூசியர்களா?

கம்பளிப்புழு: உண்மையில், இவை இரண்டும் மனித இயல்பின் வெவ்வேறு பகுதிகளுக்கானவை. எனவே 2000 ஆண்டு இடைவிடாமல் போட்டியிட்டன. அதனால் வகைமாதிரியான ஒரு சீன கனவான், கன்ஃபூசிய அல்லது தாவோ இருவித சிந்தனைகளையும் ஏற்றுக்கொள்வான். இரண்டிற்கும் இடம்கொடுத்து, ஒரு தத்துவ முனையிலிருந்து எதிர் முனைக்கு அவ்வப்போது தாவுகின்றதொரு முரண்பாடான வாழ்க்கையில் மகிழ்ச்சி கொள்வான்.

ஒரு சீன ஆடவன், கன்ஃபூசிய மாதிரியிலான தனது குடும்பநிலைகளில் திட்டவட்டமான வைதிகத்தைக் கடைப்பிடிப்பவனாக இருக்கமுடியும். தனது தந்தையிடம் பணிவடக்கத்தோடும், தந்தை தாயுடன் பிறந்தவர்களிடம் மரியாதையோடும், மனைவியிடம் ஒரு கடுமையான ஒழுக்கவாதியாகவும், தம்பிமார்களுக்குக் கடுமையாக அறிவுரை கூறுபவனாகவும், தன் இளம் மகனைச் செல்லம்கொடுத்துப் பாழாக்குபவனாகவும், பதினைந்து வயதே ஆன தனது காமக்கிழத்தியிடம் பெருங்காதல் கொண்டவனாகவும் இருக்கலாம்.

அவளோடு இருக்கும்போது தனது கன்ஃபூசிய ஒழுக்கங்களையெல்லாம் மூட்டை கட்டி வைத்துவிட்டு, தாவோயிய 'முகில்களும் மழையும்' கோட்பாட்டைப் பின்பற்றத் தொடங்கிவிடுவான். பிறகு ஒரு தாவோ துறவியாக மாறி பைன் மரங்கள் நிறைந்த மலைக்காட்டினுள் தான் வசிப்பதாக அலுவலகத்தில் நாள் முழுவதும் கனவு காண்பான்.

சீன மக்களிடையே கன்ஃபூசியச் சிந்தனைக்கும் தாவோ சிந்தனைக்கும் இடையிலுள்ள போட்டிக்கு எடுத்துக் காட்டாக ஒரு சிறிய கதையைக் கூறலாம்.

ஒரு தாவோ துறவி தனது மூங்கில் குடிசைக்குள் தியானம் செய்தவாறு தனிமையில் அமர்ந்திருந்தார். திடீரென அவருடைய அமைதி குலைந்தது. நற்பண்புகள், ஒழுக்கம் பற்றி அவரிடம் சொற்பொழிவாற்றுவதற்காக ஒரு கன்ஃபூசிய நற்சேவைக் குழுவினர் மலையேறி வந்தனர்.

அவருடைய குடிலுக்குள் காலடி வைக்கும்போது அக்குழுவினர் கூச்சலிட்டனர்: 'உன் குடிசையில் நிர்வாணமாக அமர்ந்து தியானம் செய்து என்ன சாதிக்கிறாய்? முதலில் உன் கால்சட்டைகளை அணிந்துகொள்.'

உடனே அந்தத் துறவி கூறினார்: 'இந்த முழு பிரபஞ்சமும் என்னுடைய குடிசைதான். இந்தச் சிறுமூங்கில் குடில்தான் எனது காற்சட்டை. எனது காற்சட்டைக்குள் புகுந்து கொண்டு நீங்கள் என்னப்பா செய்கிறீர்கள்?'

நாமரூபக் குழு

குங் சுன் லுங் (கி.மு.320-250) தமது முரண் கூற்று ஒன்றிற்காகப் புகழ்பெற்றவர்:

'ஒரு வெள்ளைக்குதிரை குதிரையே அல்ல.'

ஆலிஸ்: என்ன?

கம்பளிப்புழு: பழங்கதைப்படி, எல்லைக் காவலர் ஒருவர் குங் சுன் லுங்கை நிறுத்தினார். அவர் அப்போது ஒரு வெள்ளைக் குதிரையின் மீது வந்துகொண்டிருந்தார். நாட்டு எல்லைக் குள்ளாகக் குதிரைகளை அனுமதிப்பதில்லை என்று காவலர் தெரிவித்தார்.

குங் சுன் லுங்: நான் ஒரு வெள்ளைக்குதிரை மீது வந்துகொண்டிருக்கிறேன், வெள்ளைக் குதிரை ஒரு குதிரையே அல்ல!

காவலர்: என்ன?

குங் சுன் லுங்: நீங்கள் என்னிடம் ஒரு குதிரை கேட்கிறீர் என்று வைத்துக்கொள்வோம்.

காவலர்: சரி.

குங் சுன் லுங்: உங்களுக்கு ஒரு மஞ்சள் குதிரை யையோ கருப்புக் குதிரையையோ அளித்தால் நீங்கள் சந்தோஷப்படுவீர், சரியா?

காவலர்: சரி.

குங் சுன் லுங்: ஆனால் நீங்கள் என்னை ஒரு வெள்ளைக் குதிரை கேட்பதாக வைத்துக் கொள்வோம்.

காவலர்: சரி.

குங் சுன் லுங்: அப்போது நான் உங்களுக்கு மஞ்சள் அல்லது கருப்பு நிறத்தில் ஒரு குதிரையைத் தந்தால் நீங்கள் மகிழ்ச்சியடைய மாட்டீர், சரிதானே?

காவலர்: ஆம்.

குங் சுன் லுங்: அதனால், வெள்ளைக் குதிரை ஒரு குதிரையே அல்ல!

மோ ட்ஸு

மோ ட்ஸு (கி.மு. 470-381), கன்ஃபூசியஸின் இறப்புக்குச் சற்றுப் பின்னர் பிறந்தார், மென்சியஸ் பிறப்புக்குச் சற்று முன்னர் இறந்தார். தான் வாழ்ந்த காலத்தில் கன்ஃபூசிய சிந்தனைப் புலத்திற்கு எதிரான **மோயியம் (மோயிசம்)** என்னும் சிந்தனைப் புலத்தை உருவாக்கினார் அவர்.

மோயியவாதிகள் எளிமையானவர்கள். முரட்டுத் துணியையும் எளிய செருப்பையும் அணிந்தவர்கள். தங்கள் உதவியை நாடுபவர்களைத் தேடிச் செல்லப் பல நாட்கள் நடக்கவும் தயாராக இருந்தவர்கள். பல ஆண்டுகளாக, மோ ட்ஸுஅலைந்து திரியும் அரசியல் தத்துவவாதியாக இருந்தார். எல்லா மனிதர்கள் மீதும் உலகளாவிய நேசத்தைப் பொழியக்கூடிய தனிப்பட்ட, நன்மைசெய்யும் ஓர் வைப்பாக **டி'யென்** என்னும் மேலுலகு அமைந்துள்ளது என்று போதித்தார். ஒருதலைச் சார்புநோக்கை விட்டுவிட்டால் மனிதர்கள் அந்த மேலுலகின் உதாரணத்தைப் பின்பற்றலாம்.

ஆலிஸ்: ஒருதலைச் சார்புநோக்கா?

ஒருதலைச் சார்புநோக்கு அல்லது சிலருக்கு மட்டும் உதவும் பாங்கு என்பது சுயநலம். தனது குடும்பம் அல்லது தனது நாடு என்பதற்கு மட்டும் இலாபம் தேடும் தன்மை. இம்மாதிரிச் சார்புநோக்கு சமூகத்தை அழித்து விடுகிறது. குறித்த சிலருக்கு மட்டும் நீங்கள் ஆதரவு செய்பவர்களாக இருக்கிறீர்கள். மேலுலகு எப்படி யாவருக்கும் தனது பிரபஞ்ச நேயத்தையும் கருணையையும் பொழிகின்றதோ அதுபோல மனிதர்களும் செய்வதன் மூலம் ஒருதலைநோக்கை விட்டுவிட முயல வேண்டும் என்று மோ ட்ஸு போதித்தார். குறிப்பாக, அவர் போருக்கு எதிரானவர். ஆதரவற்ற ஒரு நாட்டின் மீது படையெடுக்க இருக்கும் ஓர் அரசனைச் சமாதானப்படுத்தும் முயற்சிக்கென மோ ட்ஸுவும் அவருடைய துணைவர்களும் நெடுந்தொலைவு நடப்பார்கள். சமாதானப்படுத்தும் தங்கள் பணியில் அவர்கள் தோல்வியடைந்தால், அவர்கள் படையெடுப்புக்கு ஆளான நாட்டிற்கு உதவிசெய்யப் புறப்படுவார்கள். இக்காரணத்தினால் மோ ட்ஸு, இராணுவ நடவடிக்கைகளில் தற்பாதுகாப்புக்கான முறைகள் பற்றி எழுதினார். உணவு, உறைவிடம், உடை முதலியவற்றை அனைவருக்கும் அளிக்கக்கூடிய செயற்பாடுகளுக்கு நேரடியாக உதவாத எல்லாச் செயல்களையும் மோயியவாதிகள் கைவிட்டார்கள். அதனால் பல கன்ஃபூசிய மதிப்புகளை அவர்கள் எதிர்த்தார்கள்.

- எடுத்துக்காட்டாக, கன்ஃபூசிய அறநெறியின் ஒரு பகுதியாக உரத்த இசையைக் கேட்டல் அமைந்திருந்தது. இசை கேட்பதைத் தவிர்க்கவேண்டும் என்று மோ ட்ஸு போதித்தார்.
- சமயச்சடங்குகள், குறிப்பாக ஈமக்கிரியைகள் செய்வதன் பயனை கன்ஃபூசியஸ் மிகவும் போற்றினார். ஆடம்பரமான ஈமக்கிரியைகள் நேரத்தையும் பணத்தையும் வீணடிப்பவை என்றும், உடலுறவை விலக்கி நீண்டகாலம் துன்பம் காத்தல் சமூகத்திற்குத் தொல்லை என்றும் மோ ட்ஸு கூறினார்.
- கன்ஃபூசியஸைவிட மோ ட்ஸு மத ஈடுபாடு மிக்கவர். கன்ஃபூசியஸின் அவநம்பிக்கை வாதத்தையும் ஆன்மாக்கள், ஆன்மிக மதிப்புகள் ஆகியவற்றை அவர் புறக்கணித்ததையும் மோ ட்ஸு கண்டித்தார்.
- கன்ஃபூசியஸ் விதிவலிமைக் கோட்பாட்டினர் என்றும் மோ ட்ஸு கருதினார்.

மோ ட்ஸுவின் இறப்புக்குப் பிறகு மோயியம், கன்ஃபூசியச் சிந்தனைக்கு ஒரு பெரும் தத்துவ எதிர்ப்பாக இருந்தது. மோயியக் கருத்தான பிரபஞ்ச அளவிலான நேயம் என்பதை மென்சியஸ் தூக்கினார். கன்ஃபூசியஸின் கருத்துப்படி, ஒருவனுடைய சிறப்பார்வலர்கள், விசுவாசிகள் என்ற அளவில்தான் ஒருவருடைய மனிதநேயம் எப்போதுமே செயல்படும். ஓர் அரசனுக்கும், தந்தைக்கும், மகளுக்கும் ஒரேமாதிரி மனிதநேயத்தைச் செலுத்த முடியாது. எல்லோரும் எல்லோரையும் பிரபஞ்ச அளவில் ஒரேமாதிரி நேசித்தால், கன்ஃபூசிய ஐந்து உறவு என்னும் அமைப்பு விழுந்துவிடும்.

ஆனால் விழுந்தது என்னவோ மோ ட்ஸுவின் செல்வாக்குதான். அவருடைய நெறி, பெரும்பாலான சீனர்களுக்கு மிகவும் கடுமையானதாக இருந்தது. அவருடைய சிந்தனைப் புலமும் மென்சியஸினால் இடையறாமல் தாக்கப்பட்டது. **ஹான் வமிசத்தின்** காலத்தில் *(கி.மு.206-கி.பி.220)* கன்ஃபூசியச் சிந்தனை அரசாங்கத் தத்துவமாக ஏற்றுக்கொள்ளப்பட்டது.

மேற்கத்திய அறிஞர்கள் வந்து மறுகண்டுபிடிப்புச் செய்து மோ ட்ஸுவுக்கும் ஏசு கிறித்துவுக்கும் இடையில் ஒப்புமைகளைக் கண்டுபிடித்துக் கூறும்வரை, சீனர்கள் மோ ட்ஸுவையும் மோயியத்தையும் மறந்துவிட்டனர். சமூகம் முழுமைக்கும் அடிப்படைத் தேவைகளை அளிக்கின்ற சிந்தனை மார்க்சியக் கருத்துகளுக்கு ஒத்த தாக இருந்ததால், சீனப் புரட்சியாளர்களும் அவரை மறுகண்டுபிடிப்புச் செய்தனர்.

ஆலிஸ்: நல்லது, மோ ட்ஸு மிகவும் நல்ல மனிதராகத் தெரிகிறார்.

கம்பளிப்புழு: சரிதான், ஆனால் இன்னும் யதார்த்தமாகச் சிந்தித்த தத்துவவாதிகள் குழு சீனச் சிந்தனை மீது ஆழமான பாதிப்பை ஏற்படுத்தியது.

சட்ட அனுசரிப்புவாதிகள்

எளிய குற்றத்துக்குக் கடுமையான தண்டனை தருக
– ஷாங் பிரபு

கம்பளிப்புழு: குற்றவாளியைக் கரியாகும் வரை நெருப்பிலிட்டுப் பொசுக்குங்கள், அவன் இதயத்தை அறுங்கள், அவனை ஊறுகாய் போடுங்கள், சங்கிலிகளால் கட்டி வையுங்கள், அடிமையாக அவனை விற்றுவிடுங்கள், கைகால்களை வெட்டுங்கள், அவன் குடலைக் கொத்துக்கறி செய்யுங்கள், முட்செடிகளுக்குள் பதிந்திருக்கும் கண்ணியில் அவனை எறிந்துவிடுங்கள், அவன் பிணத்தை யாங் ட்சீ ஆற்றில் வீசுங்கள், அவனைக் கல்லால் அடித்துச் சாகடியுங்கள், அவனுடைய விலா எலும்புகளை நொறுக்குங்கள், எண்ணெயில் அவனை வறுத்தெடுங்கள். இவையெல்லாம் **சட்ட அனுசரிப்புவாதிகள்** விதித்த தண்டனைகள் – சாதாரண வேலையாட்களுக்கு மட்டுமல்ல, குடும்ப பெண்கள், நேசத்திற்குரிய பரத்தையர், அரசவைப் பெண்கள், பிரபுக்கள், அமைச்சர்கள் யாராக இருந்தாலும் சரி, அரசனிடம் எல்லை மீறினால் இப்படித்தான். அந்தக் 'குற்றவாளி', இப்படிப்பட்ட தண்டனையைப் பெற அரசனைக் கொல்லவேண்டும் என்பதில்லை. தெருவில் சாம்பலையோ, குப்பையையோ எறிந்தாலே கைகால்களை வாங்குவதுதான் தண்டனை.

சட்ட அனுசரிப்புவாத தர்க்கம்: சிறிய குற்றங்களே இல்லையென்றானால், பெரிய குற்றங்கள் நடைபெறாது. மக்களின் நற்குணங்களை வளர்ப்பது வீண்வேலை. விரைவாக, தீவிரமாக, கடுமையாக, ஒரே மாதிரியாக அவர்களைத் தண்டிக்க வேண்டும், அப்போதுதான் அவர்கள் ஒழுங்காக நடந்துகொள்வார்கள்.

சுன் ட்ஸுவைப் போல, சட்ட அனுசரிப்பு வாதிகளும் யதார்த்த உலகவலையில் கட்டுண்ட நடைமுறை அரசியல்வாதிகள்தாம். அறிவாளிகளையும் தத்துவவாதிகளையும் குறிப்பாக, கன்ஃபூசியர்களை, அவர்கள் கீழாகவே நோக்கினார்கள். சடங்குகளை அனுசரிப்பதோ **செவ்வியல்** நூல்களைக் கற்பதோ ஒருவனை நன்னடத்தைக்குக் கொண்டுவராது. சட்டங்கள்தான் மக்களை வரிசைப்படி நிற்கவைக்கும்.

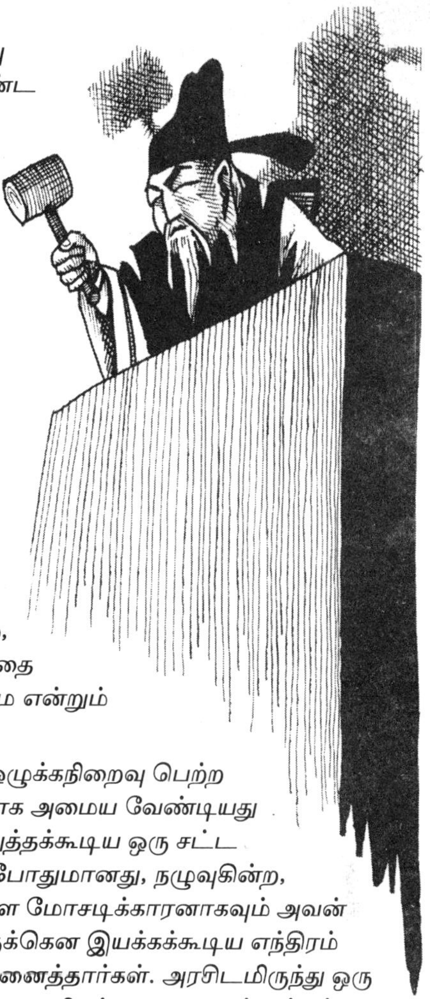

மனிதனின் உள்ளார்ந்த குணம் தீமை. எனவே சட்டம் ஒழுங்கு என்ற முறையிலும், பெருந்தன்மையான பரிசுகள், கடுமையான தண்டனைகள் என்ற விதத்திலும் புறக்கட்டுப்பாடுகள் மனிதர்கள் மீது செலுத்தப்படவேண்டும் என்று கருதினர். தனிமனிதனின் நடத்தைக்குக் கூட்டுப் பொறுப்பை மக்களே ஏற்கவேண்டும் என்றும், அதிகாரமிக்க வல்லாட்சிக்கு இராணுவ பலத்தை அளிக்கவேண்டியது சாதாரண மக்கள் கடமை என்றும் அவர்கள் கருதினார்கள்.

சட்ட அனுசரிப்பாளர் கருத்தில், அரசன் ஒழுக்கநிறைவு பெற்ற வனாக, கன்ஃபூசிய நற்பண்புகளின் மாதிரியாக அமைய வேண்டியது அவசியமில்லை. நிர்வாகிகள் தாங்களே செலுத்தக்கூடிய ஒரு சட்ட எந்திரத்தை அவன் முடுக்கிவிட்டுவிட்டால் போதுமானது, நழுவுகின்ற, ஆரோக்கியத்தனமான, இரட்டைப் பேச்சுள்ள மோசடிக்காரனாகவும் அவன் இருக்கலாம். திறன்மிக்க அலுவலர்கள் போருக்கென இயக்கக்கூடிய எந்திரம் தான் அரசாங்கம் என்று சட்ட நிர்வாகிகள் நினைத்தார்கள். அரசிடமிருந்து ஒரு கண நேரஅறிவிப்பு கிடைத்தால் போதும், விவசாயிகள் அனைவரும் தங்கள் கலப்பையைப் போட்டுவிட்டுப் போர் அணிவகுப்பில் ஈடுபடவேண்டும்.

இந்த மனப்பான்மை அரசின் திறன்மிக்க செயல்பாட்டையும், இராணுவ வலிமையையும் கூட்டவே செய்தது. சட்டஅனுசரிப்பு நாடுகள் யாவற்றிலும் மிக அதிகமாகச் சட்டப்போக்குள்ள சி’ன் நாடு, தன் எல்லையிலிருந்த நாடுகள் அனைத்தையும் விழுங்கி, முதல் பேரரசாக விரிந்தது.

முதல் சட்ட அனுசரிப்புப் பேரரசன் செய்த முதற்காரியம், தான் கண்டறிய முடிந்த கன்ஃபூசிய அறிஞர்கள் எல்லோரையும் துண்டுதுண்டாக வெட்டி ஊறுகாய் போட்டு, வேகவைத்ததுதான். தான் கண்டறிந்த எல்லாக் கன்ஃபூசிய நூல்களையும் எரித்தான். சட்டபூர்வ அரசாங்கத்தின் பெரிய எந்திர இயக்கத்தில் அவன் குடிமக்கள் அனைவரும் ஒழுங்குமிக்க, பணிவான எறும்புகளைப் போலக் கடினஉழைப்புக்கு ஆளாயினர். அவர்களின் ஒரே நோக்கம் போரிடுவதும், பயிர்களை விளைவிப்பதும்தான். அரசாங்கத்தின் பேராசைத்தனமான இலக்கு களுக்கு எல்லாவித மானிட, ஒழுக்க அக்கறைகளும் கீழ்ப்படுத்தப்பட்டன.

119

ஆனால் கத்தி எடுப்பவர்கள் கத்தியாலேதான் மடிகிறார்கள். தனது ஒருங்கமைக்கும் மேதைமையினால் சி'ன் பேரரசின் ஆதிக்கத்தை விரிவுபடுத்திய சட்டஅனுசரிப்புவாத தத்துவவாதி ஷாங் பிரபு, கடைசியாகக் கொல்லப்பட்டார். அவருடைய தலை, கைகள், கால்கள் ஆகியவை பல்வேறு திசைகளிலிருந்து தாறுமாறாக ஓடிய ரதங்களால் பிய்த்தெறியப்பட்டன.

ஹான் ஃபெய் ட்ஸு

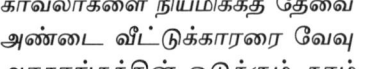

கம்பளிப்புழு: **ஹான் ஃபெய் ட்ஸு** *(கி.மு.280-233)* சட்ட அனுசரிப்புவாதிகளில் மிகவும் புகழ்பெற்றவர். அவர் ஸுன் ட்ஸுவிடம் கற்றவர். மனித இயற்கை உள்ளார்ந்த தீமை கொண்டது என்ற துயர்நோக்கில் அவருடன் ஒன்றுபட்டவர். சுயநலமும் சுயஆர்வமுமே மிகுந்த மக்களின் வழிகளைப் பெருந்தன்மையான பரிசுகள் மூலமாகவும், கடுமையான தண்டனைகள் மூலமாகவுமே திருத்த முடியும் என்று எல்லா நல்ல சட்டஅனுசரிப்புவாதிகளையும் போலவே அவரும் கருதினார். கன்ஃபூசியச் சிந்தனைகள் – மக்களிடம் இருப்பதாகக் கருதப்படுகின்ற நற்பண்பு களைக் கல்வி மூலமும், அரசனின் ஒழுக்க உதாரணம் மூலமும் வளர்க்க முடியும் என்பதெல்லாம் – வெறும் நம்பவியலாக் கற்பனைகளாகவே அவருக்குத் தோன்றின. ஒழுக்கப் பொற்காலம் என்று கடந்த காலத்தைப் புனைவுக்கு உள்ளாக்குகின்ற கன்ஃபூசியச் சிந்தனையை அவர் குறைகூறினார். கடந்த காலத்திலும் மக்கள் அப்படி யொன்றும் நற்பண்பு படைத்தவர்களாகவே இருந்திருக்க இயலாது. ஏனெனில் மனித இயல்பு மாறுவதில்லை. கடந்த காலத்தில் மக்கள் குறைந்த எண்ணிக்கையில் இருந்தனர், வளங்கள் அதிகமாக இருந்தன. எனவே பழம் பொற்கால மனிதர்கள் நம்மைவிட இன்னும் பெருந்தன்மையோடு வாழ முடிந்திருக்கலாம்.

பெரும்பாலான சட்ட அனுசரிப்புவாதிகளைப் போலவே ஹான் ஃபெய் ட்ஸுவும் குற்றங்களுக்குக் கடும் தண்டனை விதிப்பதையே ஆதரித்தார். குற்றங்களை வெளிப்படுத்தும் ஒவ்வொருவருக்கும் பரிசு என்று அறிவித்தால், அரசாங்கம் எளிதில் குற்றங்களைக் கண்டுபிடித்துவிட முடியும். 'எப்போதும் நீ ஒருவருடைய கண்காணிப்பில் இருக்கிறாய்' என்ற முறையில் அவர் விரும்பிய இன்னொரு நடைமுறை, ஒரு கிராமத்தில் எவரோ ஒருவர் செய்த குற்றத்திற்கு அந்தக் கிராம மக்கள் அனைவரையும் தண்டனைக்குள்ளாக்குவது. இதனால், அரசாங்கம் காவலர்களை நியமிக்கத் தேவை இல்லை, ஒவ்வொரு வீட்டுக்காரரும் அண்டை வீட்டுக்காரரை வேவு பார்க்கத் தொடங்கினார். அரசாங்கத்தின் ஒடுக்கும் கரம் வீடுவரை நீண்டது.

கோடை பூக்கும்காலம் (கி.மு.206-கி.பி.900)

சீனாவில் பௌத்தம்

கம்பளிப்புழு: சீனாவுக்கு அக்காலத்தில் திபெத்திலிருந்தும் மத்திய ஆசியாவிலிருந்தும் பட்டுச்சாலை எனப்படும் பெருவழிகள் இருந்தன. அவற்றின் வழியே ஒட்டகங்கள், யாக் எருமைகள் மீது பத்மாசனத்தில் அமர்ந்த சாந்தம் வாய்ந்த, ஒளிவட்டமுடைய புத்தர் சிலைகள், படிமங்கள் போன்ற சமயக் கலைகள் வாயிலாக சீனாவுக்குள் பௌத்தம் முதன் முதலாகப் புகுந்தது. சீனர்களுக்கு இம்மாதிரி புத்தர் சிலைகள் முதலில் ஏதோ தாவோ நெறிசார்ந்த இறப்பற்ற முனிவர் படிமம் போலத்தோன்றின. அவர்கள் புத்தரையும் கடவுளாக்கி, தங்கள் வீட்டிலுள்ள வழிபாட்டிடத்தில் பிற கடவுளர் சிலைகளோடு – கன்ஃபூசியஸ், லாவோ ட்ஸு போன்றவர்களோடு – அமர வைத்துவிட்டனர்.

கிழக்கே செல்,
இளம் எருதே!

பௌத்தமதக் கருத்துகள் சீனாவுக்குள் மிகுதியாகப் புகத்தொடங்கியபோதுதான் பிரச்சினை ஏற்பட்டது. சீனர்கள் எப்போதுமே இவ்வுலகு சார்ந்தவர்களாகவும், நடைமுறை உலகு சார்ந்தவர்களாகவும் இருந்தனர். எனவே பௌத்தம் பேருண்மை கூறும் வாழ்க்கை ஒரு ஏமாற்று, மாயை என்னும் புதிய துயர் நோக்குடைய கருத்தே அவர்களுக்கு அந்நியமானதாக இருந்திருக்கும். இதுவே அவர்களைத் தாக்கி வீழ்த்தி விட்டது. இன்னும் கொடுமை என்னவென்றால், உலக துக்கங்களிலிருந்து ஆசையை அழிப்பதன் வாயிலாகவே விடுபட முடியும் என்றும், இறுதியாக **நிர்வாணத்தை** அடைய வாழ்க்கை மீதுள்ள பற்றையே அழித்துக்கொள்ள வேண்டும் என்றும் பௌத்தம் கூறியது அவர்களுக்குப் புதிராகவே இருந்திருக்கும். கன்ஃபூசியஸுக்கு எதிர்மாறான இக்கருத்துகள் சீனர்களுக்கு ஆத்திரமூட்டின. பௌத்தம் என்பது மிகப்பெரியது என்றால், கன்ஃபூசியஸ் ஏன் அதைப்பற்றி முன்னறிவிக்கவில்லை என்று அவர்கள் வாதிட்டார்கள். கன்ஃபூசியச் **செவ்வியல்** நூல்களில் பௌத்தத்தைப் பற்றி ஒரு வரிகூட இல்லையே?

பௌத்த பிட்சுகள் ஏன் தங்கள் தலையை மொட்டையடித்துத் தங்கள் உடலைச் சித்திரவதை செய்கிறார்கள்? அவர்கள் ஏன் பிரம்மச்சரியம் காக்கிறார்கள்? அவர்களுக்குக் குழந்தைகளே இல்லாமற்போனால் முன்னோர்களை வழிபடப்போவது யார்? குழந்தை பெறாமல் ஒரு சீனன் இருக்கமாட்டானே!

121

இந்திய வாழ்க்கை முறைகள் நம்மைப் பாதிக்குமாறு நாம் ஏன் அனுமதிக்க வேண்டும்? குங் பாவ் கோழி, அரிசி ஒயின் போன்ற உணவுகளையும், அழகான பெண்களின் கன்னங்களை முத்தமிட்டுத் தழுவுவதையும் போன்ற உலக இன்பங்களைத் துறந்து பிட்சுகள் ஏன் வாழவேண்டும்? எல்லோரும் புத்த பிட்சுகள் ஆகிவிட்டால் இந்தப் பெண்கள் அனைவரும் தூக்கமின்றி, காதலின்றி, அவர்களின் பட்டுத் தலையணைகள் நீண்ட இரவில் குளிர்ந்துபோகத், தனிமையில் வாடுவார்கள் அல்லவா?

இப்படி முதலில் சீனர்கள் பௌத்த சிந்தனை மீது அவநம்பிக்கை கொண்டாலும் போகப்போக அவர்கள் அச்சிந்தனையால் ஈர்க்கப்பட்டனர். பிறகு அதன் கவர்ச்சிக்கு ஆட்பட்டனர். இறுதியில் தங்கள் மூன்று பெரும் தத்துவங்களில் ஒன்றாக (கொஞ்ச காலத்திற்கேனும்) பௌத்தத்தை ஏற்றுக் கொண்டனர் (மற்றவை கன்ஃபூசிய தத்துவமும், தாவோயியமும்).

இந்தியாவைப் போலவே சீனாவிலும் பௌத்த சிந்தனைப் புலங்கள் பல வளர்ந்தன. ஒவ்வொன்றும் (தவறாகத்) தான் மட்டுமே புத்தரின் உண்மையான, அசலான போதனையை அளிப்பதாகக் கூறிக்கொண்டன. ஒரு பேரரசன் அல்லது பேரரசியின் ஆதரவு கிடைக்கும் அதிர்ஷ்டம் இருந்துவிட்டால் போதும், அவை நல்ல பலனையும் அடைந்தன.

ஆலிஸ்: சீனாவில் பேரரசிகள் இருந்ததாகத் தெரியவில்லையே?
கம்பளிப்புழு: ஒரே ஒருவர் இருந்தார். பேரரசி வூ.

பூமாலைச் (ஹுவா-யென்) சிந்தனைப் புலம்

வெதுவெதுப்பான, மணமிக்க, நிலவொளி வீசும் முன்னிரவுகளில், அவள் தடைசெய்யப்பட்ட வாயிலோரம் காத்திருந்தாள். அவள் கரிய கண்கள் நிலவொளியில் காணும் நிழலுருக்களைத் துருவின. தொலைவில் அவன் குதிரை வரும் ஒலியைக் கேட்டதும், பச்சை மாணிக்கத்தால் செய்த தன் கொண்டையூசியைப் பறித்தெறிந்தாள். கூந்தலைத் தோளில் புரளவிட்டாள். மெழுகுவத்தியை ஊதி அணைத்தாள்.

பேரரசி வூவின் காதலர்களில் பலர் பௌத்த பிட்சுக்கள். பௌத்தத்தின் பிடிபடாத, அருவமான கொள்கைகள் அவளுடைய மனஆற்றலுக்குப் புலப்படா விட்டாலும், அவள் பௌத்த மதத்தை நேசித்தாள்.

13 வயதில் அவள் அரசமாளிகைக்கு வந்தாள். அரசனின் காமக்கிழத்திகளில் அவள்தான் வயதில் இளையவள், மிக அழகானவள். ஆறுபோலப் பாய்ந்தோடும் வண்டிகள், டிராகன் போலக் காட்சியளிக்கும் குதிரைகள். அரசனின் பூந்தோட்டத்தில் சுற்றியலைந்துகொண்டிருக்கும்போதே, தலையில் செந்நிறச் சீப்புகளைப் பொருத்தும் விதத்தைக் கற்றாள். குழல் ஊதவும், தனக்கு ஒப்பனை செய்துகொள்ளவும் கற்றாள். அவள் நடனமாடியபோது அவளுடைய பட்டு மேலுடை சலசலத்தது. அதில் பூவேலை செய்யப்பட்டிருந்த பொன்னிற ஃபீனிக்ஸ் பறவைகளும் வெள்ளிநிற அன்னங்களும் சிறகடிப்பவை போலத் தோன்றின. பொன்னாலான படிகளில் இறங்கிவரும்போது அவள் பாவாடை நழுவியது.

தனது தலைவனை அவள் பார்க்க வேண்டியநேரம் வந்துவிட்டது என்பதற்கான சகுனமா அது? பேரரசின் எந்தக் குதிரை மீதும் தான் காலையுயர்த்தி ஏறிச் சவாரி செய்யமுடியும் என்று அவள் பெருமையடித்துக் கொண்டிருக்கிறாள்.

அவளுடைய தலைவன், சீனப் பேரரசன், தாமரைத் தடாகத்தில் படகில் பவனி வர அவளை அழைத்தான். சல்லாத் துணியால் ஆன தனது உடையைக் களைந்து விட்டு, அரசனின் நயமான பேச்சுக்குக் காத்திராமல், தலையணைக்கு அழைத்துச் செல்ல நாணமின்றி இனிமையாகக் காத்திருக்கிறாள் அவள். படகின் முகப்பில் சிற்றலைகள் மோதுகின்றன. முதற்காதலில் அவள் முனகுகின்றாள். அவளைச் சுற்றி எங்கும் தாமரைகள் சூரியனுக்குத் தங்கள் மணத்தைப் பரப்பிக் கொண்டிருக்கின்றன.

மயக்கும் கண்ணிமைகளால் அரசனைக் கவர்ந்த அவள், பேரரசனின் ஆசைக்கு உகந்த ஆனால் தந்திரமான காமக்கிழத்தி ஆனாள். பேரரசியாக எப்போது ஆகமுடியும் எனக் காத்திருந்தாள். பேரரசன் இறந்தபோது, அவளை பௌத்த மடாலயத்தில் சேர்த்துவிட்டனர். அங்கே அமைதியிலும் தனிமையிலும் அவள் வாடிப்போயிருப்பாள். ஆனால் அதற்குள் புதிய பேரரசன் வந்துவிட்டான். அவனுக்கு ஒரு காமக்கிழத்தியிடம் ஆசை. அவளிடமிருந்து அவனைப் பிரிப்பதற்கு இந்த அழகிய பௌத்த பிட்சுணியைப் பயன்படுத்த முனைந்தாள் அவன் மனைவி.

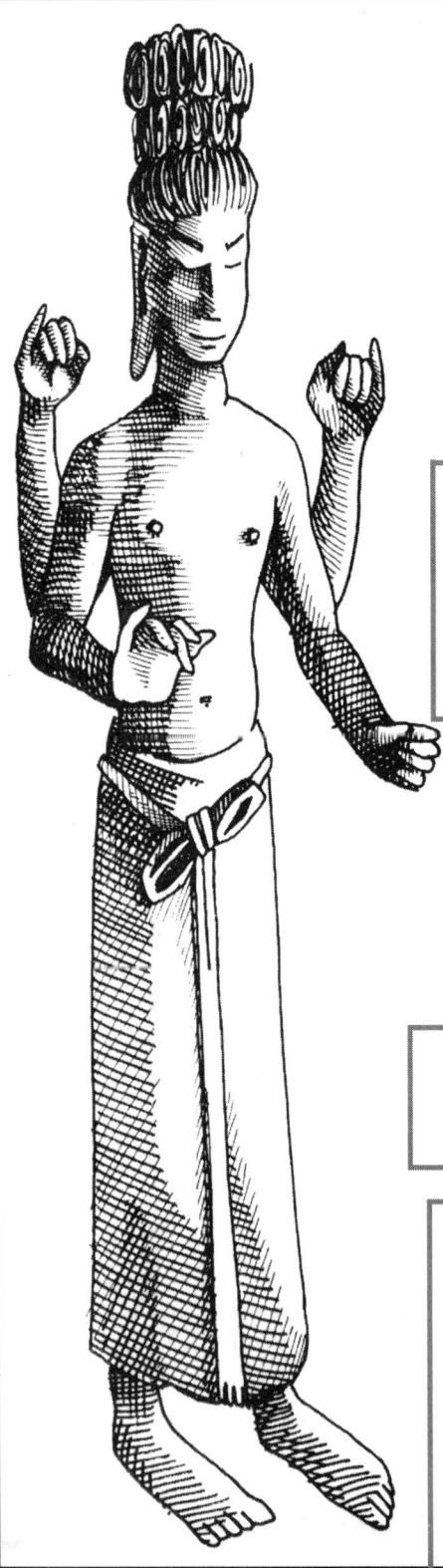

எனினும் வூவுக்கு இன்னொருத்தியின் விளையாட்டில் பகடைக்காயாகப் பயன்பட விருப்பமில்லை. பேரரசி ஒரு குழந்தையைக் கொன்றுவிட்டாள் எனச் சதி செய்து அவளை வூ அனுப்பிவிட்டாள். இந்தச் சூழ்ச்சியினால் அவள் புதிய பேரரசி ஆனாள். அவள் கணவன் மாரடைப்பால் காலமான போது, தன் எதிரிகள் பலரையும் அவள் விரைந்து கொன்றாள். மல்பெரி இலையைத் தின்னும் பட்டுப்புழு போல சிம்மாசனத்தைக் கவர்ந்துகொண்டாள்.

காலப்போக்கில் சீனாவின் மிகச் சிறந்த ஆட்சியாளர்களில் ஒருத்தியாக அவள் விளங்கினாள். அவளை விண்ணுலகின் அரசி என்றே அழைத்தனர். உண்மையில் சீன வரலாற்றிலேயே சிம்மாசனத்தில் அமர்ந்த பெண் அவள் ஒருத்திதான். கன்ஃபூசிய வாதிகளும் தாவோவாதிகளும் வருந்துமாறு, அரசாங்க மதமாக பௌத்தத்தை நிறுவினாள். கன்ஃபூசிய நூல்கள் ஒரு பெண் அரசாளக் கூடாது என்றல்லவா எழுதி வைத்திருந்தன!

ஒரு பெண் அரசாளுவது என்பது சேவல் போலக் கூவ ஒரு கோழி முனைவதாகும் என்பது கன்ஃபூசியஸ் கருத்து. எனவே கன்ஃபூசிய அறிஞர்களையும் தாவோ துறவி களையும் தேடுவதற்குப் பதிலாக பௌத்தத் துறவிகளை நாடினாள் அவள்.

அவள் காதலனான ஒரு பௌத்தத் துறவி, அவளை **மைத்ரேய புத்தரின்** மண்ணுலக அவதாரம் என்றும், பௌத்தப் புனித நூல்கள் ஒன்றில் முன்னுரைக்கப்பட்ட உலகப் பேரரசி அவள்தான் என்றும் பறைசாற்றினார்.

பிற பௌத்தத் துறவிகளில் மிகவும் புகழ் வாய்ந்தவர் **ஃபா ட்சாங்**. சிறுவயதிலேயே நாடக நுட்பத்தோடு நடக்கக் கற்றவர். 16 வயதில் தன் விரல்களில் ஒன்றை எரித்துக் கருக்கி புத்தரின் சிலைக்குக் காணிக்கை ஆக்கியவர். அவர் இந்த விண்ணுலகப் பேரரசிக்கு பௌத்த மதத்தை முதன்முதலில் போதித்தபோது, பூமி ஒருமணிநேரம் நடுங்கியது. வூ பேரரசியின் கவனத்தை ஈர்க்க வேண்டி, புத்தரின் படிமங்கள் எல்லாவற்றிலும் மிகவும் ஒளிமயமான, புகழ்பெற்ற படிமம் ஒன்றைக் கனவு கண்டார் அவர் – *இந்திர வலை* அதன் பெயர்.

ஆலிஸ்: இந்திரன் ஒரு இந்துக் கடவுள் அல்லவா?

கம்பளிப்புழு: ஆமாம். ஆனால் ஃபா ட்சாங் பௌத்தம் அல்லாத ஒரு பௌத்தப் படிமத்தை உருவாக்கினார்.

ஆலிஸ்: பௌத்தம் அல்லாததா?

ஆம். இவ்வுலகப் பொருள்களை ஏதோ அழியாத மெய்யியல் சாராம்சத்திற்கு, ஏதோ அப்பாலுள்ள பெரிய ஒன்றிற்கு, தனிமனித இருப்பை நிரந்தரமான பிரபஞ்ச இருப்புக்கு, பலவற்றை ஒன்றிற்குத் தொடர்புபடுத்துகின்ற ஒரு முயற்சி இந்தியத் தத்துவம் என்பதைக் கவனத்தில் வைக்கவேண்டும். பௌத்தம், இப்படிப்பட்ட சிந்தனையைக் கைவிட்டது. தனித்த பொருள்களைப் பிற தனித்த பொருள்களுக்கே தொடர்புபடுத்த முற்பட்டது. பிறகு அவற்றின் பொருள்தன்மை அல்லது சுய இருப்பையே கேள்விக்கு உட்படுத்துகிறது.

ஃபா ட்சாங்கினுடைய **பூமாலை பௌத்தம்** நிஜமாகவே தனிப்பொருட்களைப் பிற தனித்த பொருட்களோடு தொடர்புறுத்துகிறது. ஆனால் ஃபா ட்சாங் தனித்த பொருள்களை அவற்றின் அடியாழமான ஓர் உலகளாவிய இருப்புடனும் தொடர்புபடுத்துகிறார். அது பிரபஞ்சத்தின் அடித்தளமாக இருக்கலாம் அல்லது ஓர் ஆன்மிக அடித்தளமாக இருக்கலாம். எனவே பலபேர் பூமாலை பௌத்தம், ஒரு பௌத்தக் கோட்பாடே அல்ல என்று வாதிடுகின்றனர்.

இது உண்மையென்றால், கிழக்கு ஆசிய பௌத்தப் பிரிவுகளில் பல – சீனா, கொரியா, ஜப்பான் நாடுகளிலுள்ள பௌத்தம், பௌத்தமே அல்ல. ஏனென்றால் இவை யாவுமே பூமாலை பௌத்தத்தின் போக்கினை – அதாவது பிரபஞ்சத்திற்கு ஒரு சாராம்சம் உண்டு என்பதை நம்புகின்றன. அந்தச் சாராம்சத்திலிருந்துதான் பிற யாவும் எழுகின்றன.

ஆலிஸ்: பூமாலை பௌத்தத்தின் ஆன்மிக சாராம்சம் என்ன?

125

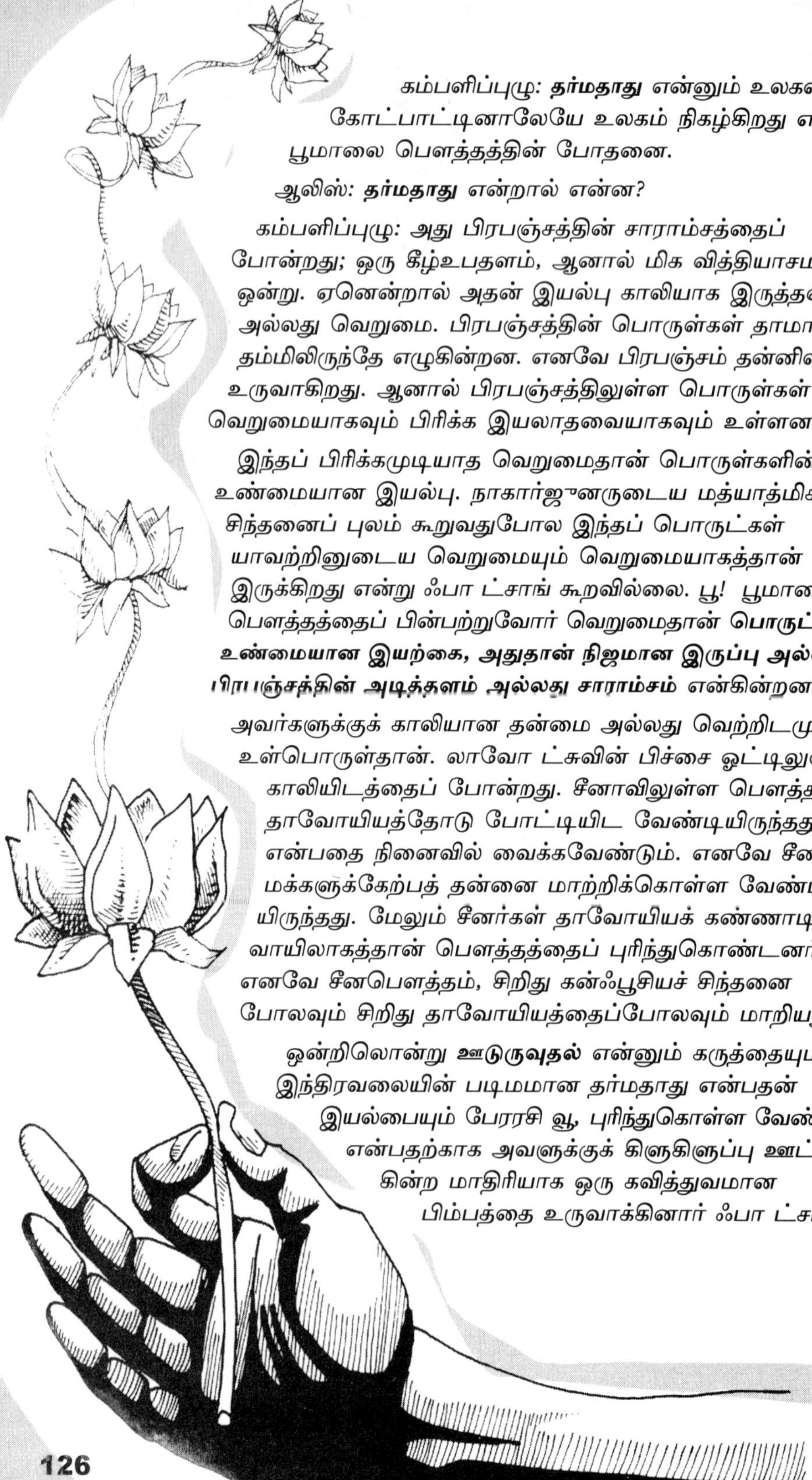

கம்பளிப்புழு: **தர்மதாது** என்னும் உலகளாவிய கோட்பாட்டினாலேயே உலகம் நிகழ்கிறது என்பது பூமாலை பௌத்தத்தின் போதனை.

ஆலிஸ்: **தர்மதாது** என்றால் என்ன?

கம்பளிப்புழு: அது பிரபஞ்சத்தின் சாராம்சத்தைப் போன்றது; ஒரு கீழ்உபதளம், ஆனால் மிக வித்தியாசமான ஒன்று. ஏனென்றால் அதன் இயல்பு காலியாக இருத்தல் அல்லது வெறுமை. பிரபஞ்சத்தின் பொருள்கள் தாமாகத் தம்மிலிருந்தே எழுகின்றன. எனவே பிரபஞ்சம் தன்னிலிருந்தே உருவாகிறது. ஆனால் பிரபஞ்சத்திலுள்ள பொருள்கள் வெறுமையாகவும் பிரிக்க இயலாதவையாகவும் உள்ளன.

இந்தப் பிரிக்கமுடியாத வெறுமைதான் பொருள்களின் உண்மையான இயல்பு. நாகார்ஜுனருடைய மத்யாத்மிக சிந்தனைப் புலம் கூறுவதுபோல இந்தப் பொருட்கள் யாவற்றினுடைய வெறுமையும் வெறுமையாகத்தான் இருக்கிறது என்று ஃபா ட்சாங் கூறவில்லை. பூ! பூமாலை பௌத்தத்தைப் பின்பற்றுவோர் வெறுமைதான் **பொருட்களின் உண்மையான இயற்கை, அதுதான் நிஜமான இருப்பு அல்லது பிரபஞ்சத்தின் அடித்தளம் அல்லது சாராம்சம்** என்கின்றனர்.

அவர்களுக்குக் காலியான தன்மை அல்லது வெற்றிடமும் ஓர் உள்பொருள்தான். லாவோ ட்சுவின் பிச்சை ஓட்டிலுள்ள காலியிடத்தைப் போன்றது. சீனாவிலுள்ள பௌத்தம், தாவோயியத்தோடு போட்டியிட வேண்டியிருந்தது என்பதை நினைவில் வைக்கவேண்டும். எனவே சீன மக்களுக்கேற்பத் தன்னை மாற்றிக்கொள்ள வேண்டியிருந்தது. மேலும் சீனர்கள் தாவோயியக் கண்ணாடி வாயிலாகத்தான் பௌத்தத்தைப் புரிந்துகொண்டனர். எனவே சீனபௌத்தம், சிறிது கன்ஃபூசியச் சிந்தனை போலவும் சிறிது தாவோயியத்தைப்போலவும் மாறியது.

ஒன்றிலொன்று ஊடுருவுதல் என்னும் கருத்தையும் இந்திரவலையின் படிமமான தர்மதாது என்பதன் இயல்பையும் பேரரசி வூ, புரிந்துகொள்ள வேண்டும் என்பதற்காக அவளுக்குக் கிளுகிளுப்பு ஊட்டு கின்ற மாதிரியாக ஒரு கவித்துவமான பிம்பத்தை உருவாக்கினார் ஃபா ட்சாங்.

இந்திர வலை பிரபஞ்சம் முழுவதும் பரவியுள்ளது. வலையின் கண்ணிகள் சந்திக்கும் இடங்களில் எல்லாம் பலமுகங்கள் கொண்ட மாணிக்கங்கள் பதிந்துள்ளன. ஒவ்வொரு மாணிக்கமும் அடுத்த மாணிக்கத்தின் ஒளியைப் பிரதிபலிக்கிறது. எனவே பிற மாணிக்கங்களைப் பிரதிபலிக்கும் போது தன்னையும் பிரதிபலித்துக்கொள்கிறது. அந்த வலையிலுள்ள மாணிக்கம் போன்றதுதான் உலகிலுள்ள ஒவ்வொரு தனிப் பொருளும். பிற ஒவ்வொரு பொருளையும் சார்ந்து அவற்றில் ஊடுருவியிருக்கிறது.

எனினும் பேரரசி வூ நான்கு விரல்கொண்ட அந்தத் துறவியிடம் தனக்கு இன்னும் நன்றாக ஒன்றிலொன்று ஊடுருவுதல் என்ன என்பதை விளங்குமாறு அதன் நுட்பங்களைக் கற்பிக்கவேண்டும், தனது புலன்களுக்கு எட்டுமாறு செய்ய வேண்டும் என்று கேட்டுக்கொண்டாள்.

தமது விண்ணுலகப் பேரரசி வூவின் ஆசையை அந்தத் துறவி பூர்த்தி செய்வதாகக் கூறினார். சிலநாட்கள் கழித்து, அவளுடைய மென்மையான கையைப் பிடித்து, பல பக்கங்கள் கொண்டதொரு மாளிகைக்கு அழைத்துச் சென்றார். அதன் பல சுவர்கள், கூரை, தரை யாவுமே பலவிதமான கோணங்களில் பதிக்கப்பட்ட கண்ணாடிகளால் மூடப்பட்டிருந்தன.

'ஹீ ஹீ' என்று சிரித்தாள் பேரரசி. 'இவர் ஒரு பைத்தியக்காரத் துறவி. ஒன்றிலொன்று ஊடுருவுதல் என்பதை அவர் விளக்கும் வரை காத்திருக்க முடியாது' என்றாள்.

ஃபா ட்சாங் தமது அங்கிக்குள் கையைவிட்டார். புத்தர் சிலையொன்றை எடுத்தார். அதை அறையின் மத்தியில் வைத்தார். பிறகு அதனருகில் மிகப் பிரகாசமாக எரியும் ஒரு தீப்பந்தத்தை வைத்தார். இவை எல்லாக் கண்ணாடிகளிலும் பிரதிபலித்து மீண்டும் பிரதிபலித்து ஒன்றிலொன்று பிரதிபலித்துக்கொண்டே இருந்ததை அப்பேரரசி வியப்போடு பார்த்தாள்.

ஃபா ட்சாங்: பேரரசி அவர்களே! ஒவ்வொரு கண்ணாடியிலும் பிற கண்ணாடிகளின் பிரதிபலிப்புகளை நீங்கள் பார்க்கிறீர்கள். ஒவ்வொன்றிலும் புத்தரின் பிம்பம் இருக்கிறது. ஒவ்வொரு பிரதிபலிப்பிலும் பிற கண்ணாடி களிலிருந்து வரும் புத்த பிம்பத்தோடு கூடிய எல்லாப் பிரதிபலிப்புகளையும் காண்கிறீர்கள்.

உங்கள் கண்முன் ஒன்றிலொன்று ஊடுருவுதல் என்னும் கருத்து வெளிப்படுத்தப் பட்டிருப்பதைக் காண்கிறீர்கள். எல்லாவற்றிலும் ஒன்று – ஒன்றில் எல்லாம் என்னும் இரகசியம் உங்கள் முன்னால் தெளிவுறுத்தப்பட்டுள்ளது. ஒவ்வொரு களமும் இன்னொன்றைத் தழுவுதல் என்பதும் திரைநீக்கப்பட்டிருப்பதைக் காண்கிறீர்கள். பல களங்களிலிருந்து ஒரேநிகழ்வு ஒரேசமயத்தில் எழுவதையும் காண்கிறீர்கள்.

கம்பளிப்புழு: பிறகு தமது அங்கியிலிருந்து அவர் ஒரு படிக உருண்டையை எடுத்தார். தமது உள்ளங்கையில் அதை ஏந்தினார். எல்லாப் பிரதிபலிப்புகளும், அவற்றின் மறு பிரதிபலிப்புகளும் இப்போது அந்த உருண்டையில் தென்பட்டன.

ஃபா ட்சாங்:

இப்போது, சிறியது பெரியதை உள்ளடக்கிய தன்மை உங்கள்முன் தெளிவு படுத்தப்பட்டுள்ளதைக் காண்கிறீர்கள். பெரியது சிறியதை உள்ளடக்கியிருக்கின்ற தன்மையும் உங்கள்முன் திரைநீக்கப்பட்டுள்ளதைப் பார்க்கிறீர்கள்.

கம்பளிப்புழு: எனவே இடங்களின் அளவினால் எந்தத் தடையும் ஏற்படுவதில்லை, வெளியில் உள்ள களங்களுக்கிடையிலும் மறைப்பில்லை.

பேரரசி வூவை இந்த விளக்கம் ஆட்கொண்டது. பௌத்தத்தின் இந்த வகையை ஏற்ற கொரிய ஜப்பானியப் பேரரசர்களும் அவ்வாறே ஆட்கொள்ளப் பட்டனர். தர்மதாது என்பது ஒரு முழுமைத்தன்மை அமைப்பு. யாவுமே மையம் ஒன்றிலிருந்து – புத்தர் தான் அந்த மையம் – எழுகின்றன. பிற யாவற்றையும் உண்டாக்குகின்றன.

சமஸ்கிருத நூல்களை மொழிபெயர்த்துக் கொண்டிருந்த ஃபா ட்சாங்கை மிகுந்த மகிழ்ச்சி கொண்ட பேரரசி வூ அடிக்கடி அழைத்துத் தனது எதிரிகள் விரைவாகக் கொல்லப்பட வேண்டும் என்று பிரார்த்தனை செய்யவேண்டுமெனக் கூறினாள்.

ஆலிஸ்: எவ்வளவு கொடுமை இது! பூமாலை பௌத்தம் தான் சீனாவின் மிகப் பிரபலமான பௌத்த வகையா?

கம்பளிப்புழு: இல்லை, காலப்போக்கில் தூய இன்ப பௌத்தமும், சா'ன் பௌத்தமும் இன்னும் மிகுந்த பிரபலமான வகைகளாக ஆயின.

தூயஇன்ப பௌத்தம்

கம்பளிப்புழு: சுகாவதி என்பது தூய்மையும் மகிழ்ச்சியும் கொண்ட – மேற்கத்திய சொர்க்கத்தை ஒத்த – ஒரு மேலுலகம். பூவுலக வாழ்க்கையின் ஆசைகளும், மாசுகளுமான விலங்குகள், பிசாசுகள், பேய்கள், பெண்கள் இங்கே கிடையாது, கடவுளர்களும் ஆடவர்களும் இந்த வளமான, செழுமையான, வசதியான இடத்தில் வாழ்கிறார்கள். மணம் மிக்க, மணிகள் நிரம்பிய மரங்கள் எங்கும் உள்ளன. பெரிய பெரிய தாமரைப்பூக்கள் நிரம்பிய குளங்கள். பரந்த காட்சிகளைக் கண்முன் விரிக்கும் உப்பரிகைகள். ஒளிமிக்க சிம்மாசனங்கள். வானுலக மணியோசைகள்.

இதனூடாக இனிய நறுமணம் வீசும் ஆறுகள் ஓடுகின்றன. அவற்றின் கரைகளில்தான் இனிய மணமிக்க மணிகள் நிரம்பிய மரங்கள் வளர்கின்றன. ஆறுகளில் ஓடும் நீர் மிகவும் இனிமையாக ஒலிக்கும் இசையை வெளிப்படுத்துகிறது. அது பறவைகளின் தேவ கீதத்துடனும் வானுலக இசைப்போரின் பாடல்களுடனும் ஒருங்கிணைகிறது. அங்கு வாழ்பவர்களின் காதுகளில் இவ்வினிய ஒலிகள் யாவும் புத்தரின் போதனைகளாக மாறுகின்றன.

விண்ணுலகவாசிகள் தங்கள் விருப்பத்திற்கேற்ப வெப்பமாகவும் குளிராகவும் மாறுகின்ற நீரில் விளையாடுகிறார்கள். அவர்கள் விரும்பும் பொருட்கள் யாவும் உடனே கிடைக்கின்றன. குறிப்பாக நிர்வாணம் அடையவேண்டும் என்று அவர்கள் நினைத்தால் உடனே ஈடேறிவிடுகிறது.

இந்தத் தூய உலகை அடைய எவரும் முகம் கடுத்துச் சிவக்கும்வரை தியானம் செய்யவேண்டியதில்லை. அல்லது இந்திர வலை போன்ற அருவமான, சிக்கலான கோட்பாடுகளைப் புரிந்துகொள்ள வேண்டியதில்லை. இன்னும் கேட்டால், அவர் பேரரசி வூ போல ஒரு கொலைகாரியின் நிலைக்கு ஆளாகியிருந்தாலும் சரி, எதையுமே புரிந்துகொள்ளவேண்டியதில்லை. அவர் வாழ்நாள் முழுதும் செய்ய வேண்டியது எல்லாம் புத்தரை நினைப்பதுதான். மரணப்படுக்கையிலும் இந்த அற்புதமான மேலுலகிற்குத் தலைமைதாங்கும் புத்தரையே – **அமிதரையே** (அமிதாவையே) சிந்திக்க வேண்டும். உடனே அமித புத்தர் அவரை மேலுலகிற்குக் கொண்டுவிடுவார்.

இதிலிருந்து தூய இன்ப பௌத்தம் எப்படி சீனாவில் பௌத்தத்தின் மாறுபட்ட பல வடிவங்களில் மிகவும் பிரபலமான ஒன்றாகியது என்பதை உணரலாம். பின்னர் இதுவே சீனத்தின் பிரபலமான – குறிப்பாக வெகுமக்களிடையில் வழங்கும் ஒரே பௌத்தமாகியது.

இவ்வாறாக, அமிதாபரின் (அமிதாபா) பெயரை உச்சரித்தல் மட்டுமே (சீனமொழியில் ஓ-மி-தோ-ஃபோ) சீனாவில் ஜனரஞ்சகமான நடைமுறையாகியது. சமஸ்கிருதச் சொல்லான அமிதாயுர் புத்தர் (அமித+ஆயுர் – எல்லையற்ற ஆயுளைப் பெற்றவர்) என்பதை ஓ-மி-தோ-ஃபோ என்று சீனர்கள் சிதைத்து வழங்குகிறார்கள். உண்மையில் அவர்களுக்கு இச்சொல்லின் அர்த்தம் தெரியாது. இதனால் அதன் மந்திரத்தன்மை கூடுகிறது. அந்நியமான ஒரு மேற்கு நாட்டிலிருந்து (இந்தியா!) வந்த ஒரு சப்தத்தை – தாங்கள் அர்த்தம் புரிந்துகொள்ளாத ஒன்றை – ஓ-மி-தோ-ஃபோ என்று உச்சரிக்கும்போது அவர்களுக்கு இனந்தெரியாத ஒரு கவர்ச்சியை ஊட்டுகிறது. நமக்கெல்லாம் சூ மந்திரகாளி (ஆப்ர கடாப்ரா) என்ற சொல்போல அவர்களுக்கு அது ஒரு மந்திரச்சொல்லாகவே மாறிவிட்டது.

புத்தரின் சிலையை வணங்கவோ, ஓ-மி-தோ-ஃபோ என்று முழங்கவோ உங்களுக்குப் பெரிய அறிவாற்றல் தேவையில்லை. நாம் ஓர் இழிந்த காலத்தில் வாழ்கிறோம், இதில் பௌத்த தத்துவம் பல பௌத்த அறிவாளிகள் போடும் சிக்கலான தத்துவச் சண்டை களாகச் சீரழிந்து போய்விட்டது என்றுதான் தூய இன்ப பௌத்தம் போதித்தது.

இம்மாதிரி மோசமான ஒரு காலத்தில் நிர்வாணத்தை அடைய மிக வேகமான வழி, தத்துவத்தைக் கைவிட்டு, மேலுலகில் தாமரை மீது வீற்றிருக்கும் **அமிதாபரை** வழிபடுவது ஒன்றுதான். கிறித்துவர்கள் காலப் போக்கில், கடவுளின் பெண்மையுருவை மேரி மாதாவின் வடிவத்தில் கண்டு வழிபடத் தொடங்கியது போல, தூய இன்ப பௌத்தர்களும் காலப் போக்கில் கருணை யின் தெய்வமான **குவான்-யின்**னை வழிபடலானார்கள். இவள் போதிசத்வரின் ஒரு வடிவம். அமிதாபரின் அருகில் வெண்மை உடையுடன் நின்று பக்தி மிக்கவர்களை மேலுலகிற்கு வழிகாட்டிக் கொண்டிருக்கிறாள்.

சுங்-ட்ஸு-குவான்-யின் (குழந்தைகளைத் தருபவள்) என்ற பெயருடன் இவள் பிரபலமான ஒரு குடும்பக் கடவுளாகப் பின்னர் மாறிவிட்டாள். பௌத்தர்களோ இல்லையோ, சீனப் பெண்கள் எல்லாரும் இவளை வழிபடலானார்கள்.

பின்னர், தூய இன்ப பௌத்தம் ஜப்பானுக்கும் பரவி அங்கு முக்கியமான வழிபாட்டு முறையாக மாறியது.

ஆலிஸ்: ஆனால் தூய இன்ப பௌத்தம், பௌத்தம் மாதிரி ஒன்றும் இல்லையே.

கம்பளிப்புழு: சரியாகச் சொன்னாய். புத்தரை அது ஒரு கடவுளாக்கிவிட்டது. ஆனால் புத்தர், கடவுளைப் பற்றிக் கவலைப்பட்டவரே அல்ல. அதிர்ஷ்ட வசமாக, **சான் பௌத்தம்** தோன்றி, ஏதோ ஒருவகையில் பௌத்தத்தின் அசலான நிலைக்கு மீட்டது.

சா'ன் பெளத்தம்

கம்பளிப்புழு: காலப் போக்கிலே நடைமுறைப்பாங்கான சீனர்கள், பிற சிந்தனைப் புலங்களின் அறிவாளித்தனம், சடங்குகள், பகட்டாரவாரம் ஆகியவற்றில் சலித்துப் போனார்கள்.

பெளத்தத்தின் **இதயத்தினூடாக** ஊடுருவக்கூடிய நடைமுறை வழியொன்றை அவர்கள் தேடினார்கள். அவ்வழியை **சா'ன்** தியானத்தில் கண்டுகொண்டார்கள். **தியானம்** என்ற சமஸ்கிருத வார்த்தையின் சீனஆக்கம்தான் **சா'ன்**. (இதே சொல்லை ஜப்பானியர்கள் **ஜென்** என்று திரித்துக்கொண்டார்கள். சா'ன் பெளத்தத்தின் ஜப்பானியப் பதிப்புதான் ஜென் பெளத்தம்).

டாங் காலத்தின்போது நடைமுறைத்தன்மையையும் உலகையும் நேசிக்கும் சீனர்களின் பண்பு, சா'ன் பெளத்தத்திற்கு அவர்களை இட்டுச் சென்றது. பாரசீகத்திலிருந்து வந்த பெளத்த பிட்சு ஒருவர்தான் – அவர் பெயர் **போதி தருமர்** – சா'ன் பெளத்தத்தை சீனாவுக்குக் கொண்டுவந்தார். விரைவில் சா'ன் பெளத்தத்திலேயே இரு எதிரெதிரான பிரிவுகள் ஏற்பட்டன. வடக்கத்திய சிந்தனைப் புலம், தெற்கத்திய சிந்தனைப் புலம். வடக்கத்திய சிந்தனைப் புலம், ஞானம் பெறுதல் படிப்படியான ஒரு செயல்முறை என்றது. தெற்கத்திய சிந்தனைப் புலம், ஞானம் திடீரென அடையப் பெறுவது என்றது. வெகுமக்களிடையிலும் மேட்டுக்குடியினர் இடையிலும் தெற்கத்திய புலம் புகழ் அடைந்தது. காலப்போக்கில் வடக்கத்திய சிந்தனைப் புலத்தை வென்றுவிட்டது.

தெற்குப்புலத்தின் முதல் பெரும் ஆசிரியர் ஹுய்-நெங். சா'ன் வழியின் ஆறாம் தலைவரானார் அவர். ஆனால் மடத்தின் சமையலறையில் அவர் சாதாரணமான ஒரு தொழிலாளி – நெல் குற்றுபவர்.

அந்த மடத்தின் தலைவரும், சா'ன் பெளத்தத்தின் வடக்குப்புலத்தைத் தோற்றுவித்தவருமான துறவி பின்வரும் கவிதையை எழுதினார் என்று கதை செல்கிறது:

உடல் போதி மரம் போன்றது,
மனமோ பிரகாசமான ஒரு கண்ணாடி,
நாம் அதைக் கவனமாக
துடைக்கிறோம், ஒவ்வொரு நாளும்
அதில் தூசு படியாமல் இருக்க.

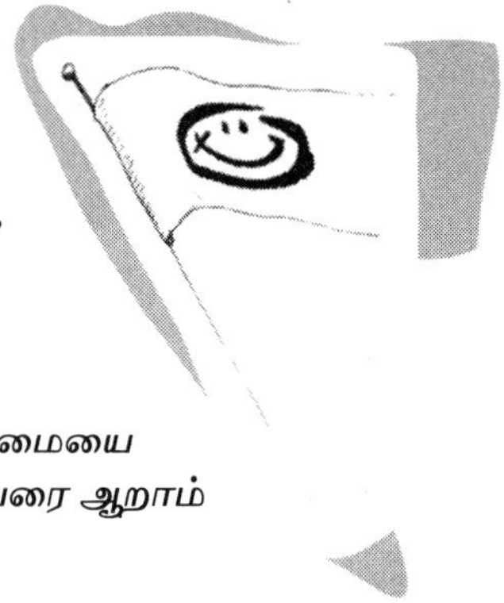

ஹுய்-நெங் அதற்குப் பதில் கவிதை ஒன்று எழுதினார்:

உடல் என்பது போதி மரம் போன்றதல்ல, அதோடு,
மனம் பிரகாசமான கண்ணாடியும் அல்ல.
எல்லாமே வெறுமையிலிருந்து தொடங்கும்போது,
எங்கிருந்து தூசு படிய முடியும்?

சா'ன் மரபின் ஐந்தாம் தலைவர் ஹுய்-நெங்கின் மேதைமையை உணர்ந்தார். அவருக்குத் தலைவரின் உடையை அளித்து அவரை ஆறாம் தலைவராக்கினார்.

ஆலிஸ்: ஹுய்-நெங் என்ன போதித்தார்?

கம்பளிப்புழு: ஹுய்-நெங் போதித்தது ஒன்றுதான் – சிந்தனையின்மையைப் பயிற்சி செய்க! ஞானத்தைச் சிந்தனையால் அடையமுடியாது என்று அவருக்குத் தெரியும். எனவே தியானத்தின்போது சிந்தனையின்றி இருங்கள்.

தாவோயியர்கள் போல, சா'ன் ஆசிரியர்களும் சுதந்திரத்தையும் புறத்தூண்டுதல் இன்மையையும் வலியுறுத்தினார்கள். அவர்கள் பிம்ப உடைப்பாளர்களாகவும் இருந்தனர். 'உங்கள் வழியில் நிற்கும் எதையும் கொல்லுங்கள். புத்தரைச் சந்தித்தால் அவரைக் கொல்லுங்கள்!'

இன்னும் சில சா'ன் ஆசிரியர்கள் கேள்விகளுக்கு சற்றும் தர்க்க ரீதியாக ஒவ்வாத விடைகளைத் தருவதன் மூலம் ஒருவித அதிர்ச்சி வைத்தியத்தைக் கையாண்டனர்.

துறவி: புத்த இயல்பு என்பது என்ன?
குரு: மூன்று கிலோ சணல்.

ஹுய்-நெங்: அசைவது கொடியுமில்லை; காற்றுமில்லை.
உங்கள் மனம்தான் அசைந்து கொண்டிருக்கிறது.

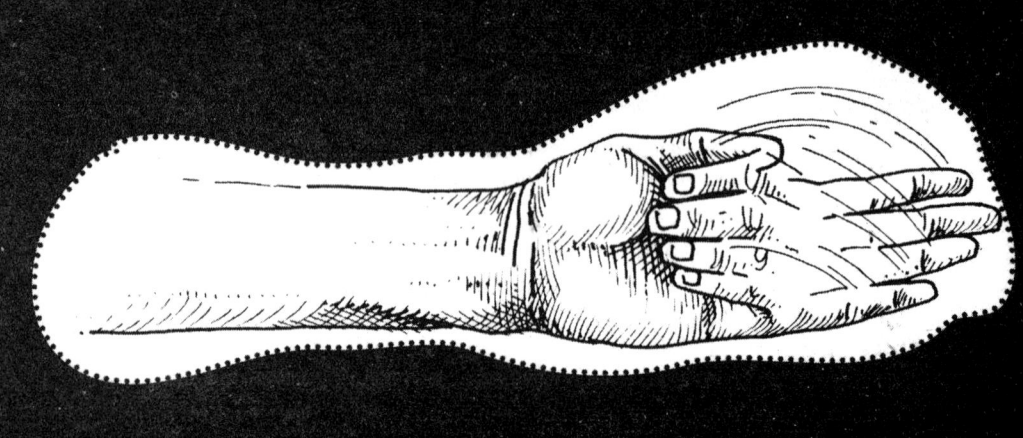

கம்பளிப்புழு: சா'ன் ஆசிரியர்களில் சிலர், தங்கள் சீடத்துறவு 'ஒரு கை தட்டினால் எழும் ஓசை எப்படியிருக்கும்?' என்பது போன்ற புதிர்களை ஒட்டி தியானிக்கும்படி கேட்டுக் கொண்டனர்.

இதற்கு அறிவுபூர்வமான விடை இயலாது. எனவே சீடத்துறவி தன் உள்ளுணர்வை நாடிச்செல்லுமாறு நிர்ப்பந்திக்கப்பட்டார்.

இம்மாதிரிப் புதிர்களுக்குக் குங்-கன் (கோஆன்) அல்லது சிக்கல்கள் என்ற பெயர் ஏற்பட்டது. இம்மாதிரிப் புதிர்களைத் தீர்ப்பதில் சா'ன் துறவிகள் பலர் பல்லாண்டுகள் ஈடுபட்டனர்.

ஆலிஸ்: சா'ன் பௌத்தமும் தூய இன்ப பௌத்தமும் புகழ்பெற்ற சிந்தனைப் புலங்கள் என்றால், அவ்வளவாகப் புகழ்பெறாதவை எவை?

மூன்று நூல் (சான்-லுன்) சிந்தனைப் புலம்

கம்பளிப்புழு: இந்தியாவின் **மாத்யாத்மிக** சிந்தனைப் புலத்தின் சீன அவதாரம்தான் **மூன்று நூல் (முந்நூல் குழு)**. மூன்று புனித நூல்களை வலியுறுத்தியதால் அதற்கு முந்நூல் புலம் என்ற பெயர் ஏற்பட்டது. நடுப்பாதை பற்றிய நூல், நூறு கவிதைகளாலான நூல், பன்னிரு வாயில்கள் பற்றிய நூல். **குமார ஜீவர்** இந்நூல்களை சீனமொழியில் பெயர்த்தார். இவை வாயிலாக நாகார்ஜுனரின் சூன்யம் பற்றிய தத்துவத்தைச் சீனாவுக்குக் கொண்டுவந்தார். ஏற்கனவே சீனர்கள் இக்கருத்தை ஏற்கும் நிலைக்குத் தயாரிக்கப்பட்டிருந்தனர். தாவோயியத்தின் பெருந் தாத்தாவான லாவோ-ட்சு, தாவோயியத்தின் ஒரு பண்பாக வெறுமையைப் புகழ்ந்து, அக்கருத்தைச் சீனரிடையே பரப்பியிருந்தார். ஒரு காலிப்பாத்திரம் போல் தாவோ வெறுமையாக இருக்கிறது. ஆனால், தாவோயியத்தின் வெறுமை பற்றிய கருத்து வேறு, நாகார்ஜுனரின் சூன்யம் பற்றிய சிந்தனை வேறு.

யதார்த்தம் என்பது பொருள்களுக்கு இடையிலான தொடர்பினால் விளைவது, அது ஏதோ கண்ணுக்குப் புலப்படாத அடிப்படையான தத்துவம் அல்ல என்று நாகார்ஜுனர் வலியுறுத்தியதும் குடும்பப் பாங்கான சீனர்களுக்கு மிகவும் உவப்பாக இருந்தது. பிற பொருள்களைச் சார்ந்த உறவுகளினால்தான் பொருள்கள் இருக்கின்றன. எனவே அவை இருக்கவும் செய்கின்றன, இல்லாமலும் இருக்கின்றன. ஒரு மந்திரவாதி பிச்சைப் பாத்திரத்தில் உள்ள அரிசி மணிகளை ஈக்களாக மாற்றிவிட்டால் அவை எப்படி இருக்கின்றனவோ அப்படித்தான் பொருள்களும் இருக்கின்றன. நிஜத்தில் ஈக்கள் இல்லையென்றாலும், அவை ஒரு மாயத்தோற்றம் என்ற வகையில் இருக்கவே செய்கின்றன.

உண்மையில், ஈக்களுக்கும் அரிசி தானியங்களுக்கும் எவ்வித வேற்றுமையும் இல்லை. அதுபோலவே உலகில் இருப்பதுபோலத் தோன்றுகின்ற விஷயங்களுக்கும் உண்மையாக இருக்கும் விஷயங்களுக்கும், இறுதியான சூன்யத்திற்கும் வேற்றுமை எதுவும் இல்லை. உலகத்திற்கும் நிர்வாணத்திற்கும் இடையில் வேற்றுமை இல்லை. சீனர்களுக்குப் பிடித்த ஒரு மாத்யாத்மிகக் கருத்து இது.

பிரக்ஞை மட்டும் என்னும் (ஃபா ஸியாங்) சிந்தனைப் புலம்

கம்பளிப்புழு: இந்திய பௌத்தத்தின் **விஞ்ஞானவாதம்** அல்லது **யோகாசாரம்** என்னும் மரபுதான் சீனத்தில் **பிரக்ஞை மட்டும் என்னும்** சிந்தனைப் புலமாக உருவெடுத்தது. இதன் ஆசிரியர் **யுவான் சுவாங். தரும குணாதிசயங்கள்** புலம் என்பது அவருடைய புலத்தின் பெயர். யுவான் சுவாங் மத்திய ஆசியாவுக்கும் இந்தியாவுக்கும் பயணம் செய்து பற்பல பௌத்த நூல்களைச் சீனாவுக்குக் கொண்டுவந்ததும் அன்றி, அவற்றை மொழிபெயர்க்கவும் செய்தார்.

இந்தியச் சிந்தனைபோலவே, இக்குழுவும், புலனுணர்வுகளுக்கும் மனப்பதிவுகளின் களஞ்சியத்திற்கும் இடையில்தான் மனம் – தன் அடிப்படை விதை வடிவத்தில் இருக்கிறது என்று போதித்தது. ஆனால் இவ்விதை, நாம் புதிய பொருள்களை உணர்ந்து அனுபவிக்கும் முறையைப் பாதிக்கும். எனவே விதை, ஒரு நிகழ்வை உருவாக்குகிறது. நிகழ்வு விதையை உருவாக்குகிறது. காரணமும் விளைவும் ஒன்றேதான். வேறுபட்டவை அல்ல.

ஆனால் உலகியல் சார்ந்த சிந்தனைகொண்ட சீனர்களுக்கு, இச்சிந்தனைப் புலத்தின் மயிர்பிளக்கும் ஆய்வுகளும் புலப்படாத கலைச்சொற்களும் மிகவும் கடினமாகவும் அருவத்தன்மையோடும் இருந்தன.

தாமரை (டியென் டாய்) சிந்தனைப் புலம்

கம்பளிப்புழு: குழந்தையாக இருக்கும் போதே சீ-இ மிகவும் சிறந்த ஆற்றலை வெளிப்படுத்தினார். கண்ணை மூடிக்கொண்டே, மிகவும் கடந்த காலத்தில் நிகழ்ந்தவற்றை அவரால் சொல்லமுடிந்தது. முதன்முதலாக ஒரு துறவியர் கூட்டம் ஒரு **மந்திரத்தை (சூத்திரத்தை)** உச்சரிப்பதைக் கேட்டால், அப்படியே அதைத் திருப்பிச்சொல்லக் கூடிய ஆற்றலைப் பெற்றிருந்தார். அவர் துறவியாக மாறி டியென்-டாய் என்ற மலையை அடைந்தார். அங்கு சீனாவின் முதல் பௌத்தச் சிந்தனையை அவர் கண்டறிந்தார். அதற்கு அவர் வாழ்ந்த மலையின் பெயரையே இட்டார். **துங்-மெங்-சிச்-குவான்** அல்லது **தியானம்: தொடக்கநிலையினருக்கு** என்பது அவருடைய கையேடு. இந்நூல் இன்றும் ஒரு செவ்விலக்கியம்.

வடக்கிலுள்ள ஒருவரை ஆசிரியராகப் பெற்ற தெற்கத்தியவர் என்பதால் அவருடைய முதல் கடமை, தெற்கத்திய அறிவாற்றல் போக்கிற்கும், வடக்கத்திய தியானப் போக்கிற்கும் இடையில் ஒரு நடுப்பாதையை அடைவதாக இருந்தது. இப்பிரச்சினையைப் பற்றிச் சிந்திக்கும்போது தம்மைத்தாமே அவர் கேட்டுக் கொண்டார் – 'ஒரு பறவை ஒற்றைச் சிறகினால் பறக்க இயலுமா?'

> ஆம், கண்டிப்பாக என்னுடைய விமானம் இரண்டாக இருக்கும் வரை.

இப்படியாக, அவருடைய **டியென்-டாய்** பௌத்தம், **ஆழ்ந்த தியானத்திற்கும், கூடுதலான தத்துவத்திற்கும்** இடமளிக்கிறது.

ஆலிஸ்: அந்தத் தத்துவம்தான் என்ன?

கம்பளிப்புழு: சீ-இ மூன்று தள உண்மைகளைப் போதித்தார்:

- எல்லா விஷயங்களும் **(தர்மங்களும்)** தம்மியல்பில் **சூன்யமானவை,** ஏனெனில் அவை உருவாக்கப்படுகின்றன.
- எனினும் அவற்றிற்குத் தற்காலிகமாக ஓர் இருப்பு உள்ளதுபோல் தோன்றுகிறது (நீர்க்குமிழிகள் போல).
- எல்லா விஷயங்களும் (தர்மங்களும்) **தற்காலிகமாகவும், சூன்யமாகவும்** உள்ளன. இதுதான் நடுநிலை!

இம்மூன்று தள உண்மைகளும் ஒன்றையொன்று தழுவியுள்ளன. தற்காலிகத்தின் உண்மைப் புலத்தில் பத்து உலகங்கள் உள்ளன:

1. நரகத்தின் ஜீவிகள்	**2. பசித்த ஆவிகள்**
3. விலங்குகள்	**4. போரிடும் அரக்கர்கள்**
5. மனிதர்கள்	**6. விண்ணுலகவாசிகள்**
7. புத்தரின் நேர்ச் சீடர்கள்	**8. அந்தரங்க புத்தர்கள்**
9. போதிசத்துவர்கள்	**10. புத்தர்.**

என்பவர்களின் உலகங்கள்தாம் அவை.

ஆனால் இந்தப் பத்து உலகமும் பிற உலகங்களுடன் ஊடுருவியுள்ளதால் 100 தற்காலிக உலகங்கள் ஏற்படுகின்றன. எனவே நரக ஜீவிகளும் புத்தத்தன்மையை அடையமுடியும். அதுபோல் புத்தருக்கும் தலைவலி வரலாம், அல்லது நரகத்திற்குச் செல்லலாம். எந்த ஒன்றும் முழுமையாக நல்லதோ கெட்டதோ அல்ல. சலவை எந்திரத்திலுள்ள சோப்புக் குமிழிகள் போல இந்தத் தற்காலிக உலகுகள் ஒன்றையொன்று ஊடுருவி நிற்கின்றன. அவற்றிற்குச் சுய இருப்பு இல்லை. எனவே எங்கும் உள்ள எந்த ஒரு ஜீவியும் வெறுமையை உணரமுடியும்.

ஆலிஸ்: அவர்களுடைய நடைமுறைச் செயல்பாடு எப்படியிருந்தது?

கம்பளிப்புழு: இந்தியாவில் போதிசத்துவரின் மார்க்கத்தைப் போதிக்கும் பங்கஜ சூத்திரம் என்பதன் அடிப்படையில்தான் தமது சிந்தனைப் புலத்தை சீ-இ உருவாக்கினார். எனவே டியென்-டாய் நடைமுறையில் மிக முக்கியமானது, பிற உயிர்களுக்கு உதவுதல். அதைத்தான் போதிசத்துவர்கள் செய்தார்கள். ஏனென்றால் நாமனைவரும் ஒருவருக்கொருவர் தொடர்புள்ளவர்கள் என்பதை அவர்கள் அறிந்தவர்கள்.

இன்னொன்று **சி-குவான்** எனப்படும் தியானமுறை. மனம் ஒரு ஏரி போன்றது என்று சொல்கிறது இது. சி என்பது அசைவற்ற நீர்நிலை, மனம். **குவான் என்பது சூன்யத்தை** அறிதல் அல்லது இந்த அசைவற்ற மனம் எதையும் பிரதிபலிக்காமல் இருத்தல். சீனர்கள் டியென்-டாய் முறையைச் சிலகாலம் சிந்தித்த பிறகு, அது கிழக்காகப் பரவி, ஜப்பான் நாட்டில் ஒரு முக்கியமான பிரிவாக மாறியது.

டாங் வமிச ஆட்சிக்குப் பிறகு, பௌத்தம் ஒரு பின்னடைவைச் சந்தித்தது. தூய இன்ப பௌத்தமும் சா'ன் பௌத்தமும் எப்படியோ தப்பின, வளரவும் செய்தன. ஒரு காரணம், அவை மதத்தின் புற வடிவங்களை – நூல்கள், கோயில்கள், சிலைகள், பௌத்தக் கலைகள் போன்றவற்றை நம்பியவை அல்ல. எனவே இவற்றையெல்லாம் கன்ஃபூசிய வெறியாளர்கள் அழித்த போதும் இவை பாதிக்கப்படவில்லை. உண்மையில், சா'ன் பௌத்தர்கள் அவ்வப்போது புனித நூல்களையும் புத்தரின் சிலைகளையும் அழிக்கவே செய்தார்கள் – நாங்கள் இவற்றை நம்பியில்லை என்று சொல்வதற்காகவும் அல்லது தங்களை வெப்பமாக வைத்துக்கொள்வதற்காகவும் இவ்வாறு செய்தனர். மேலும் நகர்ப்புற அரசியலிலிருந்து வெகு தொலைவிலுள்ள மாகாணப் பகுதிகளில் சா'ன் பௌத்தம் வலுவாகப் பரவியிருந்தது.

ஆலிஸ்: அப்படியானால், கன்ஃபூசியவாதிகள்தாம் பௌத்தத்தை அழித்தார்களா?

கம்பளிப்புழு: உண்மையில், அப்படிச் செய்தவர்கள் நவ கன்ஃபூசியர்கள்.

இலையுதிர்காலம் (960-1912)

நவ-கன்ஃபூசிய எழுச்சி

ஹான் வமிசம் வீழ்ச்சியடையத் தொடங்கியதிலிருந்து (கி.பி.220) சுங் வமிசம் உயர்வு பெறும்வரை (கி.பி. 960) எட்டு நூற்றாண்டுகளுக்கு சீனர்களைப் பௌத்தம் ஆட்டிப்படைத்தது. சீனாவிலிருந்த அறிஞர்களும், இந்தியா, பாரசீகம், கொரியா, ஜப்பான் முதலிய நாடுகளைச் சேர்ந்த அறிஞர்களும் சீனாவின் புகழ்பெற்ற கோயில்களுக்குக் கல்விக்கென வந்தார்கள். இந்தக் கோயில்களுக்கும் அங்கிருந்து போதித்த புகழ்பெற்ற துறவிகளுக்கும் சீன அரசர்கள் அவ்வப்போது பெரும் ஆதரவைப் பொழிந்தார்கள். பௌத்த ஓவியம், சிற்பம், கட்டடக்கலை ஆகியவற்றில் பெரும் பணிகளை இயற்றினார்கள்.

எனினும் வீட்டிற்கும் அலுவலகத்திற்குமான உறவுமுறை, கன்ஃபூசிய நோக்கிலான 'எப்படியிருப்பது' என்பதைச் சுற்றியே அமைந்திருந்தது. கன்ஃபூசிய நெறி முற்றிலும் இத்தனை நூற்றாண்டுகளாக மறையாமல் இருந்ததற்குக் காரணம், **கன்ஃபூசியச் செவ்வியல்** நூல்கள் அடிப்படையில் அமைந்த ஆட்சிப் பணித் தேர்வுகளே ஆகும்.

சீனாவின் அக்கால இளைய அறிஞன், **கன்ஃபூசியச் செவ்வியல்** நூல்களின் காடுகளுக்குள் அலைந்தான். உணர்வுமிக்க கவிதைப் படிமங்களின் ஊடாக, மென்மையும் நயமும் மிக்க புறப்பாடல்களினூடாக, வாதிடும் கட்டுரைகளின் ஊடாக, சிக்கலான, வலியுணர்வுமிக்க கையறுநிலைகளின் ஊடாக, முன்னோர்களின் நற்செயல்களின் நறுமணத்தை ஊட்டும் வழிபாட்டுப் பாக்களின் ஊடாக, உருவகங்களைத் தேடினான். அவன் யார், வெறும் ஆட்சிப்பணித் தேர்வு எழுதுபவன்தானே?

இத்தேர்வுகள் ஹான் வமிசக்காலத்தில் ஏற்படுத்தப்பட்டன. டாங் வமிசக் காலத்தில் விரிவுபெற்றன. சுங் வமிசக் காலத்தில் உச்சத்தை அடைந்தன. மூன்றாண்டுகளுக்கு ஒருமுறை நடத்தப்பட்ட இவை, கௌரவமும் அதிகாரமும் மிக்க அரசுப் பணிகளில் திறமை மிக்க இளைய கல்வியாளர்கள் அமர வாய்ப்புத் தருவனவாக இருந்தன.

ஓர் இளம் கல்வியாளனுடைய முழு எதிர்காலமே, அவனுடைய உருவகங்கள் எவ்வளவு ஒளிமிக்கவையாக இருக்கின்றன, அவனுடைய வாதங்கள் எவ்வளவு சுருக்கமாகவும், கருத்தை வலியுறுத்தும் முறையிலும் அமைந்துள்ளன, அவனுடைய நடை எவ்வளவு அழகும், சமநிலையும் பெற்றுள்ளது, அவன் ஓசையின் ஏற்ற இறக்கங்கள் எவ்வளவு நயத்தோடு அமைந்துள்ளன, சொற்கள் வேறுபாடு உணர்த்தக்கூடியவையாக எவ்விதம் உள்ளன, அவனுடைய மைய வாக்கியம் எவ்வளவு ஆற்றலுடன் உள்ளது போன்றவற்றை ஒட்டி அமைந்திருந்தது. தனது அடர்த்தியற்ற தாடியை இழுத்து விட்டுக்கொண்டு, பல தலைமுறைகளாக அறிஞர்கள் புறக்கணித்த ஒரு மறந்துவிட்ட செய்யுளடியைத் தேடி அதன் சிக்கலான இருண்மையை வெளிப்படுத்துமாறு ஒளியூட்டி அது எளிமையாகத் தோன்றுமாறு செய்வான் அவன். பழமரபுக்கும் கட்டுரைத்தலுக்கும் ஏற்ற வகையில் அவன் தன் சொற்களை அமைத்தபோது அவன் எழுதிய வரிகள் ஆற்றில் நீரோடுவது போல, பட்டுப்பூச்சிக் கூட்டிலிருந்து பட்டு இழை ஓடுவது போல ஓடின.

இவற்றை வைத்துத்தான் அவனைத் தீர்மானித்தார்கள். அவனுடைய கட்டுரைகள் வெற்றிகரமாக அமைந்துவிட்டால் அவன் அரசுப்பணிக்கு அமர்த்தப்படுவான். அவன் தனது முன்னோர்களின் எழுத்துகளை நன்கு சிந்தித்திருந்தால், அவன் பிற மனிதர்கள் யாவருக்கும் ஒரு முன்மாதிரியாக அமைவான், அரசாங்கத்தின் அமிழ்ந்து கொண்டிருக்கும் கிளை ஒன்றை அவருடைய பேச்சுகள் தூக்கிவிடும், அவனுடைய இராணுவப் பாட்டுகள் – அரசு அதிகார உரைநடைக் குவியல் மலை களின் ஊடே ஒளிவிடும் படிக இழைகள் போன்றவை – ஒரு முழு இராணுவத்தையே வெற்றியை நோக்கி நகர்த்தவல்லவை என்பது அடிப்படைக் கொள்கை.

ஆனால் நிஜத்தில், தேர்வுகளுக்கு இடையில் அவன் தன் சக மாணவர்களோடு தூரத்திலிருக்கும் மலைத் தேயிலைத் தோட்டங்களுக்கு இரவில் நழுவிவிடுவான். அங்கு அவர்கள் தங்கள் புத்தகப் பைகளைத் திருடியத் தேயிலையால் நிரப்பிக் கொள்வார்கள். அவற்றை நகரத்திற்குக் கொண்டுவந்து இலாபத்திற்கு விற்பார்கள். இடை வழியில் மழையில் மாட்டிக்கொண்டால், தங்களை வெள்ளம் கொண்டு போகப்போகிறது என்று கூச்சலிடுவார்கள். சாலை வறண்டு வெப்பமாக இருந்தால், அதைப் பஞ்சம் என்று ஓலமிடுவார்கள். மறக்காமல் எல்லாச் சமயங்களிலும் 'கன்ஃபூசியஸ் இவ்வாறு கூறுவார்' என்று மேற்கோள்களை ஒப்புவிப்பார்கள், மென்சியஸைத் தப்பும் தவறுமாகச் சொல்வார்கள்!

பௌத்தம் தழைத்த காலத்திலும்கூட, இப்படிப் பட்ட பெருவலையைக் கன்ஃபூசிய நூலறிவு அக்கால அறிவாளிகள் மனத்தில் கட்டியிருந்தது. கொஞ்சகாலம்தான் பிற தத்துவங்கள் யாவும். பிறகு மண்ணுக்கே உரிய கன்ஃபூசியஸின் இவ்வுலக நோக்கு, அதன் சமூகப் பொறுப்புணர்ச்சியுடன் மூளையில் ஏறி அமர்ந்து, பௌத்தத்தின் அவ்வுலக நோக்கினைப் பின்னணிக்குத் தள்ளிவிடும்.

ஹான் யு

டாங் வமிசத்தின் காலத்திலேயே (கி.பி.786-824) இப்போக்கின் முதல் சான்றுகள் வெளிப்பட்டன. **ஹான் யு** பழைய உரையின் நடையை ஏற்றார். பழங்கால குருமார்களின் கருத்துரைகளை மேற்கோளாகக் காட்டிக் கன்ஃபூசியஸை நிலைநிறுத்தினார். இப்படிப்பட்ட ஆற்றலையும் கட்டுப் பாட்டையும் மென்சியஸுக்குப் பிறகு காணமுடிந்ததில்லை.

'பௌத்தம் என்பது காட்டுமிராண்டிகளால் சீனாவில் பரப்பப்பட்ட ஒரு வழிபாட்டு முறையன்றி வேறில்லை' என்றார் ஹான் யு.

புத்தருக்கு உரியதாகக் கருதப்பட்ட எலும்பு ஒன்றை வழிபாட்டுப் பூர்வமாக அரண்மனைக்குக் கொண்டுவந்து அங்கே நிரந்தரமாக வழிபடுவதற்கென வைப்பதற்காக அரசன் பௌத்தத் துறவிகளின் கூட்டம் ஒன்றை ஏற்பாடு செய்த நிகழ்ச்சியை தைரியமாகவே தாக்கினார் ஹான் யு.

ஹூ யுவான்

நவ கன்ஃபூசிய தத்துவ அறிஞர்களில் இன்னொருவரான **ஹூ யுவான்,** மிகவும் மரபு சார்ந்த கல்வியும், கல்வியையே பெருமளவு சார்ந்திருத்தலும் பழமையைத் திரும்பக் கூறுவதில் ஈடுபடுத்திவிடும் என்று கருதினார். இவை கன்ஃபூசிய அறிஞர்களைக் குருத்தெலும்பு அற்றவர்களாக, முட்டைக்கோசுக் குழம்பைவிட சுவையற்றவர்களாக, அழகும் இலக்கியவுணர்ச்சியும் கூடிய கோயில் புல்லாங்குழலின் கீதத்தைவிட ரசமற்றவர்களாக ஆக்கிவிடும் என்றார். கன்ஃபூசியஸும் அவருடைய மாணவர்களும் கொண்டிருந்தது போன்ற ஒரு கெடுபிடியான குருகுலக் கல்விமுறையை ஹூ யுவான் வலியுறுத்தினார். சமகால வாழ்க்கைக்குக் கன்ஃபூசிய மதிப்புகள் அனைத்தையும் பொருத்திப்பார்க்க விரும்பினார்.

எதுவுமே புனிதமற்றது என்று சொல்ல உங்களால் முன்வர இயலுமா?

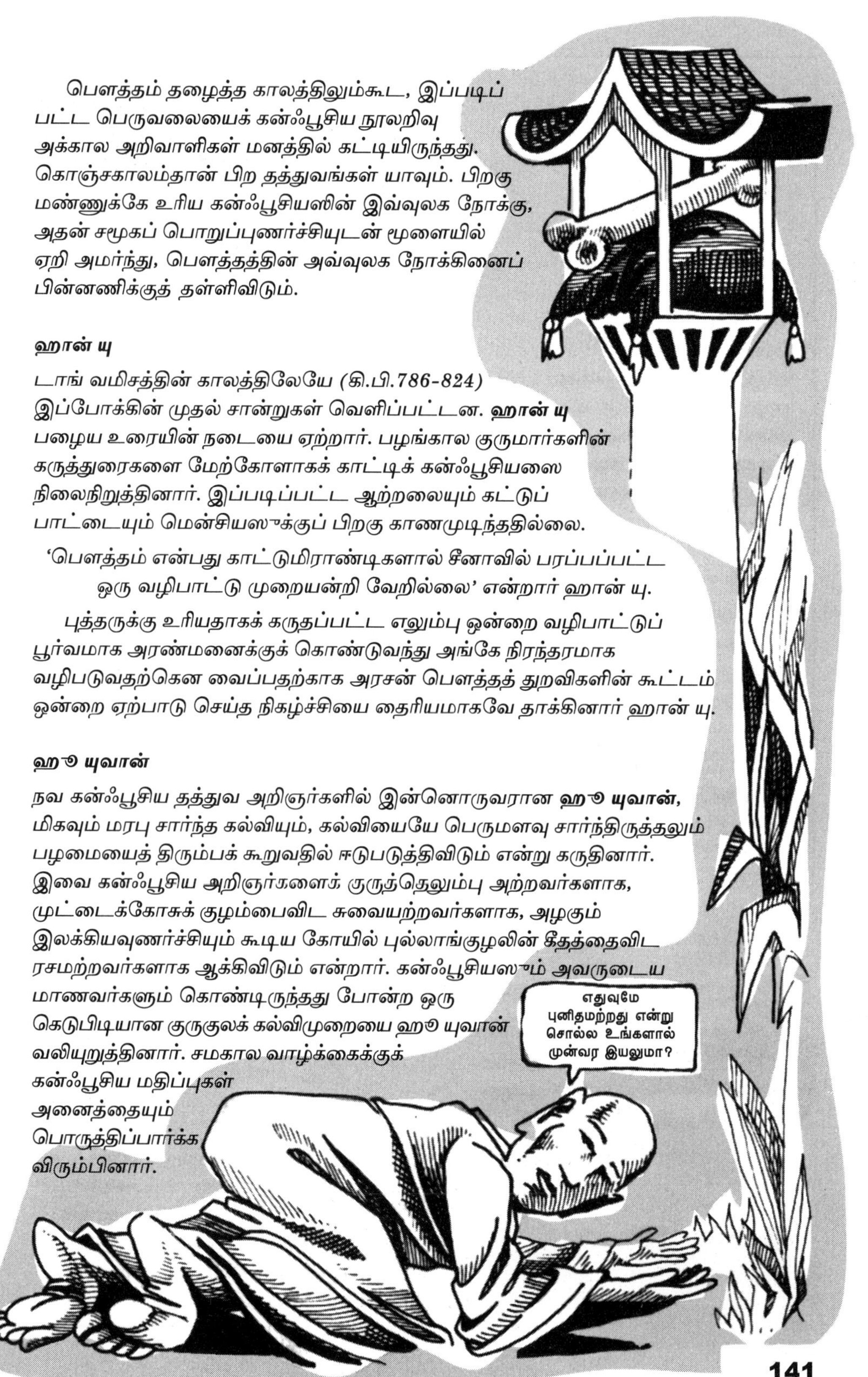

சாங் ட்ஸாய்

சுங் வமிச காலத்தின் நில இயற்கைக் காட்சிப் படம் ஒன்றைக் கற்பனை செய்துகொள்ளுங்கள். அக்காலத்தில்தான் சாங் ட்ஸாய் *(1020-1077)* எழுதினார். கூரிய முனைகள் கொண்ட மலைஉச்சிகளும், விழுந்து புரளும் ஆறுகளும் முகில்களின் முத்துப் போன்ற ஒளியிலிருந்து எழுகின்றன. அல்லது விண்ணுலக மூடுபனிக் கடல்களினூடே மிதக்கின்றன. நிலையற்ற தீவுகளைப் போல அவற்றினூடே மறைகின்றன, மீண்டும் தோன்றுகின்றன. மலையும் மேகமும், வடிவமும் வெறுமையும் என்றென்றும் இடையறாது தங்களுக்குள் ஊடுருவிக்கொள்ளும் ஆற்றல் ஓட்டங்களே என்ற எண்ணம் பார்ப்பவர்களுக்கு ஏற்படுகிறது. ஒருமேகம் தன்னுடைய விண்ணுலக விதிகளுக்கேற்ப சஞ்சரிப்பதுபோலவே என்றும் அசையாத மலையுங்கூட தனது புவியியல் விதிகளுக்கேற்ப ஆழ அரித்துக்கொண்டு ஊடுருவுகிறது.

தங்களுக்குள் இடையறாது நெய்துகொள்ளும் இந்த ஆற்றல் வடிவங்களின் கலையுலகினுள் ஒரு கடல் தனது அலைச்சக்திகளோடு மேலெழுவதைச் சீனர்கள் கண்டனர். இந்தப் பிரபஞ்ச சமுத்திரம் **சீ-யால்** (மூச்சினால் அல்லது ஆற்றலினால்) ஆகியிருக்கிறது. சீ என்ற ஆற்றல் இடையறாமல் உருவாகிறது அல்லது கரைகிறது, வெப்பமடைகிறது அல்லது குளிர்கிறது, உயர்கிறது அல்லது தாழ்கிறது, பின்னடைகிறது அல்லது இரண்டு ஆற்றல் முனைகளுக்கிடையில் பாய்கிறது.

இவற்றுள் ஓர் ஆற்றல் முனை – பெண்மை, ஆழம் காணாதது, செயலூக்கமற்றது, நிழலானது, ஈரமானது. மேகம், மூடுபனி, பள்ளத்தாக்கு, குளிர்காலம், நள்ளிரவு ஆகியவை இதன் குறியீடுகள் – இது யின் என்று அழைக்கப்படும். அடுத்த ஆற்றல் முனை – ஆண்மை, சுறுசுறுப்பானது, செயலூக்கமுள்ளது, வெயில்படுவது, உலர்ந்தது. மலைச்சிகரம், நட்சத்திரக் கூட்டம், கோடைகாலம், நடுப் பகல் என்பவை இதன் குறியீடுகள் – இது யாங் என்று அழைக்கப் படும். ஒவ்வொரு பொருளுமே யின்னாகவோ யாங்காகவோ எப்போதும் மாறிக்கொண்டிருக்கிறது. நடுப்பகலின் யாங் வெப்பத்தின்போது ஒரு திருப்புமுனை நிகழ்கிறது. யின் வளரத் தொடங்கு கிறது. யாங்கின் அளவுக்கு உச்சத்தை நள்ளிரவில் அடையும் போது இன்னொரு திருப்பு முனை நிகழ்கிறது. இயக்கமும் இயக்கமின்மையும், கடினமும் மென்மையும் – இவை யாவும் இணைகள்தானே – யின்னுக்கும் யாங்குக்கும் இடையில் ஊசலாடிக் கொண்டேயிருக்கின்றன.

சாங்-ட்ஸாய் எல்லாப் பொருள்களுமே இந்த ஆதிசக்தியால் – சி'யால் – உருவானவை என்பதால் பொருள்கள் யாவுமே ஒருங்கிசைவோடு இணைக்கப்பட்டவை என்று நம்பினார்.

'விண்ணுலகு என் தந்தை. பூமி என் தாய்.
மக்கள் எல்லோரும் என் சகோதர சகோதரிகள்'

இதற்கு **மேற்கத்தியச் சுவர்ப் பொறிப்பு** என்று பெயர். ஏனெனில் இதை அவர் ஒரு சுவரின் மீதுதான் பொறித்தார். மரபுரீதியான கன்ஃபூசிய குடும்பச் சிந்தனையையும் இது உள்ளடக்கிக்கொண்டது. அத்துடன் யாவரையும் ஒவ்வொரு பொருளையும் உள்ளடக்கும் சீர்திருத்தப் பண்பையும் கொண்டது. கைகால் ஊனமுற்றவர்களோ, விகாரமானவர்களோ, தனிமையுற்றவர்களோ எவருமே சகோதர சகோதரியர்தாம். அவர்களைக் காக்க முனையும் எவரும் கன்ஃபூசிய மகனின் கடமையை ஆற்றுகிறார். இந்த மனப்பாங்கு விரிவடைந்து யென்-னாக அல்லது குடும்பத்தைத் தாண்டிய மனிதநேயமாக உருப்பெறுகிறது. கன்ஃபூசியச் சிந்தனையில் தனக்குப் பிறகு பெருத்த செல்வாக்கை சா'ன் சிந்தனை ஏற்படுத்தியது. அவருடைய போதனைகள் ஐ சிங்கின் அடிப்படையில் அமைந்தன.

செங் சகோதரர்கள்

செங் ஹாவோ (1032-1085), **செங் யி** (1033-1107) இருவரும் சி'யினால் பிரபஞ்சம் ஆக்கப்பட்டுள்ளது என்ற சாங் ட்ஸாயின் கருத்தை ஏற்றனர். ஆனால் சி என்பது பிரபஞ்சத்தின் கச்சாப்பொருள், அடிப்படைப்பொருள் மட்டுமே என்று அவர்கள் வாதிட்டனர். இதற்குமேல் அவர்கள் லி என்ற கருத்தைச் சேர்த்தனர்.

லி என்பது ஓர் அழியாக்கோட்பாடு அல்லது விதி அல்லது சட்டங்கள். அதுதான் சி'யை தனித்தனி உருக்களாக உருவாக்குகிறது. லி ஒரு வடிவத்தை அளிக்காமல் எதுவும் உருப்பெற முடியாது. மேலும் இறுதிக்கோட்பாடான லியை நன்கு ஆராய வேண்டுமெனப் பரிந்துரைத்தனர். இக்கோட்பாட்டினை **மனித இயற்கையோடு** ஒன்றாகவும் கண்டனர். மரங்கள், புல் போன்றவையும் லியைக் கொண்டிருப்பதால், **புறப்பொருள்களை நன்கு ஆராயவேண்டும்** என்பது செங் யியின் கருத்தாக இருந்தது. இதன்படி **சட்டச் சிந்தனைப் புலம்** ஏற்பட்டது.

இதற்கு மாறாக, செங் ஹாவோ, **மனத்தின் அகவாழ்க்கையை வளரச் செய்தல்** என்பதற்கு முக்கியத்துவம் அளித்தார். இது **மனச் சிந்தனைப் புலம்** என்பதை உருவாக்கியது. ஆனால் இருவருமே **இறுதிக் கோட்பாடாகிய லி**-யைக் கற்க வேண்டுமென்றே போதித்தனர். ஏனென்றால் அது மனித இயற்கையோடு இயைந்தது. தனது சொந்த இயல்பை வளர்த்துக்கொள்வதன் வாயிலாக, ஒருவர் லி-யின்படி நடப்பவராகிறார். அவர்கள் இருவருமே யென் – மனிதநேயம் என்பதை வளர்த்துக்கொள்வதையும் வலியுறுத்தினர். ஏனெனில் எல்லா உயிர்களும் சி'யின் வெவ்வேறு வடிவங்கள்தானே!

ஒருவர் தீவிரமாக, நேர்மையாக இருப்பதன் மூலம் அவருடைய புறவாழ்க்கையும் அகவாழ்க்கையும் மிகவும் இசைவாக ஒன்றுபடும் என்று அவர்கள் இருவருமே கூறினர்.

சு ட்ஸு (சட்டச் சிந்தனைப் புலம்)

இளந்தென்றல் தனது பட்டு அங்கியை வருடிச் செல்கின்ற நேரத்தில் **சு ட்ஸு** சீனாவின் மிகப் பிரபலமான தத்துவவாதிகளிடம் உரையாற்றிக் கொண்டிருந்தார். அவர்கள் யாவரும் அவருடைய வெண்கலைமான் கழகத்தில் கூடியிருந்தனர்.

ஆலிஸ்: அவர் எதைப்பற்றி உரையாற்றினார்?

கம்பளிப்புழு: பேரிக்காய் மரப்பூக்களிடையே நடனமிடும் வெண்ணிறப் பட்டாம் பூச்சிகள் பற்றி, தெளிந்த நீரில் அசையும் வெண்தாமரைப் பூக்கள் பற்றி, காற்றில் தங்கள் உருவை மாற்றிக் கொண்டே செல்லும் மேகங்கள் பற்றி, ஆயிரக்கணக்கான குளங்களிலும் ஆறுகளிலும் நடனமிடும் முத்துப்போன்ற நிலவொளி பற்றி. ஆனால் சு ட்ஸு முனிவருக்கு, இவை யாவும் உலகின் வெறுமையைக் காட்டும் பௌத்தப் படிமங்கள் அல்ல. உண்மையில், ஒரு காட்டைத் தனது ஆற்றலினால் வீழ்த்தும் சூறாவளி போன்று அவர் பௌத்தத் துறவிகள் மீது தாக்குதல் நடத்தினார். இவை, கன்ஃபூசியப் படிமங்கள். ஏனெனில் சு ட்ஸு ஒரு நவ கன்ஃபூசியர். அவர் சிந்தனைக்கு அடிப்படை செங் யி-யின் போதனை. அவருடைய சிந்தனைப் புலம் இரு சகோதரர்களின் பெயர்களையும் கொண்டிருந்தது. **செங்-சு புலம்** அல்லது **கோட்பாட்டுப் புலம்** என்று அது அழைக்கப்பட்டது. நவ கன்ஃபூசியச் சிந்தனைப் புலங்களிலேயே மிகவும் பிரபலமானது அதுதான். இதனால் கன்ஃபூசியஸுக்குப் பிறகு மிகவும் செல்வாக்குப் பெற்ற சிந்தனையாளர் என்ற புகழையும் சு ட்ஸு பெற்றார். அவருடைய சிந்தனை பன்னிரண்டாம் நூற்றாண்டு முதல் இருபதாம் நூற்றாண்டின் தொடக்கம் வரை – சீனா மேற்கத்திய சிந்தனைகளுக்கு ஆட்படும் வரை ஆக்கிரமித்திருந்தது.

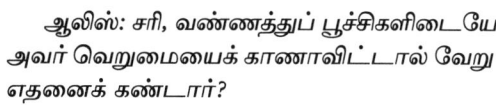

ஆலிஸ்: சரி, வண்ணத்துப் பூச்சிகளிடையே அவர் வெறுமையைக் காணாவிட்டால் வேறு எதனைக் கண்டார்?

கம்பளிப்புழு: இந்த **நிஜமான** பிரபஞ்சத்தில் எல்லாப் பொருள்களுமே – வண்ணத்துப் பூச்சிகள், தாமரைகள், மேகங்கள், நிலவொளி – யாவும், லி-யால் ஆனவை. லி என்பது ஒழுங்கு, உருவப் பாணி, அமைப்பு, சிந்தனை. சி என்பது ஆதிப் பொருள் சக்தி. இவற்றை மட்டும் அவர் செங் சகோதரர்களிடமிருந்து ஏற்றார்.

லி என்பது உலகளாவிய உருவ ஒழுங்கு. எடுத்துக்காட்டாக, எல்லா வண்ணத்துப் பூச்சிகளிடமும் காணப் படும் வண்ணத்துப்பூச்சித்தன்மை அதுதான். இடிமேகம், பரவலான வெண்மேகம், குவிந்த கருமேகம், மாறிக்கொண்டிருக்கும் பஞ்சுமேகம் போன்ற பலவித மேகங்களிடமும் காணப்படும் மேகம் என்னும் தன்மை அதுதான். நீலமான, கருப்பான, சிவப்பான, வெள்ளையான தாமரைகள் யாவற்றிடமும் காணப்படும் தாமரைத்தன்மை அதுதான்.

மாறாக, உலகளாவிய உருவ ஒழுங்கான லி தனித்தனி வடிவங்களாகச் செயல்பட உதவுகின்ற பொருள் சி. வண்ணத்துப்பூச்சித்தன்மையிலிருந்து ஒவ்வொரு தனித்த வண்ணத்துப்பூச்சியையும் சி-தான் உருவாக்குகிறது. ஒவ்வொரு மூடுபனிப்படலத்தையும், ஒவ்வொரு பேரிக்காய் பூவையும், காற்றில் வில்லோ மரம்போலவும், இலவம்பஞ்சு இழைபோலவும் நடனமிடும் சின்னஞ்சிறு மேகத்தையும், **தனித்தன்மை** உடையதாக ஆக்குவது அதுதான். மலரும் மொட்டு ஒன்று அழகிய வடிவத்துடனும் மணத்துடனும் இருக்கலாம், இன்னொன்று வண்ணமற்றதாக, மணமற்றதாக இருக்கலாம், இவை யாவும் சி-யின் வெவ்வேறு இயல்புகளால் தனித்தன்மையோடு உருவாகின்றன.

ஆலிஸ்: இது பொருட்களுக்கு அப்பால் தனித்து இயங்குவதாக பிளேட்டோ கண்ட இலட்சிய வடிவங்கள் கருத்துப்போல இல்லையா?

கம்பளிப்புழு: இல்லை. ஏனென்றால் நிலவு என்ற ஒன்றைவிட்டு ஆயிரக்கணக்கான ஏரிகளிலும் குளங்களிலும் ஆறுகளிலும் நிலவின் பிம்பம் எவ்விதம் இருக்க இயலாதோ அவ்வாறே, **சி-யை விட்டுத் தனித்து லி-யும் இயங்க முடியாது.**

ஆலிஸ்: வெவ்வேறான எல்லா லி-க்களையும் சி-க்களையும் உள்ளடக்கிய ஒரு **மாபெரும்** லி உண்டா?

கம்பளிப்புழு: உண்டு. சு ட்ஸு அதை **தை-சீ** அல்லது **பேரிறுதிப் பொருள்** என்று அழைத்தார்.

ஆலிஸ்: இது எப்படிப் பிரபஞ்சத்தில் உள்ள அனைத்துப் பொருட்களிலும் இருக்க முடியும்?

சு ட்ஸு: ‘எல்லையற்ற பெருவெளியில் நடனமிடும் முழுநிலவின் பொன்னிற ஒளி ஆயிரக்கணக்கான குளங்களிலும் ஆறுகளிலும் நடனமிடுகிறது, ஆனாலும் அந்நிலவு பிளவுபடுவதில்லை’.

ஆலிஸ்: அப்படியா! நிலவென்பது ஜன்னலின் பெரிய வண்ணக் கண்ணாடி, அது உடைந்து நொறுங்கிக் கடலில் விழுகிறது என்று நினைத்தேன்.

இந்த மீயுயர்ந்த லி-யை, பேரிறுதியை அல்லது தை-சீயை நான் எப்படி அறிவது?

சு ட்ஸு: அறநெறியில் உயர்ந்த மனிதராவதற்கு, முதலில் இயற்கை உனக்குள் புகுத்தியுள்ள லியைக் கண்டறியவேண்டும். இதைச் செய்ய ஒரே சிறந்தவழி, பொருட்களை ஆராய்வதுதான் – வண்ணத்துப் பூச்சிகள், மேகங்கள், மனித உறவுகள், அரசியல் பிரச்சினைகள், எதுவாயினும். மனித இயல்பிலுள்ள லி-தான் இயற்கையின் மற்றப் பகுதிகளிலும் உறைகின்ற லி. எனவே பொருட்களை ஆராய்ந்தால் நாம் லி-யோடு ஒன்றிசைய முடியும்.

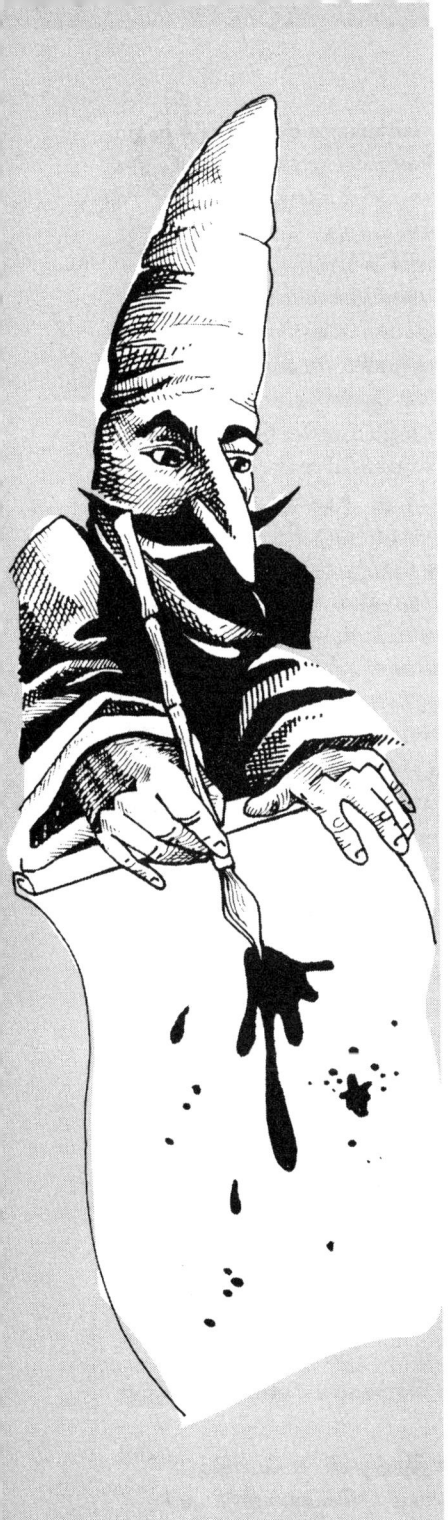

கம்பளிப்புழு: சு ட்ஸுவின் கருத்துப்படி, இவற்றின் இயல்புகளை ஆராயத்தக்க இடம் **செவ்வியல் நூல்கள்**தாம். **நான்கு செவ்வியல்நூல்**களையும் பதிப்பித்து அவற்றிற்குத் தனித்த உரைகள் கண்டதில் பெருமை பெற்றவர் சு ட்ஸு:

- சேகரிப்புகள் *(அனலெக்டுகள்)*
- மென்சியஸின் நூல்
- நடுவழிப்பாதை
- பெருங்கல்வி

லூ ஸியாங் ஷான்
(மனச் சிந்தனைப் புலம்)

கம்பளிப்புழு: சு ட்ஸுவின் கருத்துகளைச் சவாலுக்குட்படுத்தியவர் **லூ சியாங் ஷான்.** செங் ஹாவோவின் **மனப்புலத்தை** முழுமைப்படுத்திய சிந்தனை இது. லி (பொருட்களின் உள்ளியல்பு), சி (உள்ளடக்கும் பொருட்களின் இயற்கை) என்பவற்றிற்கிடையிலும் மனித இயற்கை, மனங்கள் இடையிலும் மிகவும் நுட்பமான வேறுபாடுகளை உருவாக்கினார் சு ட்ஸு. லூ ஸியாங் ஷான் *(1130-1192)*, இவை எல்லாம் **மனம்தான் என்று காட்டியவர்.** மனம்தான் லி. மனம்தான் பிரபஞ்சம். ஏற்கனவே மனிதர்கள் மனத்தைப் பெற்றிருக்கின்றார்கள் ஆகையால், புறவுலகிலோ, **செவ்வியல்** நூல்களிலோ பொருட்களின் தத்துவங்களை ஆராய வேண்டிய அவசியம் கிடையாது. இவை யாவுமே மனத்தில் அடங்குவன.

லூ ஸியாங் ஷான்:'ஒரே ஒரு மனம்தான் இருக்கிறது. என் நண்பனின் மனம், ஆயிரக்கணக்கான ஆண்டுகள் முன்பு வாழ்ந்த துறவிகளின் மனம், இன்னும் ஆயிரக்கணக்கான ஆண்டுகள் கழித்து வாழப்போகும் துறவிகளின் மனம் – இவை யாவும் ஒன்றுதான். மனத்திலுள்ள பொருள் எல்லையற்றது. ஒருவர் தம் மனத்தை முழுமையாக வளர்த்துக் கொள்ள முடியுமென்றால், அவர் சுவர்க்கத்திற்கு இணையாவார். உள்முகமாகத் திரும்புக!'

காலங்காலமாக சீன நாகரிகம், ஓர் இலட்சியமயப் பழம்பொற்காலத்தின் அடிப்படையில் தனது சமூகத்தை உருவாக்கி வந்தது. செவ்வியல் நூல்களைக் கற்றறிந்த அறிஞர்களை ஆட்சிப்பணியில் அமர்த்தி அரசியல் நிர்வாகத்தைக் கவனித்து வந்தது. மேற்கு குறுக்கிடாமலிருந்தால், ஆயிரக் கணக்கான ஆண்டுகளாக வழங்கிவந்த இம்முறை இப்படியே தொடர்ந்திருக்கும் என்பதில் ஐயமில்லை. ஆனால் மேற்கு குறுக்கிட்டது. சந்தனத்தையும் ஜின் செங்-கையும் (ஒருவித மூலிகைப் பொருள்) ஏற்றுமதி செய்ய வேண்டி வந்த மேற்கத்திய வணிகக் கப்பல்களால் மேற்கு நாட்டவர்கள் சீனாவுக்குள் ஊடுருவினார்கள். 16ஆம் நூற்றாண்டில் போர்த்துகீசியர்களும், 17ஆம் நூற்றாண்டில் டச்சுக்காரர்களும் சீனக் கடற்பகுதியில் வணிகம் செய்தார்கள். பெரும்பாலும் சீனர்கள் இந்த மேற்கத்தியச் சந்திப்புகளைத் தங்கள் கட்டுப்பாட்டி லேயே வைத்திருந்தார்கள். ஆனால் பிரிட்டிஷ்காரர்கள் இந்தியாவிலிருந்து அபினி யைச் சீனாவின் வழியாகவும் சீனாவுக்குள்ளும் கடத்தியபோது எதிர்ப்பு நேரிட்டது.

ஆங்கிலேயரின் சொந்த இலாபத்திற்காகவேண்டி, சீனமக்களை நச்சுப் பழக்கத் திற்கு ஆளாக்குகின்ற முறையில் சீனாவின் எல்லா மாகாணங்களுக்குள்ளும் விக்டோரியா அரசியின் காட்டுமிராண்டித்தனமான கப்பல்கள் அபினி கடத்துகின்றன என்று 1839இல் அந்த அரசியிடம் சீனர்கள் தெரிவித்தார்கள். பட்டு, தேயிலை, கம்பளி, நன்மை செய்யக்கூடிய பிற பொருட்களை மட்டுமே சீனா ஏற்றுமதி செய்தது. தீயவற்றை ஏற்றுமதி செய்ததில்லை. எனவே கஞ்சா (அபினி) கடத்தலில் ஈடுபடுவதாகக் கண்டறியப்படும் ஆங்கிலேயர் சீனர் எவராயினும் தலை துண்டிக்கப்படுவர் என்று அறிவித்தார்கள்.

தொடர்ந்து அபினிப் போரைத் தொடங்கியது பிரிட்டன். சீனா மீது படையெடுத்தது. பல நூற்றாண்டுகளாகத் தங்களை வெல்லமுடியாதவர்களாகக் கற்பனை செய்துகொண்டிருந்த சீனர்கள் பிரிட்டனுடைய மேம்பட்ட இராணுவ வலிமையினால் நிலைகுலைந்தனர். நான்கிங் உடன்படிக்கையுடன் அபினிப் போர் முடிவுற்றது. இதனால் பிரிட்டனுக்கு இரட்டிப்பு இலாபம். சீனாவில் வெளிப்படையாகவே பிரிட்டனுக்கு வியாபாரம் செய்யும் உரிமை கிடைத்தது. ஹாங்காங் நகரமும் கிடைத்தது.

சீனா வியாபாரத்துக்கு உடன்பட்டு நாட்டைத் திறந்துவிட்ட போதிலும் சீன மக்கள் யாவரும் தங்கள் கலாச்சாரத்தையும் நாசமாக்கிக்கொண்டு, அதே சமயம் தங்களைத் தொடர்ந்து இழிவுபடுத்திக்கொண்டும் இருந்த மேற்கத்தியக் காட்டுமிராண்டிகள் மீது சந்தேகத்தோடுதான் இருந்தனர். ஆனால் ஒரு புதிய

மனப்பான்மை தோன்றத் தொடங்கியது – சீனாவின் பண்பாட்டுக்கு இந்த மேற்கத்தியக் காட்டுமிராண்டிகள் ஏதேனும் புதியதாகத் தரக்கூடிய விஷயம் இருக்கலாம், சீனாவும் அவர்களிடமிருந்து ஏதாவதொன்றைக் கற்றுக்கொள்ளலாம் என்ற மனப்பான்மை.

ஆனால் ஒன்று நிச்சயமானது – மரபுவழிவந்த சீன அறிஞர்கள் – அதிகாரிகள் மீது நம்பிக்கை தளர்ந்துவிட்டது. இக்காட்டுமிராண்டிகளைத் தடுக்க அவர்கள் என்ன செய்தார்கள்? சீனாவை நவீனமயப்படுத்தும் முயற்சியில்தான் அவர்களின் பங்களிப்பு என்ன?

மேற்கிலிருந்து சீனா கற்றுக்கொள்ள முற்பட்ட ஒரு விஷயம் – மதம். சீனமக்களிடமிருந்து வெளிநாட்டுப் பேய்கள் கடவுளின் வார்த்தையைப் பரப்பும் உரிமையைப் பெற்றுவிட்டன. கிறித்துவ சமயப்பணியாளர்கள் தங்கள் தேவ தந்தையிடமிருந்து செய்தி கொண்டுவந்தனர். தெய்விக அன்பு, மீட்பு, அழியா வாழ்க்கை ஆகியவை பற்றியதாக அந்தச் செய்தி இருந்தது – ஆனால் அதற்குத் துணையாக வந்தவை மேற்கத்திய துப்பாக்கிப் படகுகள். பெரும்பாலும் படிப்பறிவற்ற ஏழை விவசாயிகள் புதிய மதத்தை ஏற்றனர். குறைந்தபட்சம் அவர்களுடைய பள்ளிகள், மருத்துவமனைகள், அரிசி ஆகியவற்றால் பயன்பெற்றனர்.

ஐயோ, அம்மா, எனக்கு
ஒரு சகோதரனா?
அப்படியானால் மண்ணுலகில்
அவனுக்கு எதற்கு ஒரு
இராச்சியம், அப்பா?

மஞ்சூரிய ஆட்சியாளர்களை வீழ்த்த முனைந்த ஒரு கலகத் தலைவர், தனது சொந்த கிறித்துவ மார்க்கத்தைத் தனியே உருவாக்கிக் கொண்டார். அவருடைய பெயர் **ஹூங் ஷூ சு’வான்**. அவர் தம்மைத் தாமே மேலுலகத்தின் அரசர் என்று பிரகடனப்படுத்திக் கொண்டார். தான் இயேசுநாதரின் சொந்தத் தெய்விகத் தம்பி (சகோதரர்)தான் என்று கூறுமாறு புதிய ஏற்பாட்டை மறுவாசிப்புக்கு உட்படுத்தினார். கோடிக்கணக்கான சீனர்கள் அவருடைய கிறித்துவத்தை ஏற்றனர். தனக்காகப் போரிடும்போது இறந்தால் சீனர்களுக்கு சுவர்க்கம் கிடைக்கும் என்று அவர்களுக்குச் சொல்லப்பட்டது. இதனால் **தை பிங் கலகம்** உருவாயிற்று.

அப்போதிருந்த அரசனைத் தோற்கடித்துவிட்டு நான்கிங் நகரில் தனது 68 மனைவியர், 300 பணியாளர்கள், தன்னைப் பின்பற்றுவோர் ஆகியோருடன் தன்னை நிறுவிக்கொண்டார் அவர். ஆண்-பெண் சமத்துவத்தையும், கல்வியின் மேன்மையையும், சமூகநலத்தையும் அவர் போதித்தார். கஞ்சா பயன்படுத்தல், கட்டைவிரல்களைக் கட்டிக்கொள்ளுதல், விபச்சாரம், அடிமைமுறை, முன்னோர் வழிபாடு ஆகியவற்றை அவர் தடுத்தார். அவருடைய அதிகாரம் வீழ்ச்சியடையத் தொடங்கியபோது அவர் தற்கொலை செய்துகொண்டார்.

குளிர்காலம் (1912-?)

சன் யாட்-சென்

நள்ளிரவில் டிராகன்களும் பாம்புகளும் கனவில் வந்தன. பகல் நேரத்திலோ, துன்புறும் மக்களின் நிலை அவர்கள் மனத்தைக் கலக்கியது. மக்களின் ஜனநாயகம் தேவை என்று அவர்கள் குரலெழுப்பினார்கள். பேரரசனுக்கு இனிமேல் பணிவதில்லை என்று சபதம் ஏற்றார்கள். இவற்றில் எதுவுமே ***சன் யாட்-சென்னின் (1866-1926)*** *தத்துவமேதைமை இன்றி நிகழ்ந்திருக்க இயலாது. அவர் ஒரு சிந்தனாவாதி, அரசியல்வாதியும்தான். எனவே அவர் செயலை – அரசியல் செயல்பாட்டை வலியுறுத்தினார். சிறு பையனாக இருந்தபோது அவருடைய இலட்சியத் தலைவர், தை பிங் கலகத்தை உருவாக்கிய ஹுங்-ஷு-சு'வான் தான்.*

மேற்கத்தியப் பள்ளிகளிலேயே கல்வி கற்றவர் அவர். ஐரோப்பிய, அமெரிக்கக் குடியரசுகளால் கவரப்பட்ட அவர், சீனாவை நவீன உலகிற்குள் கொண்டுவருவதற்கு ஜனநாயகத்தால் மட்டுமே முடியும் என்று கனவுகாணத் தொடங்கினார். அதாவது சிலருடைய ஆட்சி என்பதிலிருந்து பலருடைய – மக்களுடைய ஆட்சி என்பதாக மாற்றம் ஏற்படவேண்டும்.

மனிதன் ஒவ்வொருவனும் வித்தியாசமான ஆற்றல்கள், திறமைகளுடன் பிறந்திருப்பதாக சன் கருதினாலும், சமூகத்தின் குறுக்கீடு இன்றி ஒவ்வொருவருக்கும் தங்கள் ஆற்றலை முழுத்தன்மைக்கு மேம்படுத்திக்கொள்ள வாய்ப்பு அளிக்கப் பட வேண்டும் என்று கருதினார். 'ஐந்து-அதிகார ஜனநாயக அமைப்பு' என்பதுதான் சீனாவின் குடியரசுக்கு அவர் அளித்தக் கோட்பாடு.

அமெரிக்க ஜனநாயகத்தைப்போல இது நிர்வாக அமைப்பு, சட்ட அமைப்பு, நீதிமுறை அமைப்பு என்பனவற்றை நம்பியது. இவற்றுடன் இன்னும் இரண்டு அமைப்புகளைச் சன் சேர்த்தார். தேர்வுக் கிளை, மேற்பார்வைக் கிளை – மரபுவழிப்பட்ட சீன நிறுவனங்களின் நவீன வெளிப்பாடுகள் இவையிரண்டும்.

விழித்தெழு!

ஒரு நிலச்சீர்திருத்தத் திட்டத்தையும் சன் கனவுகண்டு உருவாக்கினார். பணக்கார நிலவுடைமையாளர்களிடமிருந்து அரசாங்கம் நிலத்தைப் பணம் கொடுத்து வாங்கிப் பிறகு விவசாயிகளுக்கு அளிக்கும். இவை யாவற்றையும் செய்வதற்கு அவர் செயல் என்பதை வலியுறுத்தினார். அவருடைய செய்தி, சீன இளைஞர்களின் ஆன்மாவைத் தட்டியெழுப்பியது. அவருடைய 'மக்களுக்கான மூன்று கோட்பாடுகள்' என்பதை நிறுவுவதற்காக அவர்கள் ஆயுதம் ஏந்தினார்கள். அவை –

தேசியம்
ஜனநாயகம்
பொருளாதாரம்

சீனாவில் அவர்களுக்கு ஓரளவு இராணுவ, அரசியல் வெற்றிகள் கிடைத்தபோதிலும், அவை குறுகிய காலமே நிலைத்தன. காலப்போக்கில் அவர்களின் கண்ணீர் பட்டு இழைகளென வெளிப்பட்டு ஒன்றுசேர்ந்து சிவப்பு ஆறாக ஓடியது. சன் இறந்து போனார். அவருடைய தேசியப்படை, மாவோவின் செம்படையால் வெல்லப்பட்டது. அவரைப் பின்பற்றியோர் தைவானில் மட்டுமே அவர் கனவுகண்டமுறையில் ஒரு நவீன ஜனநாயகத்தை உருவாக்க முடிந்தது.

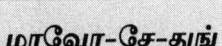

மாவோ-சே-துங்

மலையின் அடிவாரத்தில் பெருங்கடல் எனச் சிறுகொடிகளும் பெருந்துணிக் கொடிகளும் திரண்டன. சமவெளிகளிலிருந்து சமவெளிகளுக்குக் கொம்பு களும் எக்காளங்களும் எதிரொலித்தன. தேசியப் படைகளினால் இறுக்கமாகச் சூழப்பட்டு, சிங்கன் மலையின் பனிப்படலத்திற்குள் ஆழமாகப் பதுங்கி இருந்தது செம்படை.

சிங்கன் மலை, கரடு முரடான நிலப்பாங்குகொண்ட மலையுச்சி. அடர்த்தியான பனிமூட்டம். அதற்குள் பைன், மூங்கில் மரங்கள் நிறைந்த செழிப்பான காடுகள். இதுதான் சீனப் பொதுவுடைமைப் புரட்சியின் தொட்டில். இளவயதில் மாவோ-சே-துங் (1893-1976) ஒளிந்திருந்து துணிகரமான, கற்பனையாற்றலுள்ள தமது கவிதைகளைப் புனைந்த இடம். தமக்குள் மறைந்து ஒளிந்திருந்த புரட்சிகர – துறவுக் கவியின் மனத்தில் மறைந்திருந்த ஆற்றலை அவரால் வெளிப்படுத்தி, பெரும் மக்கள் திரளைத் தமது பாதுகாப்புக்கெனச் செங்கடல்போலத் திரட்ட முடிந்தது.

சீனா இதற்குமுன் காணாத ஒரு புதிய புரட்சியை உருவாக்க முனைந்தார் மாவோ. ஒரு சாதாரண விவசாயியின் மகனாக இருந்தபோதும், சீனாவின் பெரும்பான்மையான கிராமப்புற மக்களைப் பற்றிய ஆழ்ந்த புரிதலோடு 1930களில் ரஷ்ய மார்க்சியப் பிரதிகளைப் படிக்கலானார். இதனால் தமக்கே உரிய சீன மார்க்சியத்தை உருவாக்கிக் கொண்டார். அது சீனப் பொதுவுடைமைக் கட்சியின் கீழும், சீன மக்கள் குடியரசின் கீழும் வளர்ந்து சீனாவைப் புரட்சி செய்து, உலகின் பிற பகுதிகளையும் பாதித்தது.

மாவோவின் தத்துவம், ஹெகல், மார்க்ஸ், ஏங்கல்ஸ், லெனின், ஸ்டாலின், தாவோயியம் ஆகியவற்றிலிருந்து தனது சாரத்தைப் பெற்றது. எல்லாப் பொருள்களும் **பருமையான தன்மையுடையவை, நிஜமானவை,** ஒன்றுக்கொன்று **இருவழித் தொடர்புடையவை** என்று அது போதித்தது. அதே சமயம், எல்லாப் பொருள்களும் அடியாழத்தில் பிறவற்றோடு முரண்பாட்டையும் கொண்டுள்ளன. எனவே, மாவோவின் மிக முக்கியமான கருத்து முரண்பாடு எனலாம். எந்த ஒரு விவாதமும் கலகமும் அல்லது நாம் பிரச்சினை என்று கருதக்கூடிய எதுவும், தனக்குள் முரண்பாட்டைக் கொண்டுள்ளது.

எதிர்வுகளின் ஒருமைப்பாட்டு விதிக்கேற்ப, எந்த ஒரு முரண்பாட்டின் இரு பகுதிகளும் **ஒன்றையொன்று** சார்ந்தவை. மாவோவின் வார்த்தைகளில், ‘எல்லாமே இரண்டிரண்டாகப் பிரிகின்றன’.

மேலும், பெரும்பாலான பொருட்களில் ஒன்றுக்கு மேற்பட்ட – பல முரண்பாடுகள் உள்ளன, ஆனால் எப்போதுமே மையமாக ஒன்று உள்ளது என்றும் போதித்தார் மாவோ. சான்றாக, ஒரு தம்பதியினர், ஆயிரக்கணக்கான சில்லறை விஷயங்களைப் பற்றி, நிஜமான பிரச்சினையைத் தொடாமலே (அதுதான் மைய முரண்பாடு), சண்டை போட்டுக் கொண்டிருக்கலாம்.

இந்த மைய முரண்பாட்டிற்குள் இருக்கும் இருபகுதிகளில் ஒன்று இன்னொன்றைவிட ஆதிக்கம் கொள்வதாக இருக்கும். எடுத்துக் காட்டாக, முதலாளித்துவ நாடுகளில், முதலீட்டைப் பெற்றுள்ள வகுப்பு ஆதிக்கத்தில் இருக்கும். உழைக்கும் வர்க்கம் அடிமையாக இருக்கும். எனவே நாம் முரண்பாட்டைப் புரிந்து கொள்ளவேண்டும், பிறகு அதைத் தலைகீழாக்க வேண்டும், அதனால் அடிமைகளை ஆதிக்கம் கொள்ள வைக்கலாம் என்று மாவோ போதித்தார்.

இப்படி முரண்பாட்டைப் பற்றி அவர் விரித்துரைத்த தத்துவம் யாவும், செயல் இன்றிப் பயன்பட இயலாது. எனவே கொரில்லாப் போர்முறை பற்றியும் நடைமுறை பற்றியும் அரசியல் செயல்பாட்டின் முக்கியத்துவத்தை வலியுறுத்தி அவர் எழுதினார். அரசியல் செயல்பாட்டினால் மட்டுமே அகஉலகம், புறஉலகம் என்ற இரண்டிலும் நிஜமான மாற்றத்தைக் கொண்டுவர முடியும்.

தமது கவிதையின் வாயிலாக மாவோ காட்டியதுபோல, மாவோவியச் சமூகத்தில் கலை இலக்கியத்தின் பங்கு மிகவும் முக்கியமானது. அது மக்களை எழுச்சியுறச் செய்யவேண்டும். பார்வைக் கலைகளில், இதன் விளைவைச் சீனா முழுதும் காணப்படும் சுவரொட்டிகளினால் — ஏன், காகிதப் பணநோட்டில்கூடக் கண்டுகொள்ளலாம். உங்கள் கைப்பையிலிருந்து ஒரு யுவான் நோட்டை எடுங்கள். வீரதீரத்துடன் புன்முறுவல் செய்து கொண்டிருக்கும் சீன உழைப்பாளிகளின் படத்தை அதில் காணலாம். சமூக நாயகன் என்பவனின் அதிகாரபூர்வமான பிம்பம் என்பது, சமூகத்தில் தனது பங்கு என்பது பற்றிய தத்துவயோசனை சிறிதும் இல்லாமல், தயங்காமல் புன்முறுவலோடு உழைக்கக் கூடிய திறன்மிக்க, ஆரோக்கியமான குடிமகனின் பிம்பம்தான். ஓர் உண்மையான சோஷலிச உலகைக் கட்டியமைக்கத் தனிப்பட்ட தியாகத்தை அவர் வரவேற்கிறார். இந்தச் சிந்தனைகளை இசையில் கொண்டுவந்து பாருங்கள், ஒரு நடைப்பாடலுக்கும், பல்லிய இசைக்கும் (சிம்ஃபனி) இடையில் ஒரு தனிவித இசை கிடைக்கும். அது உழைப்பாளர்களின் இதயங்களையும் மனங்களையும் சீர்திருத்தக் கூடிய தன்மை பெற்றதாக இருக்கும். சுயதியாகம் என்னும் ஆன்மிக சக்தியை அவர்களுக்குக் கற்பித்துத் தருவதாக இருக்கும். இவை யாவுமே பொது நன்மைக்கென உழைப்பாளர்களை உழைப்பதற்கு, மகிழ்ச்சியாக உழைப்பதற்குத் தூண்டுகின்ற கலையாக இருக்கும். சமூகம் தனது சோஷலிச இலக்குகளை நோக்கி திடமாக நடைபோட்டு முன்னேறச் சமூகத்தைத் தூண்டும் கலைத் தேவைக்குமுன், தனது சொந்த வாழ்க்கை அனுபவத்தைக் கலைஞன் வெளிப்படுத்துவதற்கான சுதந்திரம் கீழ்ப்படுத்தப்படும். ஓர் எழுத்தாளனையும், ஓவியனையும் போலவே, இசைக்கலைஞனும்கூடத் தனது தனிப்பட்ட உண்மையைச் சமூக இலட்சியங்களுக்காகத் (அதே கன்ஃபூசியக் கருத்தாக்கம்தான்) தியாகம் செய்யதாக வேண்டும். இந்தச் சிந்தனைதான் **பண்பாட்டுப் புரட்சிக்கான** நியாயத்தை வழங்கியது. பல கலைஞர்கள், அறிவுஜீவிகள், அறிஞர்கள் ஆகியோரின் மரணம் அல்லது சிறைப்படுதலுக்கும் நியாயம் வழங்கியது.

மாவோ: சின் வமிசத்தின் பேரரசர் ஷி ஹுவாங் வழக்கத்திற்கு மாறாகச் செய்துவிட்டது என்ன? அவர் 460 அறிஞர்களைத்தான் உயிரோடு புதைத்தார்... நாமோ 46,000 அறிஞர்களை உயிருடன் புதைத்திருக்கிறோம். எனவே எதிர்க்கலாச்சாரத்தை ஆதரிக்கும் அறிஞர்களை ஒடுக்குவதில் நாம் சின் வமிசத்தின் பேரரசர் ஷியைவிட 100 மடங்கு முன்னேறியிருக்கிறோம்.'

பெய்ஜிங்கின் சகிக்கமுடியாத கனமற்ற தன்மை

ஆலிஸ்: ஆனால் சீனா உண்மையிலே இன்று மாவோ சார்ந்ததாக இல்லையென்றால், இப்போது அது என்னவாக இருக்கிறது? மாவோவையும் இடம் பெயர்க்க வேறொரு முக்கிய அறிஞர் எவரேனும் வந்துவிட்டாரா?

கம்பளிப்புழு: முக்கியச் சிந்தனையாளர் எவரும் வரவில்லை. ஆனால் சீனர்கள் மேற்கத்திய விஷயங்களைக் கனவு காண்கிறார்கள்: ஜனநாயகம், முதலாளித்துவம், ராக் அண்ட் ரோல்... இப்படி. உண்மையில், ராக் கொஞ்ச காலத்திற்கு ஓர் அரசியல் மற்றும் தத்துவார்த்த சக்தியாகவே இருந்தது.

1986இல் சீனாவின் அத்தனை ராக் நடனக்காரர்களையும் ஒரு ரிக்ஷாவில் அடைத்துவிடலாம். அதற்கு மூன்று பத்தாண்டுகளுக்கு முன்னால், இசைத் தொழிலே அரசாங்கத்திடம்தான் இருந்தது. ஆனால் 1980களில் அரசாங்கம் நடத்திய இசைத் தொழில் வெளியார் செல்வாக்கிற்கு உட்பட்டது. வாரம் முழுவதும் மகிழ்ச்சியோடு பாடுபட்ட பிறகு, சனிக்கிழமை இரவுக் காய்ச்சலினால் அவதிப்பட்டுக் கொண்டிருந்த சீன உழைப்பாளர்கள் டிஸ்கோக்களுக்கு அணிவகுத்துச் சென்று உற்பத்தியின் மகிழ்ச்சியைக் கொண்டாடும் பாட்டுகளுக்கு ஏற்ப நடனமாட முடிந்தது. இன்னும் நேரமாக ஆக காதலர்கள் ஒருவரையொருவர் கட்டிப்பிடித்துத் தைவானிலிருந்தோ ஹாங்காங்கிலிருந்தோ இறக்குமதி செய்யப்பட்ட சாரமிக்க சீனக் காதல் பாட்டுகளுக்கு ஏற்ப நடனமாடினார்கள். 1986 அளவில்தான் சுயி ஜியான் – சீனாவின் எல்விஸ் போலக் கருதப்பட்டவர் – *பீட்டில்ஸ், ஸ்டோன்ஸ்* போன்ற ஒலிப்பேழைகளை அடைய முடிந்தது. இன்னும் ஆழமான இசைக்கு அவரைப் பதப்படுத்தியது அது. விரைவிலேயே *பாப் மார்லி, த போலீஸ், த க்ளாஷ்* - எந்த இசை கிடைத்தாலும் அதை வாங்கி ரசிக்கத் தொடங்கி விட்டார்.

நமது புகழ்மிக்க விவசாயிகள் தவறான நெறிக்குத் தூண்டுகின்ற பூர்ஷ்வா ரோஜாக்களைச் சிதைத்து, புதைத்துப் பாட்டுகள் மூலம் நேர்மையான புரட்சியை என்றென்றும் மேலெடுத்துச் சொல்வார்கள். ப்ளா, ப்ளா, ப்ளா...

தொடர்ந்து இரகசிய 'கிளப்'புகளின் வலைப்பின்னல்கள் காளான்கள்போலத் தோன்றிவிட்டன. *லெட் செப்பலின், பிங்க் ஃப்ளாய்டு, ரஷ்,* இன்னும் பிற இரகசிய மேற்கத்திய இசைக்குழுக்களின் பாட்டுகளை அவை ஒலித்தன. மேற்கு நாடுகளில் படித்துத் தாய்நாடு திரும்பிய சீன மாணவர்கள் மேற்கத்திய ராக் இசையை மட்டும் கொண்டுவரவில்லை, குண்டேரா, சோல்சினிட்சின், மிலாஸ் போன்ற இலக்கிய வாதிகளையும் கொண்டுவந்தார்கள்.

1986இல் பெய்ஜிங்கில் ஒரு பாப் இசைப் போட்டியில் பங்கேற்ற சுயி ஜியான், தன்னைச் சிறைக்குக் கொண்டுசெல்லத்தக்க கருத்துள்ள பாட்டுகளைப் பாடினார். அதிர்ச்சியால் உறைந்த கூட்டத்தைத் தன் இரசிகர்களாக்கிக் கொண்டார். விரைவிலேயே அரசாங்கம் அவரை ஒரு குற்றவாளி எனவும் அவர் இசையைப் பதிவு செய்யவோ வெளியிடவோ கூடாதென்றும் தடை செய்தது.

தியான்மென் சதுக்கப் படுகொலைக்குச் சிலநாள் முன்னர்தான் அந்தத் தடை நீக்கப்பட்டது. 1988இல் அரசாங்கமே நடத்திய இசைக் கம்பெனி, சுயி ஜியானின் முதல் தொகுப்பான *நியூ லாங் மார்ச் ராக்* என்பதை வெளியிட்டது. தியான்மென் இயக்கத்தின் பின்னணி இசையாகியது அது. 1989 மார்ச்சில், கல்லூரி மாணவர்கள் நிறைந்த பல கூட்டங்களின்முன் பெய்ஜிங்கில் அவர் பாடினார். அவருடைய இசை ஒரு சமூக-அரசியல் சக்தியாக மாறத் தொடங்கியது.

ஏறத்தாழ ஒருமாத அளவில் பெய்ஜிங் மாணவர்கள் வீதிக்கு வந்தார்கள். ஜன நாயக தேவியின் சிலையை வைத்தார்கள். அரசாங்கத்தையே கவிழ்க்கும் அளவுக்கு வந்துவிட்டார்கள். ஆனால் ஜூன்3ஆம் நாளிரவு டாங்கிகள், பீரங்கிப்படைகள், இராணுவ வீரர்களைத் தாங்கிய லாரிகள் சதுக்கத்தில் குவிந்தன. எல்லாம் முடிந்த பிறகு ஏறத்தாழ 1000 பேர் இறந்துபோயிருந்தனர்.

தியான்மென் படுகொலைக்குப் பிறகு அரசாங்கம் ராக் இசைக் கலைஞர்களின் பட்டியல்களைச் சேகரிக்கத் தொடங்கியது. ஓர் இசை நிகழ்ச்சியை நடத்தினால் அக்கலைஞர் சிறைசெய்யப்படலாம். எனவே ராக் இசை மீண்டும் இரகசியத் தளங்களுக்குச் சென்றது. சீனாவின் ஒழுக்கக் கட்டுப்பாடற்ற இளைஞர்கள், மாணவர்கள், கலைஞர்கள், அயல்நாட்டினர் மட்டுமே பெய்ஜிங்கின் நிழலான இரகசிய இடங்களில் இரசிக்கக்கூடியதாக மாறியது. பல ஆண்டுகள், தொலைக்காட்சியிலோ வானொலி யிலோ ராக் இசை தடைசெய்யப்பட்டிருந்தது, கலைஞர்கள் சிறுசிறு நிகழ்ச்சிகளை மட்டுமே நடத்த அனுமதிக்கப்பட்டார்கள். பல கலைஞர்கள் நகரத்தைவிட்டு அகன்றார்கள்.

இன்று சீனாவில் ராக் சட்டத்துக்குப் புறம்பான தல்ல, ஆனால் பாட்டுகள் மட்டும் பெய்ஜிங்கைக் குறைசொல்லாதனவாக இருக்கவேண்டும். ஆனால் இது முழுக் கதையல்ல. பொருளாதாரச் சீர்திருத்தத்தின் வழிகாட்டுநெறிப்படி, அரசாங்கத்துக்குச் சொந்தமான இசைக் கம்பெனிகள் திடீரென இலாபம் ஈட்டுமாறு நிர்ப்பந்திக்கப்பட்டன. சோஷலிசத்தின் இடத்தை முதலாளித்துவம் பிடித்துக்கொள்ளத் தொடங்கியது. இதனால், சில ராக் கலைஞர்கள், தடைசெய்யப்பட்டிருந்தாலும், அரசாங்க இசைக் குழுமங்களில் பதிவுசெய்ய முடிந்தது. அரசாங்கக் கடைகளில் அவர்கள் இசைத் தகடுகள் விற்பனைக்கு வந்தன. ராக் கலைஞர்களா யினும், பெய்ஜிங் அரசாயினும், சில நிஜங்களை நேருக்குநேர் சந்திக்கத்தானே வேண்டும்!

அரசாங்கம் நடத்தும் இசைக் குழுமங்கள் இலாபம் ஈட்டவேண்டுமானால், வெகு ஜனங்களைக் கவரக் கூடிய இசையைத் தந்தாக வேண்டும் என்பதை அரசாங்கம் உணர்ந்தது. அரசாங்கக் கொள்கைக்கு எதிரான பாட்டுகளை இசைப்பது ஆபத்தானது, முட்டாள்தனமானது என்பதை ராக் இசைக் கலைஞர்களும் உணர்ந்தனர். அவர்களில் பெரும் பாலோர் இளைஞர்களைக் கவரக்கூடிய காதல் பாட்டுகளைப் பதிவுசெய்தால் நிஜமாகவே பெரும் பணம் சம்பாதிக்கலாம் என்பதை உணர்ந்தனர். உலோக இசைக் கருவிகளைப் பயன்படுத்தும் சீன இசைக்குழு - **டாங் வமிசம்** என்பது அதன் பெயர் - அரசியல் பாட்டுகளை விட்டொழித்தது. மாறாக ஒரு பழைய சீன நாகரிகத்துக்குத் திரும்பும் கனவுகளைப் பாட்டுகளில் மிதக்கவிட்டது.

ஆனால் சீனாவின் பண்படாத, அரசியலினால் தூண்டப்பட்ட ராக் இசைக்கு அரசாங்கம் மட்டுமே எதிரியல்ல. சீனமக்கள் – உழைப்பாளர்களே அதற்குப் பெரும் எதிரிகள். அவர்கள் கஷ்டப்பட்டு வேலைசெய்கிறார்கள். பல இளைஞர்கள் மூன்று நான்கு வேலைகளிலும் ஈடுபடுகிறார்கள். ராக் இசையாளர்களின் மோஸ்தர், தலையலங்காரம், வாழ்க்கை முறைகள் போன்றவை, ஓய்வுநேரத்தின் ஆடம்பரத்தைப் பெறக்கூடிய மேட்டுக்குடிமக்கள் சிலருக்கு மட்டுமே இத்தகைய ஆடம்பரப்பழக்கங்கள் பொருந்தும், தங்களுக்குப் பொருத்தமற்றவை என்று அவர்கள் நினைக்கிறார்கள். மேலும் ஒரு கோபமிக்க ராக் கலைஞனின் இசையில் ஓர் இரவைச் செலவழிப்பதற்கு பதிலாக கேரியோகே எனப்படும் வெறும் கருவியிசையையோ, டிஸ்கோவையோ ரசித்துவிட்டுப் போய்விடலாம் என்பது அவர்கள் எண்ணம். எனவே உலகத்தின் கால் பங்கு மக்கள்தொகை, காண்ட்டோ பாப் எனப்படும் மென்மையான சீன ராக் இசையை இன்று ரசித்துக்கொண்டிருக்கிறது.

ஜியாமென்னின் அதிநவீன புதிய விமானத் தளத்திற்குச் செல்லுங்கள். உங்களுக்கு அருகில் ஜப்பானிய அல்லது ஜெர்மன் தொழிலதிபர்கள், தைவானிய சுற்றுப்பயணிகள், திபெத்தியப் பழங்குடித் தலைவர்கள், சீன அரசாங்க அதிகாரிகள் அமர்ந்திருக்கலாம். உங்கள் தலைக்கு மேலாக, மாவோவின் சந்திரப் பிரகாச முகம்போல, கறைபடா எஃகுத் தூண்களால் தாங்கப்பட்ட இராட்சஸத் தொலைக் காட்சிப் பெட்டிகள் ஒளிர்ந்துகொண்டிருக்கும். அங்கேயே அச்சடித்தாற்போல, அதிசயத்தோடு, சீன எம்டீவி, சீனக் காதல் காண்ட்டோ பாப் இசையுடன் கலந்த அமெரிக்க-பிரிட்டிஷ் லைட் ராக் இசையை இரசிக்கலாம். அப்போது தெரிந்து கொள்வீர்கள் – மாவோவுக்கு பதில் அங்கு இடம்பிடித்திருக்கும் தத்துவஞானி வேறொருவரும் அல்ல, முதலாளித்துவம், தொழில்நுட்பம், அமெரிக்க பாப் பண்பாடு இவற்றின் கலவைதான் என்று. இதை பெய்ஜிங் அரசாங்கம், ‘சீனப் பாணியிலான சோஷலிசம்’ என்று சொல்கிறது. பதிலாக அவர்கள் அதற்கு ‘பெய்ஜிங்கின் சகிக்கமுடியாத கனமற்றதன்மை’ என்று பெயரிட்டிருக்கலாம்.

ஜப்பானியத் தத்துவங்களும் மதங்களும்

சலனமற்ற நீர்ப்பரப்புகளின் மீது பனிப்புகை மூட்டங்கள். உங்கள் படகுத் துடுப்பின் தட்டைப் பரப்பு, ஒளிவீசுகிறது, நீரில் ஆழ்கிறது. தடாலென்று படகின் முன்புறம் கரையில் மோதி நிற்கிறது. கரையிலெங்கும் பைன் மர ஊசி இலைகள். நீரிலிருந்து பாதி மேலேற்றிப் படகை நிறுத்துகிறீர்கள். கீழே விழுந்து அழுகிக்கொண்டிருக்கும் மரங்கள் காளான்கள், நாய்க்குடைகள், பாசிகள், சிறுதாவர நாற்றுகள் ஆகியவற்றை வளர்த்துக் கொண்டிருக்கின்றன. உங்கள்முன் காடு பசுமையாக, இருளார்ந்து, குளிர்ச்சியோடு, ஊமையாக நிழலாடுகிறது. கிளைகள் இடைநீவிப் பின்னி நிற்கின்றன. உயர்ந்த மர உச்சிகளில் சிவந்த கூம்புக்கனிகள். சாய்ந்த ஓர் ஒளிரேகை ஓர் அடிமரத்தின் மீது விழுந்து பொன்னிறத் தூணாகக் காட்சி தருகிறது. ஒளிவீசிக்கொண்டு, அமைதியாக, நிரந்தரமாக நிற்கிறது அது. இந்த ஃபிர் மரத்தின்முன் வார்த்தைகள் ஒளியிழக்கின்றன. அமைதியாக, அது பெயர்களை, வருணனைகளை, சிந்தனையை மறுத்து நிற்கிறது. அதன் அசைவற்ற அமைதியில் நீங்கள் கேட்க, மென்மையாகப் பேச, தொட, உணரக் கற்றுக்கொள்கிறீர்கள்.

ஷிண்டோ (கடவுளரின் வழி)

ஜப்பானிய மிகப் பழைய மதமான ஷிண்டோவின் கோயில்கள் வெறும் வெட்ட வெளிகளாகவே இருந்தன. அவற்றினால் ஓர் அச்ச உணர்வு உண்டாகும். எடுத்துக்காட்டாக, ஒரு காட்டின் இடையிலுள்ள திறந்தவெளியாக அது இருக்கலாம். அதன் நடுவில் ஓர் ஒற்றை பைன் மரமோ கற்பாளமோ நிற்கக்கூடும். அதற்கு அச்சம் தரும் ஆற்றல் இருப்பதாக நம்பிக்கை. ஒரு மலைச்சிகரம், ஓர் ஆறு, கடல், பறவைகள், மான்கள், நரிகள், பேரரசர்கள், முன்னோர்கள், வீரர்களும்கூட அச்சந்தருவோராக இருக்கலாம். வழக்கமாக அச்சமூட்டும் இந்த மரமோ கற்பாளமோ ஒரு வழிபாட்டிடமாகப் பேணப் படும். இந்த இடத்தை அடைவதற்கு **'டோரை'** எனப்படும் வாயிலின் வழியாகத்தான் செல்ல வேண்டும். சிலசமயங்களில் ஒரு மலை அல்லது வளைகுடாவின் எதிரிலும்கூட அதைக் காட்சி யில் அடைப்பது போல இந்த டோரை வைக்கப் படும். அது, 'நில்! கவனி! உணர்ந்து பார்! பொருட்கள் எவ்வளவு அச்சம்நிறை அழகோடு இருக்கின்றன' என்று கூறுவது போலிருக்கும்.

இம்மாதிரி அச்சம்நிறையழகோடு கூடிய பாறைகள், மரங்கள், சிகரங்கள், ஆறுகள், வளைகுடாக்கள், காடுகள் போன்றவை **காமி** எனப்பட்டன.

ஆலிஸ்: காமி என்றால் என்ன?

கம்பளிப்புழு: பேருணர்வைத் தோற்றுவிக்கும் எந்தப் பொருளும் 'காமி'தான். அது ஓர் அச்சவுணர்வைத் தோற்று விக்கிறது என்றால் அதற்கு ஓர் ஆன்மா இருக்கிறதென்று பொருள். ஆனால் வெறும் பூமி சார்ந்த காமி மட்டுமல்ல, மேலுலகம் சார்ந்த தெய்விக காமியும் இருக்கின்றன. ஷிண்டோ என்றால், 'கடவுளரின் வழி' என்றுதானே பொருள்? ஷிண்டோ பழந்தொன்மங்கள் இரண்டு நூல் களாகத் தொகுக்கப்பட்டுள்ளன: நிஹோங்கி, கெஞ்சுகி என்பன அவற்றின் பெயர். இவை **இஜநாகி, இஜநாமி** என்னும் இரண்டு வகைக் 'காமி'களைப் பற்றிச் சொல் கின்றன. இவை உலகைப் படைத்தவை. **அமேதிரசு** என்னும் மிகச் சக்திவாய்ந்த காமி பற்றியும் இவை சொல்கின்றன. அதுதான் **சூரியதேவி**. ஆதி காமியான இஜநாகியின் இடதுகண்ணிலிருந்து பிறந்தவள் அவள்.

அவளுடைய சகோதரன் அவளை மோசமாக நடத்தினான். எனவே விண்ணுலகத்தின் குகையில் அவள் மறைந்துகொண்டாள். அதன் வாயிலை ஒரு மிகப் பெரிய பாறையால் அடைத்துவிட்டாள். எனவே உலகை இருள் மூடியது. தங்கள் ஒளிப்பிடங்களிலிருந்து தீய ஆவிகள் எங்கும் பறந்து திரிந்தன. தங்களுடைய தீச்செயல்களை எங்கும் பரப்பின. கடவுளர்கள் உடனே ஒரு கூட்டம் நடத்தினர். ஒரு பெருங்களி நிகழ்வை நிகழ்த்தி அவளை மயக்கி வெளியே கொண்டுவரத் திட்டமிட்டனர். குகைவாயிலின் முன்பு ஒரு பெரிய கண்ணாடியை வைத்தனர். மரங்களின் மீது ஒளிவீசும மாணிக்கங்களைத் தொங்கவிட்டனர். **சிரிப்புக்கான தேவியான யிஜூமி** பறைகளின் ஒலிக்கேற்ப குகையின்முன் நடனமாடத் தொடங்கினாள். வசீகரமான இசையாலும் நகைப்பினாலும் கவரப்பட்ட அமேதிரசு குகையுள்ளிருக்க இயலவில்லை. பாறைக்குப் பின் மறைந்திருந்து பார்த்தாள். எதிரிலே அவளுடைய அழகிய தோற்றம் கண்ணாடியில். உடனே குகையுள்ளிருந்து வெளிவந்தாள். உலகு முழுவதும் ஒளிவெள்ளம் பாய்ந்தது.

ஆலிஸ்: ஷிண்டோ எங்கிருந்து தோன்றியது?

கம்பளிப்புழு: மிக எளிய, தூய்மையான, திடீர் எழுச்சியென இதயத்தில் தோன்றுகின்ற பேருணர்வின் வெளிப்பாடாகத் தோன்றியது அது எனலாம்:

ஃப்யூஜி சிகரத்தை நோக்கும்போது – ஒரு பேருணர்வு
என் தலை தானாகவே பணிவோடு வணங்குகிறது

தங்களுடைய அழகான தீவுகளின் கறைபடா அழகின் மீது ஜப்பானிய மக்கள் கொண்ட உள்ளுணர்விலிருந்து அது தோன்றுகிறது.

எனினும் வரலாற்று நோக்கில், ஜப்பானியர்கள் இன்றிருப்பதுபோல, ஒரு தனி தேசமாக இருந்ததில்லை. பல்வேறு இனங்கள் சேர்ந்த ஒரு கலப்புக்குழுவாகத்தான் அவர்கள் இருந்தார்கள். ஒவ்வொரு தீவின் மலைசார்ந்த சமவெளிகளையும் அவர்கள் ஆக்கிரமித்துக் கொண்டார்கள்.

அவர்களுடைய எழுத்துமுறை **ஜிண்டோ-மோஜி** எனப்பட்டது. இது மூன்றாம் நூற்றாண்டில்தான் அறிமுகப்படுத்தப்பட்டது. இது சீன எழுத்து முறைக்கும் முந்தியது. தங்கள் கிராமப்புறப் பழங்கதைகள், பாலினீசியக் கலாச்சாரத்தின் சிந்தனையோட்டங்கள், வடக்கு ஆசிய மந்திரவாதம் போன்றவற்றின் ஒரு கலப்பாக அவர்களின் நம்பிக்கைகள் அமைந்தன.

மந்திரவாதத்தின் வெவ்வேறு ஓட்டங்கள், வளச்சடங்குகள், அரசவை விழாக்கள், தொன்மங்கள், இயற்கை வழிபாடு, முன்னோர் வழிபாடு, தெய்வ மரபிலிருந்து உண்டாகித் தொடர்ச்சியாகத் தங்களை ஆண்டுவந்த ஜப்பானியப் பேரரசர்கள் மீதான அவர்களின் அன்பு ஆகியவற்றையெல்லாம் ஒருங்கிணைத்தது **ஷிண்டோயியம்.** காலப்போக்கில் ஜப்பானிய தேசத்தை ஒருங்கிணைக்கும் சமய ஆற்றலாக ஷிண்டோயியம் உருவெடுத்தது.

ஷிண்டோவில் புனித நூல்களோ கோட்பாடுகளோ கிடையாது. ஆனால் 'காமி'களோடு தொடர்புகொள்ளக்கூடிய ஆற்றல்படைத்த மந்திரவாதிகள் அதில் உண்டு.

ஆலிஸ்: ஷிண்டோ என்பதன் பொருள் என்ன?

கம்பளிப்புழு: ஷிண்டோ என்ற சொல்லில் இரண்டு சீன எழுத்துகள் இருக்கின்றன. ஒன்று ஷென் அல்லது கடவுள்கள். இன்னொன்று **டாவோ (தாவோ)** அல்லது **வழி**. அதாவது **கடவுளரின் வழி.**

ஆலிஸ்: சீன எழுத்துகளா? அப்படியானால் ஷிண்டோ ஜப்பானியருடையது இல்லையா?

கம்பளிப்புழு: ஆம், ஷிண்டோ ஜப்பானியருடைய சொந்த மதம்தான். ஆனால் ஜப்பானியர்கள், கி.பி.3ஆம் நூற்றாண்டு முதலாகச் சீன எழுத்துமுறையைக் கடன் வாங்கிக்கொண்டார்கள். எனவே பழங்காலச் சீன வரலாறுகளிலிருந்துதான் பழங்கால ஜப்பான் பற்றி அறிகிறோம்.

ஆறாம் நூற்றாண்டு தொடங்கி, ஜப்பானியர்கள் சீனர்களுடைய பண்பாட்டையும் பெருமளவு இறக்குமதி செய்யத் தொடங்கினார்கள். முக்கியமாக இறக்குமதி செய்யப்பட்டவை: கன்ஃபூசியனிஸம், பௌத்தம், தாவோவியம். இவை ஜப்பானுக்கே உரிய முறையில் பரவத்தொடங்கின.

161

ஷியுங்கோன் பௌத்தம்

எடுத்துக்காட்டாக, **ஷியுங்கோன் (உண்மை வார்த்தை)** பௌத்தத்தை எடுத்துக்கொள்வோம். **கூகாய்** (கி.பி.774-835) என்பவரால் ஜப்பானில் கொண்டுவரப்பட்டது. இந்த உலகிலேயே இறுதி உண்மையை நோக்கும் ஜப்பானிய மனப்போக்கை அது வெளிப்படுத்துகிறது. கூகாயின் நோக்கில், பைன் மரங்களினூடே நுழைந்துசெல்லும் காற்றின் ஓலம், பறவைகளின் பாடல், கோடோ முதலிய யாவுமே புத்தரின் போதனைகள்தாம். ஓர் அழகிய ஓவியம் தரும் பேருணர்ச்சி புத்தரின் வாயிலிருந்து நேரே புறப் பட்டுவருகின்ற பொன்மொழிகளேயாம். இந்த விஷயம் பற்றி கூகாய் ஒரு நூல் எழுதினார்: *ஆன் பிகமிங் ஏ புத்தா அலைவ் இன் த ஹியூமன் பாடி* (மானிட உடலில் உயிருள்ள புத்தராக ஆகுதல்).

ஜப்பானியர்களின் இன்னொரு மதம் சார்ந்த மனப்போக்கு அவர்களுடைய கடந்த கால மந்திரவாதச் செயற்பாடுகளிலிருந்து எழுகிறது. மந்திரங்கள், தாயத்துகள், குறிகூறுதல் போன்றவற்றில் ஆழ்ந்த நம்பிக்கை. புத்தருக்கே உரிய சிறப்பு மந்திரத்தைச் சொல்லி தியானம் செய்வதன் மூலம் புத்தரின் அனுபவத்தைப் பெறலாம் என்று கூகாய் கூறினார். இந்த மந்திரங்கள் இந்தியாவிலிருந்து சென்றவைதாம். ஆயினும் அவற்றை உச்சரிப்பதில் ஜப்பானிய மந்திரவாத செயற்பாடுகள் பின்பற்றப்பட்டன.

சூத்திரத்தை உச்சரிக்கும்போது
திடீரென, எனக்கு வாய்த்தன
மிக அழகாகப் பூக்கின்ற காலை இன்பங்கள்

சீன பௌத்தச் சிந்தனைப் புலம் யாவற்றிற்குமே ஜப்பானியப் பதிப்புகள் இருந்தன. ஆனால் அவற்றில் ஒரு ஜப்பானியத்தன்மை சேர்ந்து கொண்டது.

ஜென் பௌத்தம்

ஆலிஸ்: எந்த வழிகளில் சா'ன் பௌத்தமும் தூய இன்ப பௌத்தமும் ஜப்பானுக்கு வந்த போது மாற்றமடைந்தன?

கம்பளிப்புழு: அச்சமயத்தில் சா'ன் பௌத்தம் சீனாவில் வீழ்ச்சிபெற்றுக் கொண்டிருந்தது. அது ஜப்பானுக்கு வந்தபோது அதற்கு **ஜென்** பௌத்தம் என்னும் பெயர் உண்டாயிற்று.

ஜென் பௌத்தம் ஜப்பானியர்களுக்கு மிகவும் பொருத்தமான தத்துவமாக இருந்தது. ஏனெனில் அது நாளாந்த நடைமுறைகளுக்கும் ஞானமடைவதற்கும் எவ்வித வேறுபாட்டையும் கூறவில்லை. ஜப்பானில் ஜென் பௌத்தம் இரண்டாகப் பிளவுபட்டது – **ரின்ஸை, சோட்டோ.** ரின்ஸை பௌத்தம், நாடகத் தன்மை கொண்ட குரு-சீட சந்திப்புகளுக்குப் புகழ்பெற்றது. அந்தச் சீடன் ஒரு கோவான் பற்றியோ 'ஒரு கை தட்டினால் எழும் ஓசை யாது?' போன்ற ஜென் புதிர்கள் பற்றியோ முகம் நீலமாகும்வரை தியானத்தில் ஈடுபட்டவனாக இருப்பான்.

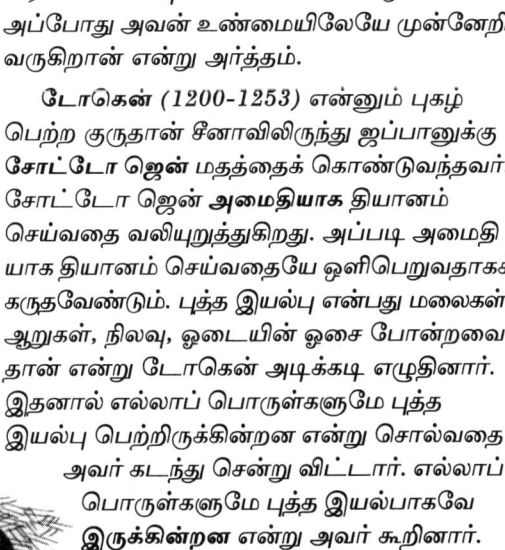

முகம் நீலமாவதா?
தெரியவில்லையே,
ஒருவேளை பச்சையாக
இருக்கலாம்.

அந்தச் சீடன் ஒருவேளை இந்தக் கேள்விக்கு ஒரு முனைவர் பட்ட ஆய்வேடு போன்ற ஒன்றைத் தயாரித்துவிட்டால், அவன் தோல்வி அடைந்தவன் ஆவான்! அதற்குப் பதிலாக, தன் குருவை எங்கே அடித்தால் அவருக்கு வலிக்குமோ அங்கு அடிக்க வேண்டும் அல்லது அவரைநோக்கிக் கூச்சலிடவேண்டும் அல்லது விரலை வெட்டிக் கொள்ள வேண்டும். அப்போது அவன் உண்மையிலேயே முன்னேறி வருகிறான் என்று அர்த்தம்.

டோகென் *(1200-1253)* என்னும் புகழ் பெற்ற குருதான் சீனாவிலிருந்து ஜப்பானுக்கு **சோட்டோ ஜென்** மதத்தைக் கொண்டுவந்தவர். சோட்டோ ஜென் **அமைதியாக** தியானம் செய்வதை வலியுறுத்துகிறது. அப்படி அமைதியாக தியானம் செய்வதையே ஒளிபெறுவதாகக் கருதவேண்டும். புத்த இயல்பு என்பது மலைகள், ஆறுகள், நிலவு, ஓடையின் ஓசை போன்றவை தான் என்று டோகென் அடிக்கடி எழுதினார். இதனால் எல்லாப் பொருள்களுமே புத்த இயல்பு பெற்றிருக்கின்றன என்று சொல்வதை அவர் கடந்து சென்று விட்டார். எல்லாப் பொருள்களுமே புத்த இயல்பாகவே **இருக்கின்றன** என்று அவர் கூறினார்.

ஸாஜென் (வெறுமனே அமர்ந்திருத்தல்) என்பதை வலியுறுத்தியவர் டோகென். சில நிமிடங்களோ சில ஆண்டுகளோ சும்மா உட்கார்ந்து பாருங்கள் – லட்சக்கணக்கான புத்தகங்கள் ஜென் பௌத்தத்தைப் பற்றிக் கூறுவதைவிட அதிகமாக நீங்கள் அறிந்து கொள்வீர்கள்.

டோகென்: சரியாக உட்கார்வதானால், முதலில் ஒரு கெட்டியான தலையணையை வையுங்கள். அதன் மீது இன்னொரு (வட்டமான) தலையணையை வையுங்கள். அதன் மீது ஒருவர் பத்மாசனத்திலோ அர்த்த பத்மாசனத்திலோ அமரலாம். பத்மாசனம் என்றால் வலது பாதத்தை இடது தொடையின் மீது வைக்கவேண்டும். பிறகு இடது பாதத்தை வலது தொடையின் மீது வைக்கவேண்டும். அர்த்த பத்மாசனம் என்றால், இடது பாதத்தை மட்டும் வலத்தொடையின் மீது வைத்தால் போதும். மேலாடையும் இடைக்கச்சையையும் தளர்ச்சியாக, ஆனால் முறையோடு அணிந்திருக்கவேண்டும். வலக்கை இடப்பாதத்தின் மீது இருக்கவேண்டும். இடப் புறங்கை வலது உள்ளங்கையில் இருக்கவேண்டும். இரண்டு கட்டைவிரல்களும் அருகருகே இருக்கவேண்டும். உடல் வலப்புறமோ இடப் புறமோ, முன்னாலோ பின்னாலோ சாயாமல் நேராக நிமிர்ந்திருக்கவேண்டும். காதுகள்-தோள்கள், மூக்கு-தொப்புள் ஆகியவை நேர்க்கோட்டில் இருக்கவேண்டும். நாக்கு அண்ணத்தோடு சேர்ந்திருக்கவேண்டும். உதடுகள், பற்கள் இறுக மூடியிருக்க வேண்டும். ஆனால் கண்கள் மட்டும் திறந்தே இருக்கவேண்டும்.

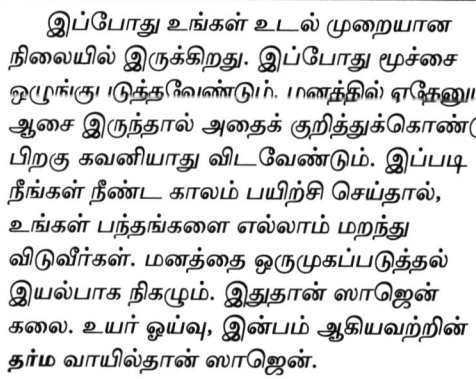

இப்போது உங்கள் உடல் முறையான நிலையில் இருக்கிறது. இப்போது மூச்சை ஒழுங்குபடுத்தவேண்டும். மனத்தில் ஏதேனும் ஆசை இருந்தால் அதைக் குறித்துக்கொண்டு பிறகு கவனியாது விடவேண்டும். இப்படி நீங்கள் நீண்ட காலம் பயிற்சி செய்தால், உங்கள் பந்தங்களை எல்லாம் மறந்து விடுவீர்கள். மனத்தை ஒருமுகப்படுத்தல் இயல்பாக நிகழும். இதுதான் ஸாஜென் கலை. உயர் ஓய்வு, இன்பம் ஆகியவற்றின் தர்ம வாயில்தான் ஸாஜென்.

ஆலிஸ்: ஸாஜென் செய்யும்போது மனத்தில் என்ன நினைக்கவேண்டும்?

டோகென்: மனத்தில் ஒன்றையும் நினைக்கலாகாது.

ஆலிஸ்: எதையும் நினைக்காமல் நினைப்பது எப்படி?

டோகென்: நினைவின்றித்தான்.

ஆலிஸ்: ஆனால் ஜப்பானிய மண்ணில் இறக்குமதியானதுதானே பௌத்தம், அதனால் சீனர்கள் போலவே காலப்போக்கில் ஜப்பானியர் அதை ஒதுக்கி விட்டார்களா?

கம்பளிப்புழு: இல்லை, அவர்கள் சீனச் செல்வாக்கு வருவதன்முன்னரே அசலான ஜப்பானிய ஆன்மிகம் என்பதைக் காண முயலுகிறார்கள்.

மோடூரி நோரிநாகா

பௌத்த, கன்ஃபூசிய, தாவோயியச் சிந்தனைகளை ஜப்பான் தன்வயமாக்கிக் கொண்டது பெரிதல்ல. சீன நாற்றுகளைவிட, இந்தச் சீனச் செல்வாக்குகளிலிருந்து ஜப்பானிய ஆன்மிகத்தை விடுவிக்க முயன்ற ஜப்பானியத் தத்துவவாதிகள்தான் மிகவும் சுவையானவர்கள்.

அப்படிப்பட்ட தத்துவவாதிகளில் ஒருவர்தான் மோடூரி நோரிநாகா (1730-1801). காமியின் வழிக்கு ஜப்பானிய மக்கள் திரும்பவேண்டுமென்று அவர் நினைத்தார். ஜப்பானிய இலக்கியங்களில் காணப்படும் அசலான ஜப்பானிய ஆன்மிகக் குணங்களைப் பற்றி அவர் பேசியும் எழுதியும் வந்தார். அவர் குறிப்பிடும் ஜப்பானிய இலக்கியங்கள் சில:

1. *மன்'யோஷு* (எண்ணற்ற ஏடுகளின் தொகுதி – கி.பி. 750):
மிகப் பழங்காலக் கவிதைகளின் தொகுப்பு. டாங் வமிசத்தின்போது ஜப்பான் சீன மயமாவதற்கு முன்னர் கிடைக்கும் மிகச்சில இலக்கிய மூலங்களில் மன்யோஷு ஒன்று. மன்யோஷு 'அசலான' ஜப்பானிய உணர்ச்சிகளையும் உணர்வுகளையும் கொண்டிருப்பதால் அது நோரிநாகாவுக்கு முக்கியமான நூலாயிற்று:

கடற்பூண்டுப் படுகைகளை
அலைகள் தாலாட்டுகின்றன
மாலைநேரத்தில் அதிரும் சிறகுகளைப் போல.
அலைகள் அசைவதைப் போலக் கடற்பாசிகள்
அலைந்து தள்ளாடுகின்றன,
அவை போலவே என் தோழியும் என்னை
இறுக அணைத்துக் கொண்டாள் என் அருகில்
படுத்திருந்த நிலையிலே.

*2. **த டேல் ஆஃப் கெஞ்சி** (கெஞ்சியின் கதை):*

முரசாகி சீமாட்டி எழுதிய நாவல் இது. கெஞ்சி என்னும் இளவரசனின் காதல் லீலைகளைப் பற்றியும், முரசாகி சீமாட்டி உட்பட அவனுடைய பல காதலியர்கள் பற்றியும் கூறுவது. இன்றும் பலரால் ஜப்பானின் மிகச் சிறந்த நாவலாகக் கருதப்படுவது.

குழம்பிய நீர்
முதலில் உறைகிறது.
தெள்ளிய வானின்கீழ்
நிலவொளியும் நிழலும்
உயர்ந்து வீழ்கின்றன.

நீண்ட காதலின் நினைவுகள்
வீழ்பனி போலச் சேர்கின்றன,
தூக்கத்தில் அருகருகே மிதக்கும்
மாண்டரின் வாத்துகளைப் போல
கசப்புடனே.

*3. **கோஜிகி** (பழங்கால விஷயங்களின் பதிவேடுகள்):*

மிகப் பழங்கால ஜப்பானியத் தொன்மங்கள் மற்றும் வரலாறுகளின் பதிவு. ஆதிக் காதலர்களான இஜநாகியும் இஜநாமியும் இணைந்து ஜப்பானின் எட்டு தீவுகளைப் பெற்றெடுத்தது பற்றியும், இஜநாகியின் இடக்கண்ணிலிருந்து அமேதிரசு என்னும் சூரியதேவி பிறந்தது பற்றியும் இந்த ஆதிகால, புராண முன்னோரிலிருந்து ஜப்பானியப் பேரரசர்களின் வமிசாவழி வந்தது பற்றியும் இது சொல்கிறது.

விண்ணில் மிதக்கும் பாலத்தின் மீது நிற்கும்போது இந்த இரு கடவுள்களும் தங்கள் மாணிக்கம் பதித்த ஈட்டியைக் கீழே விட்டுச் சுழற்றின. உப்புநீரில் அந்த ஈட்டி சுழன்றபோது அது தயிர்போலக் கலங்கியது. ஈட்டியை மேலே எடுத்தபோது அதிலிருந்து சொட்டிய கலங்கிய உப்புநீர் இறுகிக் குவிந்து ஓநோகோரோ என்னும் தீவாக மாறியது.

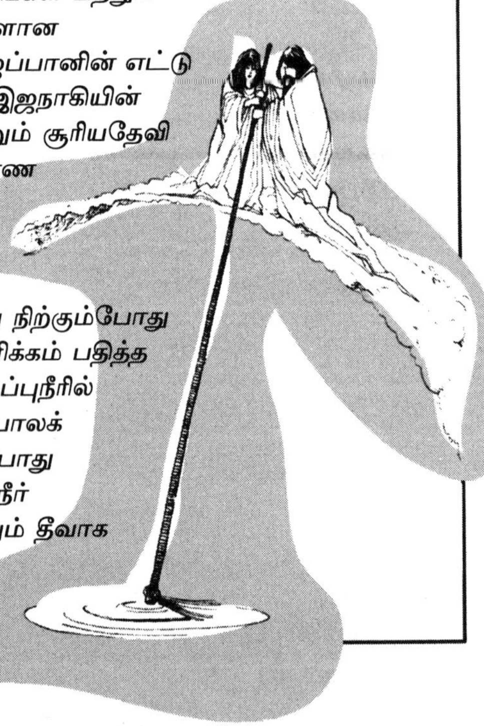

நோரிநாகாவுக்கு மிக முக்கியமான கோட்பாடு மோனோ நோ அவேரி என்பது. இது ஒரு ஜப்பானியச் சொல். ஜப்பானியக் கலாச்சாரத்திலேயே மிக முக்கியமான அழகியல் கோட்பாடு இது. அவேரி என்பது பேருணர்ச்சியை உணர்தல். பொருள்களின் **பேருணர்ச்சி** பற்றிய **விழிப்புணர்வு** இது. மன்யோஷ் என்னும் பழங்காலக் கவிதையில் பறவைகள், சில்வண்டுகள் ஆகியவற்றின் சோகமயமான பாடலை இச்சொல் வருணிக்கிறது. பின்னால் மென்மையான துயரத்தைக் குறிக்கவும் அழகியல் கூருணர்வையும் நிலையற்றதோர் உணர்வையும் குறிப்பதற்கும் இச்சொல் பயன்படலாயிற்று.

> காற்றில் பனித்துகளைப் போல
> பூக்கள் சுழன்று செல்கின்றன.
> விழுகின்ற பொருள்
> நானே.

உண்மையான, ஆழமான மானிட உணர்வு இல்லையெனில், பொருட்களின் 'அவலக் கனிவு' பற்றிய இவ்வுணர்வை அறிய இயலாது. நோரிநாகாவின் கருத்துப்படி, ஆழ்ந்த மானிட உணர்வு, பெண்மைத் தன்மையுடையது, பலவீனமானது.

> கடற்பாசிகளைச் சேகரிப்பவன்
> தான் விரும்பும் நேரமெல்லாம்
> வரக்கூடிய இடத்திலுள்ள ஆடியலையும்
> கடற்பூண்டு போன்றவள் அல்ல நான்
> என்பதை அவன் அறியவில்லையா?

ஆனால் ஞானிகள் இந்த ஆழமான, பலவீனமான, பெண்தன்மைகொண்ட உணர்வியல்போடு தொடர்புகொண்டிருக்கிறார்கள். அவ்வாறாயின், நோரிநாகாவுக்கு, கவிதை ஒருவருக்கு ஞானம் பெற்றுத் தரும் என்னும் பௌத்தக் கோட்பாட்டின் மீது அக்கறையில்லை. அவர் ஞானம் பெறுவது பற்றியே கவலைப்படவில்லை, ஆழமான பேருணர்ச்சியைப் பற்றித்தான் அவருடைய அக்கறை:

உறைபனியில் சிள்வண்டு அழுகிறது
எனது ஒடுங்கிய படுக்கையில்
மடித்துவைக்கப்பட்ட படுக்கையுறையினுள்
நான் தனியாய் உறங்குகிறேன்.

நம்மை மிகவும் ஆழமாகப் பாதிப்பவை நல்லவையாகவும் இருக்கலாம், தீயவையாகவும் இருக்கலாம். நம்மை எது ஆழமாகப் பாதிக்கிறது என்பதை நாம் கட்டுப்படுத்த இயலாது. ஜப்பானியர்கள் **இயற்கையான ஷிண்டோவுக்குத்** திரும்பவேண்டும் என்கிறார் நோரிநாகா. **இயற்கையான ஷிண்டோ என்பது கடவுளர்களின் காலத்திலிருந்த ஷிண்டோ.** அது கன்ஃபூசிய, பௌத்தக் கருத்துகளால் அழுக்கேறிய இன்றைய ஷிண்டோ அல்ல.

ஆலிஸ்: அங்கிருந்த பௌத்தப் புலங்கள் வேறு எவை?

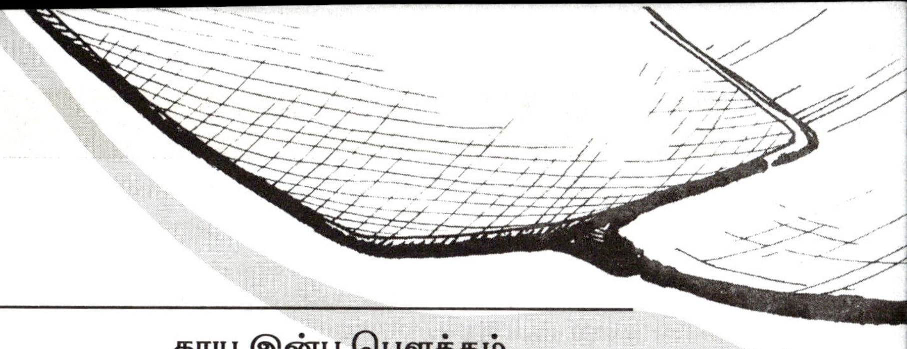

தூய இன்ப பௌத்தம்

கம்பளிப்புழு: ஜப்பானில், **தூய இன்ப பௌத்தத்திற்கு** ஜூடோ என்று பெயர். சீனர்கள் ஓ-மி-தோ-ஃபோ என்று உச்சரிப்பதில் மகிழ்ச்சி கொண்டது போல, ஜப்பானிய ஜூடோ குழுவினர், அமிதாப என்ற மந்திரத்தை உச்சரிப்பதில் மட்டுமல்ல, அதற்கேற்பப் பறைகளை ஒலித்துக் கொண்டு தெருக்களில் ஆடினர். ஒரு புகழ்பெற்ற ஜூடோ குரு தெருவில் மந்திரத்தை உச்சரித்துக்கொண்டே நிர்வாணமாக ஆடினராம்.

கவிஞர் **இஸ்ஸா**, இம்மாதிரி வெறும் மந்திர உச்சரிப்பில் நம்பிக்கை வைத்த, ஆனால் ஒழுக்கமற்ற, கொலையும் செய்யக்கூடிய தூய இன்ப பௌத்தர்களை நையாண்டி செய்தார்:

> ஒவ்வொருமுறையும் ஒரு தூய இன்ப பௌத்தன்
> ஈயை அடிக்கும் போது
> 'நாமு அமிதா புட்ஸு'
> என்ற மந்திரத்தை ஓதுகிறான்.

நிகிரேன் பௌத்தம்

கம்பளிப்புழு: தூய இன்ப பௌத்தத்தைப் பின்பற்றுபவர்கள்தாம் இன்று ஜப்பானில் மிக அதிகம் என்றால், நிகிரேன் பௌத்தம் இரண்டாவதாக வருகிறது.

நிகிரேன் (1222-1282) ஒரு ஜப்பானிய பௌத்தத் துறவி. இக்காலத்தில் ஞானத்தைப் பெற ஒரே ஒரு வழி **தாமரைச் சூத்திரத்தின் தலைப்பை 'நாமு மியோஹோ ரெங்கே கியோ'** என்று ஓதுவதுதான் ஒரே வழி என்றார். மிக மேன்மையான சட்டச் சூத்திரத்தின் தாமரையில் நான் சரணடைகிறேன் என்பது அதன் பொருள்.

'அரசின் சமாதானத்தைப் பாதுகாக்க நன்னடத்தையை நிறுவுவது பற்றிய ஆய்வு' என்னும் கட்டுரையில் அவர், பௌத்தம் ஒன்றையே உண்மையான மதமாக ஏற்காமல் இருப்பது பற்றி அரசாங்கத்தை விமரிசிக்கிறார். முழு ஜப்பானுமே மதம் மாறாவிட்டால் அவர்கள் மீது படையெடுப்பு நிகழும் என்று (துல்லியமாகவே) அவர் முன்னறிந்து கூறினார். ஜப்பானிய மதங்கள் பெரும்பாலானவை போலவே, நிகிரேன் பௌத்தமும் தேசியத்தன்மையும் இவ்வுலகத்தன்மையும் கொண்டது. மந்திரங்களை ஒலிப்பதில் ஆசையுடையது.

நிகிரேன்: மண்ணுலக வாழ்க்கையே நிர்வாணம் அன்றி வேறல்ல. ஆணும் பெண்ணும் புணர்ச்சியின்போது 'நாமு மியோ ஹோ ரெங்கே கியோ' என்று ஜெபிக்க வேண்டும். எனவே, துன்பமுறுதல் என்பதுதான் ஞானம். மண்ணுலக வாழ்க்கை தான் நிர்வாணம்.

கம்பளிப்புழு: இப்படியாக, ஜப்பானியர்கள் சீனபௌத்தத்தை மிகவும் எளிமைப் படுத்தினார்கள். இந்திய, சீன பௌத்தர்கள் செய்ததுபோல, நீண்ட தத்துவார்த்த விவாதங்களில் ஈடுபடுவதை விட்டு, ஒவ்வொரு பௌத்தப் புலத்தினரும் எளிய மந்திரங்களை வழங்கினார்கள்.

தூய இன்ப பௌத்தம் (ஜூடோ ஷூ): **'நமு அமிதா புட்ஸு' என்று ஓது.**
நிகிரேன்: **'நமு மியோ ஹோ ரெங்கோ கியோ' என்று ஓது.**
ஜென் பௌத்தம்: **மந்திரம் ஓதாதே. சிந்திக்காதே. தியானம் செய்.**

திபெத்தியத் தத்துவங்களும் மதங்களும்

திபெத்திய பௌத்தம்

பிக்-சர் எனப்படும் நிலப்பகுதிக்குள் செல்வது, ஒரு சீன நிலக் காட்சி ஓவியத்திற்குள் நுழைவது போன்றிருக்கும். இருண்ட மலைகளின் தலைவாய்களில் நுழையும்போது முத்துப்போன்ற பனிப்புகை டிராகன் வடிவங்கள் போல வளைந்து வரவேற்கிறது. சிறுசிறு வளைகுடாக்கள் நிறைந்த, வீழ்ந்த செம்மரங்கள் எங்கும் நிரம்பிக்கிடக்கும் கடற்புறங்களில் அது தலை கீழாகச்சென்று மறைகிறது. பெரும் பள்ளத்தாக்குகளின் உச்சியில் வளைந்து செல்லும் ஓடைக்கரைகளில் 1960களில் ஹிப்பிகள் கூடாரம் அடித்துத் தங்கி நெருப்பில் குளிர்காய்ந்து களித்தார்கள். அவர்களைச் சுற்றி மரிஜுவானாவின் இனிய மணம். மாரகேஷ், கோவா போன்ற இடங்களிலிருந்து எடுத்துக் கொள்ளப்பட்ட கிடார் இசைத் துணுக்குகள். எங்கோ தூரத்திலிருந்து மென்மை யாக இடிபோல ஒலிக்கும் அருவியின் ஓசை. ரேச்சல்களும் ஜெனிஃபர்களும் நீண்ட பின்னல்களோடு அருவிகளின் கீழுள்ள ஓடைகளில் தங்கள் உடல்பாகங் களை நனைத்துவிட்டு, இருண்ட செம்மரக் காடுகளினூடே சாய்ந்து விழுகின்ற சூரிய ஒளிக்கிரணங்களை மட்டுமே அணிந்து, தங்கள் தலையை வாரிக்கொண்டு நின்றார்கள். இரவில், தங்களுடைய பாதசரங்களில் இருந்து சிறுசிறு மணிகள் ஒலிக்க, தங்கள் காதலர்களின் முதுகுகளில் அவர்கள் காதல் கவிதைகளை வரைந்தபோது நிலவொளி அவர்கள் முகங்களில் விளையாடியது.

ஆனால் அவர்களுடைய உண்மையான இலட்சியம் பிக்-சர் அல்ல. பிரபஞ்சத்தில் போகவேண்டிய முக்கியமான இடம், வெட்டவெளிதான். இந்த வெட்டவெளி ஒரு நிலப்பகுதி அல்ல. உளவியல் சார்ந்த, ஆன்மிகம் சார்ந்த ஒன்று. காலப்போக்கில் ஹிப்பிகள் தங்களுக்குள் உரையாடிக் கொள்ளும்போது 'நீ அண்டவெளியைப் பார்த்திருக்கிறாயா? எங்கும் நிறைந்த ஒளிவெள்ளத்தைப் பார்த்திருக்கிறாயா?' என்று கேட்பது வழக்கமாகிவிட்டது. அதுதான் இருக்கும் இடங்களிலேயே மிகவும் ஹிப்பித்தனமானது.

ஆன்மிக நிலையில் நீங்கள் 'உயரத்தில்' இருந்தால் அங்கு சென்றுவந்ததாக நடிப்பீர்கள். எனவே, அதே ஜெனிஃபர்களும் ரேச்சல்களும், கிறிஸ்து முகபாவமுடைய அவர்களுடைய காதலர்களும் ஒரு யானைக்குப் போதுமான எல்எஸ்டியை வேகமாக வாயில் போட்டுக்கொள்வார்கள். பலவித வண்ண வடிவமைப்புகளால் ஆன ஒளியாக அவர்களின் தனித்த உலகுகள் உருகிப் பாய்கின்றன. *திபெட்டன் புக் ஆஃப் டெத்* (திபெத்திய இறந்தவர்களின் புத்தகம்) என்னும் நூலிலிருந்து எடுக்கப்பட்டு பீட்டில் இசைகளால் இசையமைக்கப்பட்ட பாட்டு ஒன்றைக் கண்ணை மூடிச் சிந்தித்துக் கொண்டு உட்கார்ந்திருக்கிறார்கள்.

உன் மனத்தைத் துறந்து,
இளைப்பாறு, நீரோடையாக மிதந்துசெல்.
இது இறத்தல் அல்ல,
இது இறத்தல் அல்ல.
எல்லாச் சிந்தனைகளையும் விட்டுவிடு,
வெற்றிடத்தில் உன்னை அர்ப்பணி.
ஒளிவீசுகிறது.
ஒளிவீசுகிறது.
அதை நீ பார்க்கலாம்
உள்மனத்தின் பொருளாக.
அதுதான் இருத்தல்.
அதுதான் இருத்தல்...

ஒரு திபெத்தியத் துறவி இறந்தால், அவருக்கும் அதே புத்தகத்திலிருந்துதான் – திபெத்திய மொழியில் – அதற்குப் பெயர் பார்டோ தோட்ரோல் – படிப்பார்கள். அடுத்த பிறவிக்குச் செல்லுமுன் பார்டோ எனப்படும் இடையுலகத்தில் வசிக்கும் அவருடைய ஆன்மா அச்சமயத்தில் பல மருள்காட்சிகளால் தாக்கப்படுகிறது. மாறிமாறிச் சுழலும் ஒளி-ஒலிக் கட்டங்களினூடே கோபமும் சாந்தமும் மிக்க தெய்வங்கள் இப்படிச் செய்கின்றன.

தொடர்ச்சியான இந்தப் பிம்பங்கள் புறப்படுவது அந்த ஒளிவெள்ளத்திலிருந்துதான். இறந்த துறவி அந்த ஒளியை அடைந்துவிட்டால் அவருக்கு ஞானம் கிடைத்துவிடுகிறது. அவருக்கு மறுபிறவி கிடையாது. அவரால் அதை அடைய முடியவில்லையென்றால், புதிய பிறவிக்கான ஆசை உண்டாகிறது. மறுபிறவியைத் தேடி பார்டோவிலிருக்கும் புகைசூழ் ஒளியை அவர் பின்பற்றிச் செல்கிறார். இந்த பார்டோவில் அவர் தமது கடந்த பிறவியின் வாழ்க்கையைப் பார்க்கிறார். மரணத்தின் தேவன் அந்தத் துறவியின் நற்செயல் களை வெண்கற்களாலும் தீச்செயல்களைக் கருப்புக் கற்களாலும் எடையிடுகிறான்.

பிறகு அவருடைய பழம்பிறவியின் செயல்கள் அவரை ஒரு கருப்பையை நாடி உந்துகின்றன. அதனால் அவர் தமது கர்மவினைக்கேற்ற பொருத்தமான சூழலொன்றில் பிறவி எடுக்கிறார். கருப்பையை நோக்கிச் செல்லும்போது அவருடைய ஆன்மாவுக்கு ஆண்களும் பெண்களும் புணரும்காட்சி தென்படுகிறது. அந்த உயிருக்கு ஆணைப் பார்த்துப் பொறாமை உண்டாகிப் பெண்ணை(தாயை) நோக்கிச் சென்றால் ஆண்குழந்தையாகப் பிறக்கநேரிடும். மாறாக, தாயைப் பார்த்துப் பொறாமை உண்டாகி, தந்தையினால் கவரப்பட்டால் பெண்ணாகப் பிறக்க நேரிடும். பிறகு பலவித நிலக் காட்சிகள் தோன்றுகின்றன. ஏதோ ஒரு நிலப்பரப்புக்கு – ஒருவேளை பிக்-சர் ஆகக்கூட இருக்கலாம் – அந்த ஆன்மா தள்ளப்படுகிறது.

இடையில், திபெத்தில் ஒரு மடாலயத்தில் நறுமணப் புகைகள் சுழன்று சுழன்று பலவித டிராகன்களைப் போன்ற உருவில் வெளிப்படுகின்றன. புத்தரைப் போன்ற ஆசனத்தில் கருஞ்சிவப்பு மேலங்கி அணிந்து, தலையில் வண்ணப் பகட்டான தொப்பியுடன் துறவிகள் அமர்ந்திருக்கின்றனர். அவர்கள் மந்திர ஒலியை ஒருசேர எழுப்பும் குரல் ஆண் தவளைகளின் கரகரப்பான ஓசையை ஒத்திருக்கிறது. அவர்கள் கைகள், ஒரு ஹூலா நடனக்காரியின் கை போன்ற நிலையில் உறைந்துபோயிருக்கின்றன. இன்னும் விசேஷம் என்னவென்றால், அவர்கள் அவ்வப்போது மனித மண்டை ஓட்டினால் செய்யப்பட்ட ஒரு பறையை முழக்குகிறார்கள். அல்லது மனிதத் தொடையெலும்பைக் கொண்டு வடிவமைக்கப்பட்ட ஒரு கொம்பை ஊதுகின்றார்கள்.

இவர்கள் திபெத்திய பௌத்தர்கள். பௌத்த மதத்தின் தாந்திரிகப் பிரிவு – **வஜ்ரயானம்** – என்பதைப் பின்பற்றுபவர்கள். திபெத்தியர்கள் கருத்தின்படி, வஜ்ரயானம்தான் ஞானமடைவதற்கு மிகவும் வேகமான வழி. ஒரே ஒரு வாழ்நாளில் நிர்வாணம் அடைந்து விடலாம். இதற்காக அவர்கள் பயன்படுத்துவது:

- ***மந்திரங்கள்:*** உயிருள்ள ஆண் தெய்வங்களையும் பெண் தெய்வங்களையும் எதிரொலிக்கின்ற, அவர்களை உள்ளடக்கிய உடல்கள் புனித ஒலிகளான மந்திரங்கள்.
- ***முத்திரைகள்:*** புனிதமான கைச் சமிக்ஞைகள்
- ***மண்டலங்கள்:*** புனிதப் படிமங்கள்

மந்திர உச்சாடனம் தீவிரநிலை அடையும்போது எந்த தேவியைக் குறித்த மந்திரத்தை ஜெபிக்கிறார்களோ, அந்தத் தேவியைக் காண்கிறார்கள். மனத்தில் அவளுடன் கலந்து விடுகிறார்கள்.

இவை யாவற்றிற்கும் தலைமை தாங்குபவர் **தலாய் லாமா**. திபெத்தியர்கள் அவரை **போதிசத்துவரின்** அவதாரம் என்று கருதுகிறார்கள். போதிசத்துவரை இந்தியர்கள் பரவலாக **அவலோகிதேஸ்வரர்** என்ற பெயரால் அறிவார்கள். சீனாவில் போதிசத்துவர் **குவான் யின்** எனப்படுகிறார். திபெத்தில் அவரை **சென்ரெசிக்** என்கிறார்கள். தலாய் லாமாதான் திபெத்தியர்களின் ஆன்மிக குரு, அரசியல் தலைவர் எல்லாம். அவருக்குத் திபெத்தியர்கள் முழுதுமாக அடிபணிகின்றார்கள்.

இப்போதுள்ள தலாய் லாமா, **தென்சின் பயாட்ஸோ** என்பவர். 14ஆம் தலாய் லாமா இவர். 1935இல் பிறந்தவர். அதுதான் ரேடார் கருவி கண்டுபிடிக்கப்பட்ட ஆண்டு. *ப்ளூ மூன்* (நீல நிலவு) என்ற பாடல் அமெரிக்காவின் வானொலிகளில் மிகவும் பிரபலமாக இருந்த ஆண்டு. 1950இல் சீனர் நிலவொளி அவர்கள் முகங்களில் விளை யாடியது. சீனர்கள் திபெத்தின் மீது படையெடுத்த போது அவருக்கு வயது 15தான். 1959இல் நாட்டை விட்டு அவர் வெளியேறினார். இந்தியாவிலுள்ள தர்மசாலாவில் தம்முடைய புகலிட அரசாங்கத்தை அமைத்துக்கொண்டார். இதற்கிடையில் சீனர்கள் ஏறத்தாழ பத்து இலட்சம் திபெத்தியர்களுக்குமேல் கொன்றுகுவித்தனர். ஆயிரக்கணக்கான சாதுக் களையும் பெண்துறவிகளையும் சிறைப்படுத்தினர். மடாலயங்களை அழித்தனர். சீனர்களைத் திருமணம் செய்யவைப்பது, கருக்கலைப்புச் செய்வது உட்பட்ட கடுமையான ஒடுக்கு முறையைப் பெண்கள் மீது கையாண்டனர். திபெத்தை அணுஆயுதச் சோதனைக்குக் களமாகவும் அணுக்கழிவுகளைக் கொட்டும் இடமாகவும் பயன்படுத்திக்கொண்டனர். திபெத்தினுடைய காடுகளை 50% அழித்துவிட்டனர்.

இம்மாதிரிக் கொடுமைகளுக்கு தலாய்லாமா அஹிம்சை முறையில் எதிர்த்துப் போராடிய தன்மை அவருக்கு 1989இன் நோபல் பரிசைப் பெற்றுத் தந்தது. அதன்பிறகு அவர் இரு திரைப்படங்களில் பொதுமக்களின் கவனத்தைப் பெற்றார். *செவன் இயர்ஸ் இன் திபெத், குன்டுன்* என்பன அந்தப் படங்கள். ஆயினும் திபெத்திய உரிமைக்காகக் குரல் கொடுத்து எந்த நாடும் சீனாவுடனான வியாபாரத் தொடர்புகளை இழக்கத் தயாராக இல்லை. திபெத்தின் சுதந்திரத்தைவிட சீனச் சந்தையே உலகிற்குப் பெரிதாகத் தெரிகிறது.

பான்

திபெத்தின் முதல் மதம் பௌத்தம் அல்ல. **பான்** என்பதுதான் அது. உலகம் முழுவதும் எண்ணற்ற ஆவிகளால் ஆகியது என்ற நம்பிக்கை கொண்ட மதம். இந்த ஆவிகள் நல்ல அதிர்ஷ்டத்தையோ துரதிர்ஷ்டத்தையோ உண்டாக்க வல்லவை. இவற்றோடு தொடர்புகொள்ளக்கூடிய மந்திரவாதிகள் இருக்கிறார்கள். ஒரு மனிதரின் மனத்தையும் உடலையும் இவை ஆக்கிரமித்துக் கொண்டு கட்டளைகளையும் தீர்க்கதரிசனங்களையும் வெளியிடும். இன்று பான் மதமும் திபெத்திய பௌத்தமும் இரண்டறக் கலந்துவிட்டன.

ஆலிஸ்: எனக்குக் கொஞ்சம் குழப்பமாக இருக்கிறது. கிழக்கில் இவ்வளவு தத்துவங்கள் இருக்கின்றனவே, எதைத்தான் நான் பின்பற்றுவது?

கிருஷ்ணமூர்த்தி: சில நாடுகளில் தெருவில் ஒருவரைப் பின்தொடர்ந்து செல்லக் கூடாது என்று தடுக்கக்கூடிய சட்டம் இருப்பதாகக் கேள்விப்படுகிறேன். அப்படி யாராவது ஒருவர் பின்தொடர்ந்தால், அவரைக் கைதுசெய்து சிறையில் அடைக்கலாம். அதேபோல ஆன்மிகத் துறையிலும், யாரையும், எதையும் பின்பற்றக் கூடாது, பின்பற்றினால் அதற்காக அவர்களை ஓர் ஆன்மிகச் சிறையில் அடைக்கும் ஒரு காவல் அமைப்பு வேண்டும் என்று நான் கருதுகிறேன். உண்மையில், அது தானாகவே நிகழ்கிறது.

ஆலிஸ்: நீங்கள் சொல்வதை நான் தீவிரமாக ஏற்றுக்கொண்டால், அது உங்களைப் பின்பற்றுவது ஆகும் இல்லையா?

கிருஷ்ணமூர்த்தி: கேள்வியைவிட, கேள்வி கேட்கும் மனநிலைதான் மிக முக்கியமானது. ஓர் அடிமை மனம் எந்தக் கேள்வியையும் கேட்கலாம், ஆனால் அதற்குக் கிடைக்கும் விடையும் அதன் அடிமைத்தன எல்லைக்குட் பட்டுத்தான் இருக்கும்.... பிரச்சினையைப் புரிந்துகொள்ள, விடையை அடைய அதற்கான ஆசையிலிருந்து விடுபடுவது அவசியம்.

வாழ்க்கை இன்பமயம்
நாமு-அமி
நான் ஒரு பிராமணன்
வாழ்க்கை துன்பமயம்
சிறிய குற்றங்கள் இல்லாமல் போனால், பெரிய குற்றங்கள் நிகழாது
ஓ-மி-தோ-ஃபோ

உசாத்துணை

ஃப்ளட், கேவின். *An Introduction to Hinduism – இந்துமதத்திற்கு ஓர் அறிமுகம்.* கேம்பிரிட்ஜ் யுனிவர்சிடி பிரஸ், **1996.**

க்ராஸ், ஸ்டீவன். *The Elements of Hinduism – இந்துமதத்தின் கூறுகள்.* எலிமெண்ட், **1994.**

க்ளோஸ்மைர், க்ளாஸ், கே. *A Survey of Hinduism – இந்துமதம் பற்றிய ஆய்வு.* சனி பிரஸ், **1994.**

காட்சுகி, செகிடா. *Zen Training: Methods and Philosophy – ஜென் பயிற்சி: தத்துவமும் முறைமைகளும்,* வெதர்ஹில், **1975.**

கோவார்ட், ஹெரால்ட். *Derrida and Indian Philosophy – தெரிதாவும் இந்தியத் தத்துவமும்.* சனி பிரஸ், **1990.**

சுஜூகி, டி.டீ. *Zen and Japanese Culture –* ஜென்னும் ஜப்பானிய பண்பாடும். பிரின்ஸ்டன் யுனிவர்சிடி பிரஸ், **1959.**

செங், சு-லீ. *Empty Logic: Madhyamika Buddhism from Chinese Sources – வெறுமை அளவியல்: சீன ஆதாரங்களிலிருந்து மத்யாத்மிக பௌத்தம்,* மோதிலால் பனாராசி தாஸ், **1991.**

சைத், எட்வர்ட். *Orientalism – கீழையியம்.* வின்டேஜ், **1979.**

டீபாரி, வில்லியம் தியோடர். *The Buddhist Tradition – பௌத்தர்களின் மரபு,* மாடர்ன் லைப்ரேரி, **1964.**

— பதிப்பு. *Sources of Indian Tradition – இந்திய மரபின் ஆதாரங்கள்.* கொலம்பிய யுனிவர்சிடி பிரஸ், **1958.**

— பதிப்பு. *Sournces of Japanese Tradition – ஜப்பானிய மரபின் ஆதாரங்கள்.* கொலம்பிய யுனிவர்சிடி பிரஸ், **1964.**

தலாய் லாமா. *The World of Tibetan Buddhism: An Overview of its Philosophy and Practice – திபெத்திய பௌத்தத்தின் உலகம்: அதன் தத்துவம், நடைமுறைப் பற்றிய பார்வை.* விஸ்டம், **1995.**

தாமஸ், பேரி. *Buddhism – பௌத்தம்.* ஹாவ்தான், **1965.**

மல்லோரி, ஜே.பீ. *In search of the Indo-Europeans: Language, Archaeology, Myth, – இந்திய-ஐரோப்பியர்களின் தேடலில்: மொழி, தொல்லியல், பழங்கதை.* தேம்ஸ் அண்ட் ஹட்ஸன், **1989.**

யூ, லூ க்வான். *Taoist Yoga: Alchemy and Immortality – தாவோயிய யோகா: இரசவாதமும் அமரத்துவமும்.* வைசர், **1973.**

ராதாகிருஷ்ணன், எஸ். மற்றும் மூர், சி., பதிப்புகள். *A Sourcebook of Indian Philosophy* – இந்தியத் தத்துவத்தில் ஓர் ஆதாரப் புத்தகம். பிரின்ஸ்டன் யுனிவர்சிடி பிரஸ், *1967*.

லார்சன், ஜெரால்ட் ஜேம்ஸ் (எம்-எல்). *India's Agony over Religion* – மதத்தின் மீதான இந்தியாவின் துயரம். சனி பிரஸ், *1995*.

ஜென்னர், ஆர்.சி. *Hindu Scriptures* – இந்து தேவ நூல்கள். டட்டன், *1966*.

ஸ்டோட்டார்ட், வில்லியம். *Outline of Hinduism* – இந்துமதத்தின் எல்லைக்கோடு. த ஃபவுண்டேஷன் ஃபார் ட்ரடிஷனல் ஸ்டடீஸ், *1993*.

ஹன்டிங்க்டன், சி.டபிள்யூ., ஜீனியர். *The Emptiness of Emptiness* – வெறுமையின் வெறுமை. யுனிவர்சிடி ஆஃப் ஹவாய் பிரஸ், *1996*.

ஹாப்கின்ஸ், ஜெஃப்ரி. *Emptiness of Yoga* – யோகாவின் வெறுமை. ஸ்னோ லயன், *1987*.

சுட்டி

அ-ஜீவன் 35, 50, 51
அக்னி 14, 18, 19, 21, 42
அஹங்காரம் 80
அசோகன் 52, 53
அத்வைதம் 82, 83
அதுவாக இருத்தல் 64
அமிதாபர் 130, 131, 169
அமிதாயுர் புத்தர் 130
அமேதிரசு 159, 160, 166
அர்த்தம் (பொருள்) 74
அரச யோகம் 29
அல்லாஹ் 85
அவலோகிதேஸ்வரர் 174
அனெலெக்டுகள் 147
அனுமன் 69
அஷ்டாங்க யோகம் 29, 49
அஷ்டாங்கம் 30, 49
அஸ்பரிசியர்கள் (தீண்டத்தகாதவர்கள்) 77
அஸ்வமேதம் 19
அஹிம்சை 29, 35
ஆஃப்கானிஸ்தானம் 8, 12
ஆசங்கர் 63
ஆசனம் 29
ஆத்மா 22, 23, 25-28, 31, 50, 51, 83
ஆரண்யகங்கள் 21
ஆரிய சமாஜம் 88
ஆரிய சமூகம் 88
ஆரியர் 11-14, 24, 70, 75, 88
அர்ஹதர் 54
ஆலமரம் 6, 7
ஆலய விஞ்ஞானம் 64
ஆழ்நிலை தியானம் 88
ஆனந்தம் 26
இசை(ஸ்வரம்) 15, 30, 42, 85, 97, 104, 117, 154, 163, 174
இந்திக் 7, 66, 70, 73, 78
இந்திய-ஆங்கில 7, 87
இந்திய-இஸ்லாமிய 76, 85
இந்திய-ஐரோப்பிய 12, 13, 14
இந்திய-பிராமண 7, 10, 11, 21, 24, 65, 66

இந்தியத் தத்துவத்தின் ஆறு ஒழுங்கமைவுகள் 78
இந்தியா 86-92, 122, 125, 130, 136, 148, 162, 170, 174
இந்திர வலை 124, 126, 127, 130
இந்திரன் 14, 18, 19
இந்து 5-16, 21, 23, 45, 55, 65, 69, 125
இயேசுநாதரின் தெய்விகத் தம்பி 149
இராமகிருஷ்ண மிஷன் 88
இராமன் 68, 89
இராமானுஜர் 82, 83
இராமாயணம் 69
இராவணன் 69
இருக்கலாம் என்னும் கொள்கை 39
இருமையின்மை 83
இலையுதிர்காலப் பகுதி 03, 139
இறுதிக் கோட்பாடு 143, 144
இஸாநாகி 166
இஸாநாமி 159, 166
ஈஸ்வரகிருஷ்ணன் 80
உபநிடதங்கள் 21, 23, 25, 26, 82
உமை, உமாதேவி 16, 68
உயர்உண்மை 60, 61
எட்டுவழிப் பாதை 48, 49, 50
எட்வர்டு சயீத் 4
எதிர்மைகளின் ஒருமை பற்றிய விதி 152
எழுச்சிப் பாடல் நூல் 96
ஐ சிங் 101
ஓமன் 8
ஃப்யூஜி 160
ஃபா ட்சாங் 124, 125, 127, 128, 129
கடவுளின் சமூகம் 87
கபிலர் 80
கபீர் 86
கர்மம் (வினை) 24, 27, 35, 64, 73, 173
கல்கி 68
கலாச்சாரப் புரட்சி 153
கன்ஃபூசியச் சிந்தனைப் புலம் 93, 144
கன்ஃபூசியச் செவ்வியல் நூல்கள் 95, 97
கன்ஃபூசியஸ் 94, 95, 100, 141, 147

காமம் *16, 42, 70, 74, 88, 101, 110, 112*
காமி *159, 165*
கிப்லிங் *1, 6*
கிருஷ்ணமூர்த்தி *90, 175*
கிருஷ்ணன் *68, 69*
கிருஷ்ணனை அறிவதற்கான சர்வதேசச்
 சங்கம் *89*
கிருஹஸ்தம் *75*
கிறித்துவர்கள் *5, 87, 88, 89, 131*
கீழ்நிலை மரபு உண்மை *60*
கீழைநாடுகள் *2*
கீழையியம் *4*
குங் ஃபூ ட்ஸு *13, 14*
குங் சுன் லுங் *115*
குங்-அன் *134*
குண்டலினி *72*
குணங்கள் *81*
குமாரஜீவர் *134*
சுயி ஜியான் *154*
குர்ஆன் *85*
குருநானக் *86*
குருமயி சித்விலாசானந்தா *90*
குவான் யின் *174*
குளிர்காலப் பருவம் *93, 150*
குன்டுன் *174*
கூகாய் *162*
கெஞ்சியின் கதை *166*
கெஞ்சுகி *159*
கேசவ சந்திரசேனரின் பிரார்த்தனை
 சமாஜம் *88*
கொரில்லாப் போர்முறை *153*
கோடை பூக்கும்காலம் *93*
கோன் *162*
கோஜிகி *166*
சக்கரங்கள் *72*
சக்தி *19, 41, 65, 69, 71, 72, 97, 98, 107,
 113, 142, 143, 145, 153, 157, 159, 178*
சங்கம் *54*
சங்கரர் *82*
சட்ட அனுசரிப்பாளர் *93, 118-120*
சட்டச் சிந்தனைப் புலம் *143, 144*
சடங்கு *9, 10, 17-26, 52, 54, 65, 66, 75,
 80, 81, 85, 93, 95, 97, 102, 104, 117,
 119, 132, 161*

சத் *26*
சத்ய சாயிபாபா *90*
சத்துவம் *81*
சந்நியாசம் *76*
சம்சாரம் *73*
சம்விருத்தி சத்யம் *59*
சமஸ்கிருதம் *14, 16, 21, 33, 48, 54, 58,
 92, 129, 130, 132*
சமாதி *30, 31, 32, 50*
சாங் ட்ஸாய் *142, 143*
சாங்கியம் *80, 81*
சாமவேதம் *17*
சார்பெழுச்சி *61*
சா'ன் *129, 131-138*
சா'ன் பௌத்தம் *163*
சா'ன் லுன் *134*
ச்சி *101*
சி-குவான் *136*
சித் *26, 54, 65, 126, 141, 153*
சித்த யோகம் *90*
சித்தார்த்த கௌதமர் *43, 45, 46*
சிந்துநதி *8, 12*
சிந்துநதிச் சமவெளி *7-9, 12, 66, 70*
சிவன் *10, 65, 68, 70, 85*
சிறுபுதை *53, 54*
சின் *119-120*
சீ *142-147*
சீக்கியம் *86*
சீக்கியர்கள் *5*
சீதா *56, 69*
சீயுஸ் *13, 14*
சீனா *138*
சு ட்ஸு *5, 88*
சுகாவதி *129*
சுங் வமிசம் *139, 142*
சுயசாராம்சம் *58*
சுயம் *26, 31, 35, 50, 58, 68, 74, 80, 83, 86*
சுயமின்மை *58*
சுவாங் ட்ஸு *106, 108*
சுவாமி தயானந்த சரஸ்வதி *88*
சுவாமி முக்தானந்தர் *90*
சுவாமி விவேகானந்தர் *88*
சுன் சியூ *97*
சுன் ட்ஸு *103, 110, 119*

179

சூத்திரம் 29, 31, 74, 80, 81, 83, 85, 136, 138, 162, 170,
சூத்திரர்கள் 77
சூன்யம் 54-59, 62-65, 134-138
செங்-சு புலம் 144
செங் யி 143
செங் ஹாவ் 143, 144, 147
செப்டா லெம்மா (எழுகூற்று நிலை) 39
செயல்முறை பற்றி 153
சென்ரெசிக் 174
சோட்டோ 163
ஞான யோகம் 35, 50, 51
ட்ஸு ஸு 101
டாங் வமிசம் 138, 139, 141, 156
டி'யென் 101
டியென் டாய் 136, 138
டெட்ரா லெம்மா (நான்குகூற்று நிலை) 62
டோகென் 163, 164
டோரை 159
த்யூஸ் பித்ரு 13
தகர்ப்பமைப்பு 63
தந்திரம் 69, 71, 72, 89, 123
தர்மங்கள் 137
தர்மதாது 126, 128
தரும குணாதிசயங்கள் குழு 135
தர்மம் 74
தலாய் லாமா 174
தன்னை அறிதல் தோழுமைக் குழு 89
தூய இன்ப பௌத்தம் 129, 163
தாந்தே 3
தாமரை 2, 5, 15, 16, 43, 68, 72, 73, 91, 121, 123, 129, 131, 136, 144, 145, 170
தாமரைச் சூத்திரம் 138, 170
தாமரைச் சிந்தனைப் புலம் 136
தாமஸம் 81
தாரணை 30
தாவோ தே சிங் 106
தாவோயியம் 55, 93, 106, 108, 112
தாவோயிய பாலியல் உத்திகள் 110
தாவோவும் அதன் ஆற்றலும் 106
திகம்பரர்கள் 34
திபெத்திய இறந்தவர்களின் புத்தகம் 172
திபெத்தில் ஏழாண்டுகள் 174

தியானம் 30, 132
தியானம்: தொடக்க நிலையினருக்கு 136
துக்கம் 48, 49
துங்-மெங் சிச்-குவான் 136
துர்க்கை 70, 71
துன்பம் 3, 27, 43, 45, 48, 150, 154
தெய்விக இன்பியல் 3
தெய்விகப் பெருஞ்சுழற்சி 113
தெரிதா 62, 63
தென்சின் பையாட்ஸோ 174
தேசியம் 151
தேரவாதம் 53, 54
தேவர்கள் 13, 17, 41
நடுவழிப்பாதை 42, 46, 55
நவ-இந்து சர்வதேச இயக்கங்கள் 88
நவ-இந்து சீர்திருத்த இயக்கங்கள் 87
நவ-கன்ஃபூசிய எழுச்சி 139
நாகார்ஜுனர் 55, 56, 57, 60, 126, 134
நான்கிங் உடன்படிக்கை 148
நிசிரேன் 170
நிசிரேன் பௌத்தம் 170
நியமம் 29
நியாயம் 79, 80
நிர்வாணம் 46, 48, 121, 131, 170
நூறு கவிதைகளாலான நூல் 134
நேயத் தந்தைச் சமூகம் 89
நிஹோங்கி 159
நோக்குநிலைகளின் கொள்கை 39, 40
பக்தி 66, 85
பக்தி வேதாந்த பிரபுபாதர் 89
பகவத் கீதை 89
படுக்கையறைக் கலைகள் 110
பத்ரபாஹு 34
பதஞ்சலி 29, 31, 49, 81
பதஞ்சலியின் ராஜயோகம் 29
பயம் 43, 62
பரமஹம்ச யோகானந்தர் 89
பரமார்த்த சத்யம் 59
பன்முகத்தன்மைக் கொள்ளை 39
பன்னிரு வாயில்கள் பற்றிய நூல் 134
பார்சிகள் 5
பார்டோ தோட்ரால் (மரணப் புத்தகம்) 172
பான் 175

பிரக்ஞை மட்டுமே என்னும் சிந்தனைப் புலம் 135
ப்ரக்ருதி 50, 80, 81
பிரதித்யசமுத்பதம் 61
பிரபஞ்சச் சிந்தனைப் புலம் 96
பிரம்மச்சரியம் 19, 27, 29, 31, 75, 121
பிராணயாமம் 29, 31, 45
பிராமணங்கள் 21
பிராமணர்கள் 11, 19, 23, 24, 26, 41, 52, 76, 77, 85
பிரார்த்தனை சமாஜம் 88
பீஜ மந்திரம் 72
நியூ லாங் மார்ச் ராக் 155
புருஷன் 15, 50, 81
பூசை 64, 66
பெண் 44, 86, 110, 124, 170
பெயர்கள் பற்றிய சிந்தனைப் புலம் 93, 115
பெரும்புணை 53, 54
பேரரசி ஆ. 122, 123, 126, 129, 130
பொருளாதாரம் 151
போதிமரம் 47
போதிசத்துவர் 54, 131, 137, 138, 174
போதிதருமர் 132
போர்க்கலை 110
போரிடும் அரசுகள் காலம் 110
பௌத்த/பௌத்தம் சார்ந்த 32, 35, 41, 43, 50-52, 54, 55, 57, 63, 66, 69, 93, 121-126, 128-132, 134, 135, 163
பௌத்தம் 11, 19, 24, 26, 52, 76, 77, 85
மஞ்சு 149
மண்டலங்கள் 17, 173
மத்வர் 82, 84
மந்திரயோகம் 28
மந்திரம் 5, 20, 21, 28, 69, 72, 88, 89, 162, 173
மந்திரவாதம் 59, 160-162
மற்றது 1
மன்யோஷு 165, 167
மனச் சிந்தனைப் புலம் 144, 147
மனித உடலில் உயிருள்ள புத்தராக ஆகுதல் 162
மஹரிஷி 88, 89
மகாத்மா காந்தி 36, 88
மஹாதேவி 70

மஹாயானம் 53, 54, 56
மகாவீரர் 34
மத்யாத்மிகம் 55, 63, 65, 126, 134, 135
மாயை 50, 59, 60, 82, 90, 121, 135
மார்க்கோபோலோ 1
மாவோ சே துங் 151
மீமாம்ஸை 81
முஹம்மத் 3
முகில்களும் மழையும் 110, 114
முண்டக உபநிடதம் 25
முத்திரைகள் 173
முரசாகி சீமாட்டி 166
முரண்பாடு பற்றி 153
முஸ்லிம்கள் 5, 85, 86
மூல இந்தோ-ஐரோப்பிய 12, 13
மூன்று நூல் 134
மெகஸ்தனீஸ் 1
மெங் ட்ஸு 100
மென்சியஸ் 100, 101, 102, 115, 140
மெஹர் பாபா 89
மேலுலகின் விருப்பம் 97, 102
மேற்கத்திய சொர்க்கம் 129-131
மொகஞ்ச-தாரோ 8
மோ ட்ஸு 93, 115, 116, 118
மோட்சம் 74, 76, 84
மோடூரி நோரிநாகா 165
மோயியர்கள் 116
மோனோ நோ அவேரி 167
யஜுமி 160
யக்ஞும் 52, 65, 66
யமம் 29
யஜுர் வேதம் 17
யிங்-யாங் சிந்தனைப் புலம் 93, 96
யுவான் 153
யுவான் சுவாங் 65, 135
யூகம் 85
யோகம் 4, 29, 33, 49, 64, 73, 83, 89, 90
யோகாசார பௌத்தம் 63
ரஸம் 15, 16
ராம் மோஹன் ராயின் பிரம்ம சமாஜம் 87
ராஜஸம் 81
ரிக் வேதம் 17
ரிஷிகள் 16
ரிது 18

ரின்ஸை 163
லாவோ ட்ஸு 90, 106, 108, 126, 134
லி 145, 146, 147
லூ ஸியாங் ஷான் 147
லெய் ட்ஸு 106
வசந்தகால இலையுதிர் கால வரலாற்
   றேடுகள் 97
வசந்தகாலப் பருவம் 93, 94
வசுபந்து 63, 65
வரலாற்றுப் புத்தகம் 96
வஜ்ரயானம் 173
வாக்கு 20
வான்மீகி 69
வானப்ரஸ்தம் 75
வாஸ்து-புருஷ மண்டலம் 15
விக்டோரியா அரசி 148
விஞ்ஞானவாதம் 63, 135
வியாழன் (குரு) 169, 170
விஷ்ணு 65, 69, 85
வெறுமை, காலியிடம், வெற்றிடம் 55,
   59, 107, 126, 134, 135, 144, 145
வேதங்கள் 16, 17, 20, 24, 33, 41, 51,
   66, 67, 75, 81, 88
வேதாந்தம் 82, 83, 84
வைசியர்கள் 77
வைசேடிகம் 80
ஜனநாயகத் தேவி 155
ஜனநாயகம் 93, 150, 151, 154, 155
ஜாதிகள் 73, 76, 77
சாஜேன் 164

ஜீவன் 5, 35, 50
ஜூடோ 169
ஜென் 3, 56, 132, 164
ஜென் 92, 95, 101, 143
ஜென் பௌத்தம் 163
ஜைனமதம் 5, 34, 36, 38, 45, 50, 58, 73
ஷாங் டி 97
ஷாங் பிரபு 118, 120
ஷாங் வமிசம் 96
ஷீ சிங் 97
ஷிண்டோ 159, 161, 168
ஷியூங்கான் பௌத்தம் 162
ஷு சிங் 96
ஷென் 161
ஸ்ரமண 7, 23, 32, 45, 50, 66
ஸ்ரமணர்கள் 26, 27, 32, 34, 50
ஸ்வபாவம் 58
ஸ்வேதாம்பரர்கள் 34
ஸுன் ட்ஸு 103, 119, 120
ஹ பௌசம் 28
ஹரப்பா 8
ஹாங்காங் 148, 154
ஹான் ஃபேய் ட்ஸு 120
ஹான் காலம் 11
ஹான் யு 141
ஹான் வமிசம் 117, 139
ஹீனயானம் 53
ஹௌ யுவான் 141
ஹுங் ஷௌ-சு'வான் 149, 150
க்ஷத்திரியர் 76

5. ஜிஞ்சாலி (பீரங்கி)	3	-	6	9	
6. நீண்ட ஈட்டிகள்	2300	-	1900	4200	
	5558	1050	2992	9600	

21.2.1802 ஆம் தேதிய அறிக்கையில் கண்டுள்ளபடி,

ஆயுதவகை	நெல்லை சீமை	சிவகங்கை சீமை	இராமநாதபுரம் சீமை	மொத்தம்
1. மஸ்கட்	2438	1639	1037	5114
2. பீரங்கிகள்	16	-	-	16
3. மாட்க்லாக்	979	944	1584	3507
4. கைத்துப்பாக்கி	126	19	67	217
5. மஸ்கட் (மாட்ச் லாக்குடன்)	221	8	234	463
6. சருகார்	235	78	147	460
7. ஜிஞ்சாலி	16	14	13	43
8. ஈட்டிகள்	3183	3275	4117	10375
9. ஈட்டி முனைகள்	703	108	425	1236
10. ஈட்டித்தடி	112	-	-	112
11. துப்பாக்கி	426	91	281	801
12. கைத்துப்பாக்கி (குழாய்கள்)	27	1	-	28

31.3.1802 ஆம் தேதிய அறிக்கையில் கண்டுள்ளபடி,

1. துப்பாக்கியும் துப்பாக்கி குழாய்களும்	4149	2096	1848	8094
2. மாட்ச்லாக்	1281	1229	2517	5027
3. வேல், ஈட்டிகள்	4730	3640	5409	13779
4. கைத் துப்பாக்கிகள்	450	42	101	593
5. வாள்	2090	652	856	3598
6. குத்துவாள்	1304	441	630	2375
7. ஜிங்கால்	17	17	11	45
8. ஸரோசர்	268	90	227	585
9. துப்பாக்கி	645	91	180	911

36. லூசிங்கடன் குசும்பு

மருது பாண்டியரை எப்படி வெல்வது என்று தலையைப் பிடித்துக் கொண்டிருந்தார்கள் பரங்கியர். ஆயுதபலம் இருக்கிறது. தமிழகத்தில் தமிழனைக் காட்டிக் கொடுக்கும் தமிழர்கள் இருக்கிறார்கள். பிறகென்ன எப்படியாவது நயவஞ்சக வலை விரிப்போம் என்று திட்டமிட்டனர்.

தென்னாட்டின் ஆட்சிப் பொறுப்பை ஏற்றது லூசிங்டன் வெள்ளை மருதுவை அழைத்துப் பேசினார். சிவகங்கைச் சீமையின் முதல் தலைவராகிய சசிவர்ணத் தேவர் வழி வந்தவரே மருது பாண்டியர் என்பதற்கும் அவர்கள் சீமையை ஆளும் உரிமையைப் பெற்றதற்கும் உரிய ஆதாரங்களைக் காட்டும்படி வற்புறுத்தினான்.

தாம் வேறு சாதியைச் சேர்ந்தவர் என்ற காரணத்தை வைத்துக் கொண்டு வெள்ளையன் சதி செய்ய விரும்புகிறான் என்பதை அறிந்து கொண்டார் வெள்ளை மருது.

நாடோடியாக வந்தவன் நாடாளும் உரிமை படைத்த என்னை அதிகாரம் பெற்ற ஆதாரம் காட்டக் கட்டளையிடுவதா என்ற ஆத்திரங்கொண்டார் வெள்ளை மருது.

இனி வெள்ளையர்க்கு வளைந்து கொடுப்பதிலும் வாளேந்திப் போர் புரிவதே தவிர்க்க முடியாத ஆபத்தினின்றும் தப்புவதற்கான நல்லவழி என்று முடிவு செய்தனர் மருது பாண்டியர்.

அத்துடன் சென்னையிலுள்ள ஆங்கிலேயத் தலைமைக்கு கடிதம் எழுதினர் மருது பாண்டியர். அதில் தென்பாண்டி நாட்டில் மூளும் கலகங்களுக்கெல்லாம் லூசிங்டனின் குறும்புகளே காரணம் என்றும் எனவே அவனை மாற்றி விட்டு வேறு கலெக்டரை நியமிக்க வேண்டும் என்றும் குறிப்பிட்டிருந்தனர்.

■

37. கூழூர் கிழவி

ஆங்கிலேயர்களுக்கும் மருது சகோதரர்களுக்கும் யுத்தம் நடந்து கொண்டிருந்த காலத்தில் பெரிய மருது ஒரு முறை மாறு வேடத்தில் குதிரை மீது வந்து கொண்டிருந்தார்.

வழியில் எதிர்ப்பட்ட இரண்டு பேர்களை உளவாளிகள் என சந்தேகப்பட்டு பெரிய மருது கொன்று விட்டார்.

அதன் பின்னர் பகைவர் படை ஒன்று தொலைவில் வருவதை அறிந்து காட்டு வழியே குதிரையைத் திருப்பிச் செலுத்தினார்.

இதனைக் கண்ணுற்ற எதிரிப்படைத் தலைவன் தம்படை வீரர்களில் ஐவரை அக்குதிரையைத் தொடருமாறு கட்டளையிட்டான்.

பெரிய மருதுவுக்கும் இவர்களுக்கும் ஏற்பட்ட மோதலில் ஐவரும் உயிரிழந்தனர்.

தொடர்ந்து எதிரிகளை வீழ்த்தி சண்டையிட்டு களைப்பு மேலிட்டுப் போயிருந்தார் பெரிய மருது. திடீரென்று நாவறண்டு மயக்கம் மேற்பட்டு குதிரையிலிருந்து கீழே விழுந்து விட்டார் பெரிய மருது.

அச்சமயம் அவ்வழியே வந்து கொண்டு இருந்த ஒரு வயதான கிழவி பெரிய மருதுவின் அருகில் சென்று தம் கலயத்திலிருந்த பழங் கூழுணவைச் சிறிது சிறிதாக ஊட்டினாள்.

பெரிய மருது சிறிது நேரத்தில் மயக்கமும் களைப்பும் நீங்கப் பெற்றவராக எழுந்தமர்ந்தார்.

அப்போது தன்னைக் காப்பாற்றிய அந்தக் கிழவியையும் கூழ் கலயத்தையும் பார்த்து கண்கலங்கினார் பெரிய மருது.

'சரியான தருணத்தில் இவ்விடத்திற்கு வந்த எனக்கு நீங்கள் உயிர்ப்பிச்சையளித்தீர்கள் நீங்கள் யார் உங்கள் பெயர் என்ன?' என்று கேட்டார் பெரிய மருது.

அதற்கு அந்தக் கிழவி தன்னுடைய பெயர் 'தாயம்மாள்' என்று கூறிய போது தன்னைப் பெற்றெடுத்த தாயாகவே கருதிக்கண்கலங்கிய பெரிய மருது அவருக்கு உதவிட எண்ணினார்.

அருகில் கிடந்த ஓர் ஓலையைப் எடுத்து ஒரு முள்ளைக் கொண்டு 'தாயம்மாள் வசிக்கும் ஊர் அவருக்கே உரிமையுடையது' என்று எழுதிக் கொடுத்தார்.

அந்த ஓலையை சிவகங்கை அதிகாரிகளிடம் காண்பித்தால் உரிய பயன் கிட்டும் என்று கூறிவிட்டு கிழவியிடமிருந்து விடைபெற்றுச் சென்று விட்டார் பெரிய மருது.

சிறிது காலத்துக்குப் பின்பு அந்தக் கிழவியின் மகன் பச்சை முத்து என்பவர் சிவகங்கை சென்று அவ்வோலையை அதிகாரிகளிடம் காண்பிக்க அவர்களும் அவ்வூரைக் கிழவிக்கு உரிமையாக்கினர்.

அவ்வூர் இன்றும் 'கூழூர்' என்னும் பெயருடன் இருக்கிறது.

∎

38. முள்ளால் எழுதிய ஓலை

மருது சகோதரர்களுக்கும் கும்பினியார் படையினருக்கு மிடையில் கடும்யுத்தம் நடந்து கொண்டிருந்த காலகட்டம். ஆங்கிலேயர்களின் தாக்குதலுக்கு தப்பி காடுகளில் மறைந்து வாழ்ந்து கொண்டிருந்தபோது பெரிய மருது ஒருமுறை திருக்கோஷ்டியூர் பெருமாள் கோயிலின் எதிரிலுள்ள மண்டபத்தில் தங்கியிருந்தார்.

அச்சமயம் அவருக்கு சிலந்தி நோய் ஏற்பட்டு கடுமையான வலியால் துன்புற்றுக் கொண்டிருந்தார். வலக்கையில் பெரிய மருதுவுக்கும் சிலந்தி நோய் இருந்தது.

அப்போது கும்பினியரின் படைவீரர்கள் அவரைத் தேடி அந்த ஊர் எல்லைக்குள் வந்து விட்டனர் என்ற செய்தியை அவரது நம்பிக்கைக் குரிய வேலையாள் வந்து தெரிவித்தார்.

உடனே மருது ஓர் ஆடையைக் கிழித்து சிலந்தியை இறுகக் கட்டிக் கொண்டு தம்முடைய வளரியின் துணையுடன் குதிரை மீதேறி அவ்வூரிலிருந்து வெளியேறினார்.

ஆனாலும் எதிரிப்படையினர் பெரிய மருதுவை சூழ்ந்து கொண்டனர். சிலந்தியின் வலியையும் மீறி பெரிய மருது துணிச்சலுடன் பலரையும் தம்முடைய வளரியால் கொன்றார். அதன் பின்னர் அவர்களிடமிருந்து தப்பித்து அருகிலிருந்த சிற்றூருக்கு சென்றடைந்தார்.

குதிரையில் நீண்ட தூரம் பயணம் செய்த களைப்பும் சிலந்தி நோயும் தந்த வேதனையைத் தாண்டி பெரிய மருதுவுக்கு பசி குடலைப் புரட்டியது.

அந்த இடத்திலிருந்து ஒரு வயதான மூதாட்டி பெரிய மருதுவை யாரென்று அறியாமல் பழைய கூழ் உணவை கொடுத்தார்.

பெரிய மருது அவ்வுணவை உண்டு மகிழ்ந்து அந்தக் குடிசையிலேயே அயர்ந்து உறங்கினார்.

ஓய்வெடுத்த பின் எழுந்த பெரிய மருது பசித்த வயிற்றுக்கு உணவும், உறங்குவதற்கு இடமும் கொடுத்த அந்த மூதாட்டிக்கு நன்றிக் கடனாக ஏதாவது செய்ய வேண்டும் என்று ஆசைப்பட்டார்.

தம்முடன் வந்த குதிரைக்காரனிடம் அவ்வீட்டுக் கூரையிலிருந்து ஓர் ஓலையையும், வேலியிலிருந்து ஒரு முள்ளையும் கொண்டு வரச் செய்தார்.

அந்த ஓலையில் அந்த ஊரை வேதியக் காணியாக அம்மூதாட்டிக்கு அளிப்பதாக எழுதிக் கொடுத்தார்.

அவ்வோலையை சிவகங்கை அதிகாரிகளிடம் கொடுத்தார். வேண்டிய நன்மை கிடைக்கும் என்று அந்த மூதாட்டியிடம் கூறி விட்டு பெரியமருது விடைபெற்றுச் சென்றார்.

வெளியூருக்கு சென்றிருந்த தன்னுடைய பிள்ளைகள் வந்தவுடன் அந்த ஓலையைக் கொடுத்து சிவகங்கை அதிகாரிகளிடம் காண்பித்து மூதாட்டி உதவி பெற முடிவு செய்தாள்.

ஆனால் அதற்குள் பெரிய மருதுவை பகைவர்கள் கைது செய்து தூக்கிலிட்டு விட்டனர்.

பெரிய மருது தூக்கிலேறுவதற்கு முன்பாக 'தாம் செய்த அறக் கொடைகள் தொடர வேண்டும்' என்று கேட்டுக் கொண்டதற் கிணங்க, ஆங்கிலேயர் உறுதி கொடுத்தனர்.

இந்தச் சூழலில் அந்த மூதாட்டி அவரிடமுள்ள ஓலையை சிவகங்கை அதிகாரிகளிடம் காண்பித்து அவர் வாழ்ந்த சிற்றூரை வேதகாணிய மாகப் பெற்றார்.

அந்தச் சிற்றூர் இன்னும் பழஞ்சோற்றுக் குருநாதனேந்தல் என்ற பெயருடன் விளங்குகிறது.

தமக்கு ஓலை எழுதிக் கொடுத்தவர் பெரிய மருதுதாம் என்பதை அவர் இறந்த பின் தான் மூதாட்டி அறிந்து உள்ளம் உருகினார்.

■

39. திருடன் படை வீரனாகிய கதை

கும்பினியாருக்கும் புரட்சியாளர்களுக்கும் இடையே கடும் போர் நடந்து கொண்டிருந்த காலகட்டத்தில் உதயப் பெருமாள் கவுண்டன் என்பவன் மக்களுக்கு பெரும் தொல்லைகளை தந்து கொண்டிருந்தான். அவன் மிகப்பெரிய திருடனாகவும் இருந்து வந்தான்.

சிவகங்கைச் சீமை மக்கள் அவன் செய்து வரும் அட்டூழியங்கள் பற்றி மருது பாண்டியரிடம் முறையிட்டனர்.

யுத்தம் நடந்து கொண்டிருந்த சமயமாதலால் மருது சகோதரர்கள் அந்தப் புகாருக்கு உரிய நடவடிக்கை ஏதும் எடுக்கவில்லை.

அச்சமயம் கடும் மழையும் வெள்ளமும் ஏற்பட்டது. வைகை ஆற்றில் வெள்ளம் பெருகியள்ளதென்றும் அதனால திருப்பாச்சேத்திக்கு நான்காவது கல்லில் உள்ள மாறை நாட்டுக்கண்மாய் நீர் பெருகி உடைப்பு கண்டு விட்டதென்றும் அது முழுமையாக உடைந்தால் பல சிற்றூர்கள் அழிய நேரிடும் என்றும் போர் முனையிலிருந்த பெரிய மருதுவுக்கு செய்தி கிடைத்தது.

உடனே அவர் காவலாளிகள் பலருடன் கண்மாய்க்குச் சென்றார். வெள்ளம் கரை புரண்டோடுவதைக் கண்ட பெரிய மருது அங்கு கூடியிருந்த மக்களைப் பார்த்து அவ்வெள்ளத்தில் குதித்து அக்கரை ஏறுகின்றவர்களுக்கு தகுந்த பரிசும் தமது படையில் சிறப்பிடமும் தரப்படும் என்று கூறினார்.

தம்மக்களின் வீரத்தையும், துணிச்சலையும் நேரே கண்டவறிவதற்கு கிடைத்த வாய்ப்பாக அவர் அதை எண்ணினார். அங்கு கூடியிருந்த மக்கள் எவரும் அந்த வெள்ளத்தில் குதிக்க முன்வரவில்லை.

எவரும் வெள்ளத்தில் குதிக்க முன்வராத வேளையில் ஒருவன் மட்டும் திடீரென்று வெள்ளத்தில் பாய்ந்தான். சிறிது நேரம் வரை வெள்ளத்தில் பாய்ந்தவனை காணவில்லை.

சற்று நேரத்தில் நீர் மட்டத்துக்கு மேல் எழும்பிய அவன் வெள்ளத்தில் எதிர் நீச்சலடித்து அக்கரைக்கு சென்று கரையேறி னான். அக்கரையில் நின்று கொண்டிருந்த மக்கள் கரையேறிய வனைக் கண்டதும் திருடன், திருடன் என்றும் உதயப் பெருமாள் கவுண்டன் என்றும் ஒருமித்துக் குரல் எழுப்பினர்.

அவன் நேரே பெரிய மருதுவிடம் சென்று அவர் தாழ்பணிந்து தான் அதுவரை செய்த தவறுகளுக்கு மன்னிப்பு வேண்டினான்.

அவனது துணிச்சலையும், ஆண்மையையும் அறிந்த பெரிய மருது அவன் செய்த தவறுகளை மன்னித்ததுடன் தக்க பொறுப்பினையும் தந்தார்.

திருடனாக இருந்து திருந்திய உதயப் பெருமாள் கவுண்டன் ஆங்கிலேயரை அழிப்பதில் முழுமூச்சாக ஈடுபட்டான். தமக்குள்ள நாட்டுப்பற்றினை முழுமையாக அவன் வெளிப்படுத்தியதால் பெரிய மருதுவின் நெஞ்சில் நீங்காத இடம் பெற்றான்.

அவ்வீரனை நினைவு கூறுதற்பொருட்டு அவனுக்கு திருப்பாச்சேத்தி யில் சிலை வைக்கப்பட்டுள்ளது.

■

40. தாலிக்கு வேலி

கமுதியைச் சேர்ந்த புலவர் ஒருவர் தம் மனைவியுடன் வேற்றூருக்கு சென்றுவிட்டு மீண்டும் தம்மூருக்கு திரும்பிக் கொண்டிருந்தார்.

வரும் வழியில் கல்லல் என்ற இடத்தில் திருடர்கள் சிலர் அப் புலவரை வழிமறித்துக் கொண்டார்கள்.

ஆனால் அவர் மனைவியின் கழுத்திலிருந்த தாலியைத் தவிர திருடர் களுக்கு கொடுப்பதற்கு அவரிடம் வேறு எப்பொருளுமில்லை.

திருடர்கள் கருணையின்றி அத்தாலியை பறித்துக் கொண்டு சென்றனர். புலவர் மிகுந்த வருத்தத்துடன் அன்றிரவைக் கல்லலில் கழித்து விட்டு மறுநாள் தமக்கு நேர்ந்ததை மருதுவிடம் கூற விழைந்தார். சின்ன மருது அந்தச் சமயம் சிறுவயலில் தங்கி யிருப்பதை அறிந்து புலவர் மனைவியுடன் அங்குச் சென்றார்.

அவர்களை அன்புடன் வரவேற்ற மருது அவர்களுக்கு செய்யத்தக்க உதவியாது என்று வினவினார். உடனே புலவர் கல்லலில் முதல் நாள் நடந்த நிகழ்ச்சியை ஒரு வெண்பா மூலம் உரைத்தார்.

அவ்வெண்பா வருமாறு :

'மருவிருக்கும் கூந்தல் மனையாள் கணவன்
அருகிருக்க தாலி அறுமோ? – இரவுனக்குச்
செங்கோல் இல்லையோ? இத்தேசமெங்கும் கள்ளருக்கிப்
பங்கோ மருது பூபா'

கணவன் இறந்த பின்னரே மனைவியின் தாலி அறுபடும். ஆனால் மருதுவின் நாட்டில் கணவன் உயிருடன் இருக்கும்போதே அறுபட்டுள்ளது. மருதுவின ஆணையும் செங்கோல் நடைமுறையும் பகலில்தானே நடைபெறுகின்றன. இரவில் நடவாது போலும் என்ற பொருளில் அமைந்த பாடலை அறிந்ததும் அன்றிரவு நடைபெற்ற நிகழ்ச்சிகளை மருது ஊகித்துக் கொண்டார்.

அப்புலவரை அங்கேயே இருக்கச் செய்து ஒரு பொற்கொல்லரை வரும்படிப் பணித்தவர். அவரிடம் ஆறு பவுனில் ஒரு தாலி செய்து வரும்படி கூறினார்.

அவர் செய்து கொண்டு வந்து கொடுக்க அத்தாலியை புலவர் கையில் கொடுத்து அவரது மனைவி கழுத்தில் கட்டச் செய்தார்.

நல்ல பட்டாடைகளையும் பொருட்களையும் கொடுத்து அவர்களை வழியனுப்பி வைத்தார் மருது.

மருதுவின் உயர்ந்த மனநிலையையும், கொடை குணத்தையும் கண்ட புலவர் ஆர்வம் மீதூர 'தாலிக்கு வேலி தமிழுக்கு உதவிய தார் மன்னனே' என்று வாழ்த்தி விட்டு தம்மூர் திரும்பினார்.

■

41. மருதுவை எதிர்கொண்ட கோயில் அர்ச்சகர்

மருது பாண்டியர் மக்களின் உயிர். தெய்வம் மருதுபாண்டியர் களை அந்நாளைய மக்கள் தங்கள் உயிர் போலப் போற்றினார்கள்.

குடிகனின் நெஞ்சையெல்லாம் கொள்ளை கொண்ட மருது பாண்டியர் பெயரை மக்கள் பயபக்தியுடன் போற்றி வந்தார்கள்.

தமிழ்நாட்டு மரங்களுள் பழைமை சான்ற மரம். மருதமரம். இம் மரங்கள் நிறைந்த நிலப்பகுதியை மருதநிலம் என்று புலவர்களும் மக்களும் போற்றினார்கள்.

மருதமரங்கள் ஏராளமாக செழித்தோங்கிய வையைக்கரையை ஒட்டிய பாடல் பெற்ற தலம் திருப்புவனம் ஆகும்.

இவ்வூரில் மருதுபாண்டியர் காலத்தில் ஒரு பெரிய மருதமரம் இருந்தது.

காளையார் கோயில் கோபுரம் கட்டிய களிப்பில் மூழ்கியிருந்த மருதரசர் அக்கோயிலுக்காகப் பெரியதொரு தேர் செய்விக்க வேண்டுமென பேராவல் கொண்டார்.

நாடெங்குமுள்ள சிற்பிகளை பறை அறைந்து விரும்பி அழைத்தார். மிகப்பெரிய தேருக்கு உறுதியான அச்சு மரம் வேண்டுமல்லவா?

அந்தக் கவலை அரசருக்கும் ஏற்பட்டது. திருப்பூவனத்திலுள்ள பெரிய மரத்தின் நினைவு அவருக்கு வந்தது. உடனே மிக்க மகிழ்ச்சியோடு ஆட்களை அனுப்பி அதை வெட்டிக் கொணரும்படி கட்டளையிட்டார்.

ஏவலாளிகள் சென்றார்கள். மரத்தை வெட்ட முனைந்தார்கள். ஆனால் அங்கே ஒரு அதிசயம் நிகழ்ந்தது. ஓர் அர்ச்சகர் அம்மரத்தைக் கட்டிப் பிடித்துக் கொண்டு 'என் உயிர் போனாலும் இம்மரத்தை வெட்ட விட மாட்டேன்' என்றார்.

ஏவலாளிகள் 'அய்யரே! இஃது அரசர் ஆணை!' என்றனர்.

'அய்யா ஆண்டவன் ஆணையாக இருந்தாலும் அனுமதியேன்' என்றார் பிடிவாதமாக அர்ச்சகர்.

இச்செய்தியை ஏவலாளிகள் மருது அரசரிடம் சென்று கூறினர். மருது சேர்வைக்காரர் வெகுண்டெழுந்தார். யார் அப்படித் தடுப்பவன் என்று கேட்டபடி அர்ச்சகரைக் கண்டார்.

'நீர் நம் காளையர் கோயில் குருக்கள் அல்லவா? ஏன் இந்த அடம்?' என்றார் மருது.

'அடமன்று அரசே! தேர் அச்சுக்கு தேவையான மரம் உங்கள் சீமையிலே உண்டு. காளையர் கோயில் காட்டில் உறுதியான மரங்கள் எத்தனையோ இல்லையா? நானும் என்னைப் போன்ற மக்களும் இதோ இந்த மரத்தையும், இந்த மரத்திற்கு அருகிலுள்ள அந்த மருத மரத்தையும் முறையே பெரிய மருது, சின்ன மருது என்று பல காலமாக போற்றி வருகிறோமே! காளையர் கோயிலில் குருக்களிடமிருந்து பணிபுரிவதெல்லாம் நீங்களும் உங்கள் தம்பியாரும் குறையின்றி வாழ வேண்டும் என்று ஆண்டவனை அருகிலிருந்து வேண்டிக் கொள்வதற்குத்தானே!

அப்படி இருக்க அடியேன் எப்படி உங்கள் பெயர் கொண்ட இந்த மரத்தை வெட்ட அனுமதிக்க முடியும்?' என்றார்.

குருக்களின் உணர்ச்சி வசப்பட்ட பேச்சு மருதரசர் மனத்தையே ஒரு கலக்கு கலக்கி விட்டது. எந்த மாற்றமான பேச்சும் பேசாது திரும்பி விட்டார் பெரிய மருது.

∎

42. கள்ளன் பறித்ததை வள்ளல் கொடுப்பார்

புதுக்கோட்டை மன்னரிடம் நவராத்திரி விழாவன்று ஒரு புலவர் பரிசில் பெற்று வந்தார். வழியில் அவர் திருமயத்தின் அருகே வரும்போது கள்வர் சிலர் வழிமறித்து அவரிடம் இருந்த பரிசில் பொருட்களைப் பறித்துக் கொண்டனர்.

வெறுமனே வீடு வந்து சேர்ந்த புலவர் நடந்த விபரத்தை மனைவி யிடம் கூறினார். அவள் மிகுந்த வருத்தமடைந்தாள்.

இருப்பினும் அவளைத் தேற்றும் பொருட்டு புலவர் ஒரு வெண்பா பாடினார். அவ்வெண்பாவானது :

'கள்ளன் கொடுத்ததை கள்ளன் எடுத்தகன்
உள்ளம் கடுத்தல் உறலாமோ? – வள்ளல்
மருதரசன் உள்ளான் மடவாய்! வறுமை
ஒருவ அருள்வான் உடன்...'

இப்பாடலில் பெரிய மருதுவின் கொடைத்திறத்தை நம்பிக்கை யுடன் போற்றிப் புகழ்ந்தார். புதுக்கோட்டை மன்னர் கள்ளர் மரபைச் சார்ந்தவராதலால் அவர் கொடுத்த பொருளை வழியில்

கள்ளர் (திருடர்) பறித்துக் கொண்டனர்.

'இருப்பினும் நம் வறுமை அடியோடு நீங்கும்படி வள்ளல் மருதரசர் நமக்கு அருள்புரிவார். நீ மனந்தேறியாரு' என்று மனைவியிடம் ஆறுதல் கூறுவதாக இப்பாடல் அமைந்துள்ளது.

பெரிய மருதுவைப் புலவர் உறுதியாக நம்பியவாறே அவரிடம் சென்று தமக்கு நேர்ந்தவற்றை எடுத்துக் கூறி தேவையான பொருட்களை பெற்று வந்தார்.

■

43. வலையனுக்கு ஒரு சிலை

பெரிய மருதுவுக்கு நெருக்கமாக வலையன் ஒருவன் இருந்தான். பெரிய மருது வேட்டைக்குச் செல்லும் போதெல்லாம் அவனும் உடன் செல்வது வழக்கம்.

அவனது வேட்டைத் திறமை பெரிய மருதுவை வெகுவாகக் கவர்ந்தது. ஒருமுறை இருவரும் வேட்டைக்குச் சென்றனர்.

அவன் மட்டும் தனித்து ஒரு விலங்கினை துரத்திச் சென்றான். நீண்ட நேரம் ஆகியும் அவன் திரும்பாமல் இருந்ததைக் கண்ட பெரிய மருது கவலை கொண்டார்.

ஆனால் வெகுநேரம் கழித்து வந்த அவ்வலையன் ஒரு பெரிய கரடியை தோளில் தூக்கி வந்து அவர் காலடியில் போட்டான்.

போர்க்களத்தில் அவன் மருது சகோதரர்களுடன் பல கிளர்ச்சிகளில் ஈடுபட்டான். அவனது வீரத்தைப் பாராட்டும் வகையில் காளையர் கோயில் நுழைவாயிலின் வலப்புறத்தில் பெரியமருது ஒரு சிலை வைத்தார்.

இவ்வலையன் பெரிய மருதுவின் காதற்கிழத்தி மகன் என்றும் அதனால்தான் இவன் பெரிய மருதுவிடம் அணுக்கமாக இருந்தான் என்றும் சிவகங்கைப் பகுதி மக்கள் வாய்மொழியாக கூறி வருகின்றனர்.

இத்தகைய வீரனே பிற்காலத்தில் பணத்துக்காக பெரிய மருதுவைக் காட்டிக் கொடுக்கும் வஞ்சகனாக மாறினான்.

அவன் பெரிய மருதுவைக் காட்டிக் கொடுத்ததை சிவகங்கைச் சரித்திர அம்மானையும் கூறுகிறது.

■

44. கற்பை நிரூபித்த காரிகை

கோசு கொண்டு எனும் ஊரில் ஒரு தம்பதியர் இல்லறம் நடத்தி வந்தனர். வறுமை காரணமாக அவர்கள் அவ்வூரை விட்டு சிவகங்கை வந்தனர்.

வரும் வழியில் நரிக்குரச்சத்திரத்தில் தங்கினர். அவர்களுடன் அவர் களது நாயும் துணைக்கு வந்தது.

அவர்கள் அச்சத்திரத்தில் தங்கியிருப்பதை சில காமுகர்கள் அறிந்தனர். அவர்கள் மனதில் தீய எண்ணம் உண்டாயிற்று.

மறுநாள் காலை அச்சத்திரத்திற்கு சென்று அவன் கணவனுடன் அன்பாகப் பேசினர். மாலை வேளையில் அவள் கணவனை மட்டும் தனியே வஞ்சகமாக வெளியே அழைத்துச் சென்றனர். நாயும் அவர்களைப் பின் தொடர்ந்து சென்றது.

நீண்ட நேரமாகியும் கணவன் வராததைக் கண்டு மனைவி கவலை யுற்றாள். சிறிது நேரத்தில் நாய் மட்டும் திரும்பி வந்தது.

வந்தவுடன் அவளது சேலைத் தலைப்பை கவ்விக் கொண்டு ஊருக்கு வெளியே இழுத்துச் சென்றது. அவள் பதைபதைப்புடன் நாயின் பின்னே ஓடினாள்.

நரிக்குடிக்கு அருகில் உள்ள வெட்டடி நாடான் ஊருணிக்குளு; அந்நாய் நுழைந்தது. அவ்வூரிணியில் தன் கணவன் பிணமாக கிடப்பதைக் கண்டாள். அழுது புலம்பத் தவித்தாள். வேறு வழியறி யாமல் மருது சகோதரர்களின் அரண்மனை நோக்கி ஓடினாள்.

அவளது சோகச் செய்தியை அறிந்த மருது சகோதரர்கள் நிகழ்ச்சி நடந்த இடத்திற்கு அவளுடன் விரைந்தனர். ஊருணியை அடைந்த தும் உண்மையை அறிந்து கடுஞ்சினமுற்றனர்.

தம் காவலாளிகளைக் கொண்டு தீரச் செயல் புரிந்த கயவர்களைப் பிடிக்க எண்ணிய வேளையில் உடன் வந்த நாய் ஒருவனைக் கவ்விப் பிடித்து இழுத்து வந்தது.

பெரிய மருது அவனுக்கு மரண தண்டனை அளித்தார். அப் பெண்மணியைத் தேற்றி தம் தாய்போல நினைத்து காப்பாற்றுவதாக ஆறுதல் கூறினார். அப்பெண்மணி தன் கணவருடன் உடன்கட்டை ஏற விரும்பினாள். அவள் குற்றமற்றவளாக இருந்தால் அவள் அணிந்துள்ள பட்டாடையும், காதோலையும், கருகமணியும் தீக்கிரையாகாது என்று கூறினாள்.

அவளது பேச்சு மருது சகோதரர்களின் உள்ளத்தை உருக்கியது. அவளது உள்ளார்ந்த விருப்பத்தை நிறைவேற்றுவதில் உள்ள மாண்பை உணர்ந்தனர். அவள் விரும்பியவாறே இறுதிச் சடங்குகள் நடைபெற்றன.

கணவன் உடல் எரிந்து கொண்டிருந்தபோது அவள் தீப்பாய்ந்தாள். அவள் கூறியபடியே அவளது உடல் மட்டும் வெந்தது. பட்டாடை, காதோலை, கருகமணி ஆகியன தீயில் கருகாமல் வெளியே வந்து விழுந்தன.

இந்நிகழ்ச்சியைக் கண்டு மருது சகோதரர்கள் வியந்தார்கள். அப்பொருள்களை வழிபாட்டுக்குரிய பொருட்களாக காக்கும்படி பெரிய மருது சின்ன மருதுவிடம் கூறினார். முக்குளத்தில் அவர்கள் வாழ்ந்த இல்லத்தில் அப்பொருட்களை இன்றும் பாதுகாப்பாக அவ்விடத்தில் வைத்து வழிபட்டு வருகின்றனர்.

∎

45. மருது வந்தாலும் தேர் ஓடாது

காளையார் கோயில் தேர் மருது சகோதரர்களால் செய்விக்கப் பட்டதாகும். இதைச் செய்தவர் குப்பமுத்து ஆசாரி என்பவர். தேர்வு செய்து முடித்ததும் தேரோட்டத்திற்கு நாள் குறித்தனர். அந் நன்னாளில் தேரோட்டம் காண மக்கள் குழுமியிருந்தனர்.

மருது சகோதரர்கள் தேரின் மீது ஏறி நின்றனர். குப்பமுத்து ஆசாரியும் அவர்கள் அருகே நின்றார்.

ஆடவர் அனைவரும் தேர்வடம் பிடித்துத் தேரினை இழுக்கத் தொடங்கினர். ஆயினும் தேர்நிலை கொண்ட இடத்தை விட்டு நகர வில்லை. வியப்பும் வருத்தமும் கொண்ட மருது சகோதரர்களை நோக்கி ஆசாரி ஆறுதல் கூறினார்.

பெரிய மருதுவின் கைவிரல் மோதிரத்தையும், செங்கோலையும் ஆசாரி தம்மிடம் தர வேண்டினார். தேர்நிலை கொள்ளும் வரை சிவகங்கைச் சீமையின் அரசராகத் தம்மை அறிவிக்க வேண்டும் என்றும், இஃது ஆண்டவன் இட்ட கட்டளை என்றும் பெரிய மருதுவை நோக்கி பணிந்து கூறினார்.

தேர் நகர மறுத்ததை பெருங்குற்றமாக எண்ணி வருந்திய மருது சகோதரர்கள் குப்பமுத்து ஆசாரியின் வேண்டுகோள் இதற்கு கழுவாயாக அமையும் எண்றெண்ணி அவர் விரும்பியவாறே செய்தனர்.

செங்கோலையும் மோதிரத்தையும் அவர் கையில் கொடுத்து நீயே சிவகங்கைச் சீமையின் ராஜா என்றார் பெரிய மருது.

உடனே ஆசாரி இறைவனை வணங்கிவிட்டு பெரிய மருதுவைப் பார்த்து 'ஐயா இறக்குங்கள், கீழே தேர்வடத்தைப் பிடித்து பக்தி யோடு இழுங்கள் உம் நடக்கட்டும்' என்றார்.

அடுத்த வினாடி மருதரசரும் அவரைச் சூழ்ந்து தேர் மேல் நின்ற பெரிய மனிதர் அனைவரும் கீழே இறங்கினர். அவர்களுக்கெல்லாம் தலைமை தாங்கிய சிவகங்கைச் சீமையின் புதிய அரசன் குப்ப முத்தாசாரி 'காளீஸ்வரா' என்று விண்ணதிரக் கூறிக் கொண்டே தேரிழுக்க தேரோடியது; தட்டாமல் தயங்காமல் ஓடியது.

தேர் நிலையில் நிற்கும் நேரத்தில் ஆசாரிகையில் பிடித்திருந்த செங்கோல் சாய்ந்தது. அவரும் தேர்ச்சக்கரத்தின் அடியில் இடறி விழுந்து உயிர் நீத்தார்.

உயிர் பிரிவதற்கு முன் அவர் தம் இடுப்பிலிருந்து ஓர் ஓலையை எடுத்து பெரிய மருதுவிடம் கொடுத்தார்.

அவ்வோலையில் தம்மை மன்னிக்க வேண்டியும், தேர் நிலைக்கு வரும் நேரத்தில் மன்னரின் உயிருக்கு ஆபத்து நேரிடும் என்றும் சோதிடக் குறிப்பு இருந்ததால் அதை மாற்றி அமைத்தற் பொருட்டு தாமே மன்னராக வேடம் தாங்கி இறந்ததாகவும் எழுதியிருந்தது.

மன்னர் வாழ்வே மக்கள் வாழ்வாகக் கருதி மருதுவின் உயிர்காத்து தம்முயர் நீத்த குப்பமுத்து ஆசாரியின் பெருங்கருணையை நினைத்து பெரிய மருது உள்ளம் உருகினார். இந்நிகழ்வை சிவகங்கைச் சீமையில் நாட்டுப்புறப் பாடலாக பாடி வருவது குறிப்பிடத்தக்கது.

'மருது வந்தாலும் தேரோடாது – அவன்
மச்சினன் வந்தாலும் ஓடாது
தேருக்குடையவன் குப்ப முத்தாசாரி
தேர்வடம் தொட்டாலே தேரோடும்.'

∎